കാമാത്തിപ്പുര

kamathippura
stories

•

t k gangadharan

•

first edition
may 2012

•

typesetting & published
chintha publishers, thiruvananthapuram

•

cover
ambeesh

വിതരണം

ദേശാഭിമാനി ബുക്ക് ഹൗസ്

H O തിരുവനന്തപുരം–695 035
www.chinthapublishers.com
chinthapublishers@gmail.com

ബ്രാഞ്ചുകൾ

ഹെഡ്ഡാഫീസ് കുന്നുകുഴി • ഓവർബ്രിഡ്ജ് തിരുവനന്തപുരം • കെ എസ് ആർ ടി സി ബസ് സ്റ്റേഷൻ ആലപ്പുഴ • കെ എസ് ആർ ടി സി ബസ് സ്റ്റേഷൻ എറണാകുളം • മച്ചിങ്ങൽ ലെയ്ൻ തൃശൂർ • ഐ ജി റോഡ് കോഴിക്കോട് • കെ എസ് ആർ ടി സി ബസ് സ്റ്റേഷൻ കോഴിക്കോട് • എൻ ജി ഒ യൂണിയൻ ബിൽഡിങ് കണ്ണൂർ • സെൻട്രൽ ബസ് ടെർമിനൽ കോംപ്ലക്സ് താവക്കര കണ്ണൂർ

CO - 1737 / 2900
ISBN - 978-93-82167-08-2

കാമാത്തിപ്പുര

കഥകൾ

ടി കെ ഗംഗാധരൻ

ചിന്ത പബ്ലിഷേഴ്സ്
തിരുവനന്തപുരം-695 035

ടി കെ ഗംഗാധരൻ

ജനനം 1944 നവംബറിൽ. 1965 ലും 1971 ലും നടന്ന ഇന്തോ – പാക് യുദ്ധങ്ങളിൽ പങ്കാളിയായിരുന്നു. 1991 ൽ ബാരക്കുകളോട് വിടപറഞ്ഞു.

പ്രധാനകൃതികൾ: *കൂട്ടം തെറ്റിയ കുട്ടി, വീട്, പുകയുന്ന കൊള്ളികൾ, ചുവന്ന നക്ഷത്രങ്ങൾ, ഉപാസന, ഇൻക്വിലാബിന്റെ ഗീതം, വചനം, ബാരക്ക്* (അങ്കണം അവാർഡും പ്രൊഫ. എം കൃഷ്ണൻനായർ നോവൽ അവാർഡും ലഭിച്ച കൃതി.) *ലെനിൻ പ്രവ്ദ വായിക്കുന്നു, ഏകാന്തതയുടെ പുരാവൃത്തം.*

വിലാസം : തൈത്തറ ഹൗസ്
ഉഴുവത്തുകടവ്
കൊടുങ്ങല്ലൂർ പി ഒ
പിൻ – 680664

ഫോൺ : 0480 – 2807835, 9745259619

ഉള്ളടക്കം

കഥയെഴുത്തിലെ മധ്യമാർഗം

സുനിൽ പി ഇളയിടം

ഒന്ന്

കഥയെഴുത്തിന്റെ സുപരീക്ഷിതമായ വഴിയിലൂടെ സഞ്ചരിക്കുന്ന എഴുത്താണ് ടി കെ ഗംഗാധരന്റേത്. പൗരാണികമായ ആഖ്യാനവടിവുകളിൽനിന്നും, ആധുനികലോകത്തിന്റെ രംഗപ്രവേശത്തോടൊപ്പം, കഥ പറച്ചിലും പുതിയ വഴികളിലേക്ക് സഞ്ചരിച്ചതായി ഇതേക്കുറിച്ച് പഠിച്ചവർ എപ്പോഴും ചൂണ്ടിക്കാട്ടാറുണ്ട്. കഥ ചെറുകഥയായ സന്ദർഭം എന്നും ഇതേക്കുറിച്ച് പറയാം. വലിയ കഥകൾ ചെറുതായതല്ല ചെറുകഥ. മറിച്ച് കഥ പറച്ചിലിന്റെ ക്രമത്തിലും ആ ക്രമത്തെ രൂപപ്പെടുത്തിയ ജീവിതബോധത്തിലും അരങ്ങേറിയ വലിയ മാറ്റങ്ങളെ സംഗ്രഹിച്ചുകൊണ്ടാണ് ചെറുകഥ എന്ന പേരും അങ്ങനെയൊരു ജനുസും രംഗത്തെത്തിയത്. മനുഷ്യർ തങ്ങളെയും, തങ്ങളും ലോകവും തമ്മിലുള്ള ബന്ധത്തെയും മനസിലാക്കുന്നതിൽ ഒട്ടനവധി മാറ്റങ്ങളുണ്ടായി. ഈ മാറ്റങ്ങൾ കഥയുടെ ആന്തരയുക്തികളെയും ആഖ്യാനക്രമത്തെയും മാറ്റിയെഴുതി. പുതിയ കഥയുടെ പരിസരം അങ്ങനെയാണ് നിലവിൽവന്നത്.

ഈ പുതിയ പരിസരത്തിന്റെ കാതലായി പരിഗണിക്കാവുന്ന ചില പ്രമേയങ്ങളുണ്ട്. ഒന്നാമത്തേത് കഥ പറച്ചിലിലേക്ക് കടന്നുകയറിയ യുക്തിബോധമാണ്. ഐതിഹ്യാത്മകവും മതാത്മകവുമായ ഘടകങ്ങൾകൊണ്ട് പൂരിപ്പിക്കാവുന്നതല്ല കഥ എന്നുവന്നു. വിഭ്രാമകരമായ ഘടകങ്ങൾ ഇല്ലാതായി എന്നല്ല, വിഭ്രാമകതയ്ക്ക് പുതിയ അർഥവും ആഴവും ഉണ്ടായി. യുക്തിപരതയുടെ ഉള്ളിൽത്തന്നെ വിഭ്രാമകത്വം പ്രതിഷ്ഠിക്കപ്പെട്ടു. പഞ്ചതന്ത്രം കഥകളിലേയോ വിക്രമാദിത്യകഥകളിലേയോ വിസ്മയലോകങ്ങളിലേക്കല്ല പുതിയ കഥകളിലെ വിഭ്രമങ്ങൾ നമ്മെ കൊണ്ടുപോയത്. യുക്തിപരമായിരിക്കേണ്ട ലോകത്തിലെ അയു

ക്തിക സന്ദർഭങ്ങളെ അടയാളപ്പെടുത്താനുള്ള സാമഗ്രികളായാണ് അവ കഥയിൽ പ്രവർത്തിച്ചത് എന്നുപറയാം. കാര്യകാരണങ്ങളുടെ നേർവഴിയിലെ ഇടർച്ചകൾ യുക്തിപരമായി ജീവിതയാഥാർഥ്യങ്ങളെ പ്രതിപാദിക്കുകയാണ്, ആ നിലയിൽ അതിലെ ഏറ്റിറക്കങ്ങളെ അടയാളപ്പെടുത്തുകയാണ് കഥ ചെയ്യേണ്ടത് എന്ന ബോധ്യമാണ് ഇതിന് കാരണമായത്. പഴയ കഥയിൽനിന്നുള്ള വഴിതിരിയലിൽ ഏറ്റവും നിർണായകമായത് ഇക്കാര്യമാണ്.

ഇങ്ങനെ പറഞ്ഞതിനർഥം കഥ ഗണിതശാസ്ത്രത്തിലെ സമവാക്യങ്ങളെന്നപോലെ യുക്തിവാദപരമായ വിശദീകരണങ്ങളായിത്തീർന്നു എന്നല്ല. ആദ്യകാല കഥകളിലൊരുവിഭാഗം അങ്ങനെയായിരുന്നു. *ആരാന്റെ കുട്ടി*യും *ഉളി പിടിച്ച കയ്യും*, *നീളം കുറഞ്ഞ കത്തു*മൊക്കെ വായിച്ചുനോക്കിയാൽ ഇത് വ്യക്തമാവും. എന്നാൽ ആഖ്യാനത്തിലെ യുക്തിപരത എന്നു പറഞ്ഞത് ഇക്കാര്യം സൂചിപ്പിക്കാനല്ല, മറിച്ച് മനുഷ്യജീവിതത്തെ അതീതപ്രഭാവങ്ങളിൽ വിശദീകരിക്കുകയും വ്യാഖ്യാനിക്കുകയും ചെയ്യുന്ന രീതി അവസാനിച്ചതിനെ സൂചിപ്പിക്കാനാണ്. മധ്യകാല മതാത്മകതയുടെ സ്ഥാനത്ത് മാനുഷികമായ കാര്യകാരണബോധം ഇടംപിടിച്ചു. ഈ കാര്യകാരണ ബന്ധങ്ങളിൽ ഒതുങ്ങാതെ സങ്കടങ്ങളിലും സന്താപങ്ങളിലും ഉഴലുന്ന മനുഷ്യാവസ്ഥയുടെ പ്രതിപാദനമായി സാഹിത്യത്തിന്റെ ദൗത്യം. ജീവിതത്തിന്റെ സൂക്ഷ്മയാഥാർഥ്യങ്ങളെ യഥാതഥമായി വിവരിച്ച്, പൊരുളറിയാനാവാത്ത മഹാസമസ്യയായി പെരുകുന്ന ജീവിതത്തെ വരച്ചുകാണിക്കലായി എഴുത്തിന്റെ ലോകം പരിണമിച്ചു. പത്തൊമ്പതാം ശതകത്തോടെ ക്ലാസിക്കൽ റിയലിസത്തിന്റെ മൂശയിൽ പിറന്നുവീണ കഥയെഴുത്തിന്റെ ലോകം മിക്കവാറും ഇങ്ങനെയൊരു ക്രമം നിലനിർത്തിയിരുന്നു. വിചാരമാതൃകാപരമായ ഈയൊരടിസ്ഥാനത്തിന്റെ മേലാണ് കഥയെഴുത്തിന്റെ പെരുന്തച്ചന്മാർ - ചെക്കോവും ഗോർക്കിയും മുതൽ കാരൂരും എം ടിയും വരെ തങ്ങളുടെ ബലിഷ്ഠശില്പങ്ങൾ പണിതുയർത്തിയത്. ഇരുപതാം ശതകത്തിൽ കഥപറച്ചിലിൽ ഏറെ മാറ്റങ്ങൾ അരങ്ങേറിയെങ്കിലും, മനുഷ്യാവസ്ഥയിലെ ഗതിഭേദങ്ങളെ മോഹിപ്പിക്കും വിധം സുക്ഷ്മസുന്ദരമായി ആവിഷ്കരിക്കാൻ ഇതിനേക്കാൾ മെച്ചപ്പെട്ട രീതികളൊന്നും തെളിഞ്ഞുവന്നില്ലെന്നു വേണം പറയാൻ. ഇപ്പോഴും നാം കഥയായി കരുതുന്നത് ഈ വടിവിൽ പുലർന്ന എഴുത്തിനെയാണ്. അവയുടെ പ്രതാപത്തിന്റെ കൊടി ഉയർന്നുതന്നെ പറക്കുന്നു.

രണ്ട്

യഥാതഥത്വത്തിന്റെ ഈ സൂക്ഷ്മസൗന്ദര്യത്തെ തന്റെ എഴുത്തിലൂടെ അനാവരണം ചെയ്യാനാണ് ടി കെ ഗംഗാധരൻ തന്റെ രചനകളിലുടനീളം ശ്രമിച്ചുപോന്നിട്ടുള്ളത്. അദ്ദേഹത്തിന്റെ കൃതികളെല്ലാംതന്നെ ഏറിയും കുറഞ്ഞും മനുഷ്യാവസ്ഥയുടെ യാഥാർഥ്യത്തെയും അതിനു

പിന്നിലെ സങ്കീർണതകളെയും കണ്ടെത്താനുള്ള ശ്രമങ്ങളായിരുന്നു. പരിചിതമല്ലാത്ത ജീവിതമേഖലകളിലേക്ക് കടന്നുനിൽക്കുമ്പോഴും ആഖ്യാനക്രമം അപരിചതമോ അസാധാരണമോ അല്ല. പട്ടാളബാരക്കിലും പാടവരമ്പത്തും അദ്ദേഹം തിരയുന്നത് മനുഷ്യന്റെ വികാരവിചാരങ്ങളിലെ പൊരുത്തക്കേടുകളെയും അത് ജന്മംനൽകിയ സങ്കടങ്ങളെയുമാണ്. ആഖ്യാനത്തെ പരീക്ഷണവ്യഗ്രമാക്കിക്കൊണ്ട് ഈ സങ്കടങ്ങളുടെ അനുഭവതീവ്രതയെ വഴിതിരിച്ചുവിടാൻ ടി കെ ഗംഗാധരൻ മുതിരാറില്ല. അദ്ദേഹത്തിന്റെ സ്വക്ഷേത്രം അനുഭവലോകങ്ങളാണ്. അതിലെ ഉദയപതനങ്ങളാണ്.

മാനുഷികമായ അനുഭവലോകങ്ങളിലെ പൊരുത്തക്കേടുകളിൽ നിന്ന് കഥയ്ക്ക് മുന്നോട്ടും പിന്നോട്ടും സഞ്ചരിക്കാൻ കഴിയും. പൊരുത്തക്കേടുകൾ പിറവിയെടുക്കുന്ന സമൂഹബന്ധങ്ങളെ ഇതൾവിടർത്തി, ചരിത്രം എന്ന മഹാവിസ്തൃതിയിൽ അലയടിക്കുന്ന ജീവിതവേഗങ്ങളെ എഴുത്തിലേക്ക് കൊണ്ടുവരാം. അതോടെ വ്യക്തികളും അവരുടെ സന്തോഷസന്താപങ്ങളും ചരിത്രത്തിന്റെ വൻകടലിലെ തിരമാലകളായിത്തീരും. ഇരമ്പുന്ന കടലായി ചരിത്രം എഴുത്തിൽ ഉണർന്നുവരും.

റിയലിസ്റ്റിക് നോവലിന്റെ വലിയ സാധ്യതയായി ചൂണ്ടിക്കാണിക്കപ്പെട്ടത് ഈയൊരു കാര്യമാണ്. മറ്റൊരു വഴിയുള്ളത് മേൽപ്പറഞ്ഞ പൊരുത്തക്കേടുകളിൽനിന്ന് അവയുളവാക്കുന്ന സങ്കടങ്ങളിലേക്ക് മുനകൂർത്തു ചെല്ലുന്ന മട്ടിൽ എഴുതുക എന്നതാണ്. അവിടെ ഒട്ടൊക്കെ വ്യക്തിഗതമായ അനുഭവലോകത്തിന്റെ ഉച്ചസ്ഥായിയിലുള്ള ആലാപനങ്ങളാവും ഉയർന്നുകേൾക്കുക. വൈകാരികതയുടെയും അതിതീവ്രമായ അനുഭവാവിഷ്കാരങ്ങളുടെയും ചുഴലികൾ ആഞ്ഞുവീശുന്ന ലോകമായിരിക്കും അത്. പരപ്പില്ലാത്തതെങ്കിലും പ്രഭാവപൂർണം; പ്രതാപപൂർണം.

ഈ രണ്ട് അതിരുകൾക്കുള്ളിൽ പലപല വിതാനങ്ങളിൽ കയറിയിറങ്ങിക്കൊണ്ടാണ് റിയലിസം വിജയകിരീടം ചൂടിയത്. പത്തൊമ്പതാം ശതകത്തിലെ യൂറോപ്യൻ ക്ലാസിക്കൽ റിയലിസം ആകാവുന്നത്രയും പിന്നിലേക്ക് പിന്നിലേക്കു ചെന്ന് ചരിത്രപ്രവാഹങ്ങളുടെ ഗതിവേഗങ്ങളെ പകർത്തിക്കാണിക്കാൻ പണിപ്പെട്ടു. ബൽസാക്കും മറ്റും നോവലെഴുതിയത് അങ്ങനെയാണ്. മലയാളത്തിന്റെ ഭാവനാജീവിതം പക്ഷെ, ഇത്ര വ്യാപ്തിയോടെ ചരിത്രത്തെ അഭിസംബോധന ചെയ്തില്ല. പിന്നാമ്പുറത്തെ പരപ്പിലും പടർച്ചയിലുമുപരി, മുന്നണിയിലെ വിഹാരവേഗങ്ങളിലാണ് അവ മുഴുകിനിന്നത്. ഉറൂബിനെപ്പോലെ ചുരുക്കം ചിലരേ ചരിത്രത്തിന്റെ വിശാല വിസ്തൃതികളെ എഴുത്തിലേക്ക് മടക്കി വിളിക്കുന്നതിൽ വിജയിച്ചുള്ളൂ. മറ്റാരും ശ്രമിച്ചില്ല എന്നല്ല, ഏറെയൊന്നും വിജയിച്ചില്ല എന്നുമാത്രം. അതുകൊണ്ട് സ്വകാര്യ സങ്കടങ്ങളിലാണ് നാം ചരിത്രത്തെ മനസിലാക്കിയത്.

ടി കെ ഗംഗാധരൻ സ്വീകരിക്കുന്നത് മിക്കവാറും ഒരു മധ്യമാർഗമാണ്. മുകളിൽ പറഞ്ഞതുപോലെ മാനവീയമായ അനുഭവലോകങ്ങളും അതിലെ പൊരുത്തക്കേടുകളുമാണ്, അദ്ദേഹത്തിന്റെ കൊയ്ത്തുപാടം.

"നിത്യവും ജീവിതം വിധയേറ്റി, മൃത്യുകൊയ്യും വിശാലമാം പാടം" എന്ന് കവി പാടിയതുപോലൊരു ജീവിതത്തെയാണ് ഗംഗാധരനും കാണുന്നത്. അനുഭവലോകത്തിന്റെ ശ്രുതിഭേദങ്ങളും ശ്രുതിഭംഗങ്ങളും അവിടെ വേണ്ടത്രയുണ്ട്. ഇതിലോരോന്നിനേയും അതായിത്തന്നെ പകർത്താനാണ് അദ്ദേഹം തുനിയുന്നത്. അനുഭവസ്ഥാനങ്ങളെ വികാരവിക്ഷോഭങ്ങളുടെ കൊടുങ്കാറ്റുകൾ പിറക്കുംവിധം വലിച്ചു മുറുക്കി നിർത്തുന്ന തരം എഴുത്തല്ല ഗംഗാധരന്റേത്. മറിച്ച് ഒട്ടൊക്കെ നിർമമവും സ്വച്ഛവുമായ ആഖ്യാനക്രമമാണ് അദ്ദേഹം എഴുത്തിൽ പിന്തുടരുന്നത്. ഈ പതിഞ്ഞമട്ട്, പക്ഷെ, പിന്നാമ്പുറങ്ങളിലേക്ക് പടർന്ന് ചരിത്രത്തിന്റെ പുറംകടലിലേക്കും കാലപ്രവാഹങ്ങളെ ഗർഭം ധരിച്ച ചക്രവാതങ്ങളിലേക്കും എത്തിപ്പെടുന്നുമില്ല. എത്ര അസാധാരണമായ അനുഭവസ്ഥാനങ്ങളേയും മിതവും പ്രശാന്തവുമായ ആഖ്യാനവടിവിലൂടെ ഇതൾവിടർത്തിയെടുക്കാനാണ് ഗംഗാധരൻ പണിപ്പെടുന്നത്. അതുകൊണ്ട് മുന്നോട്ടും പിന്നോട്ടും കുതികൊള്ളാത്ത സുപരീക്ഷിതമായ മധ്യമാർഗങ്ങളിലൂടെ അദ്ദേഹത്തിന്റെ എഴുത്ത് മുന്നേറുന്നു. വായനക്കാരെ അത് വെല്ലുവിളിക്കില്ല. വായന കഠിനമായ ഒരു പരീക്ഷണമാക്കി മാറ്റാൻ ആവശ്യപ്പെടില്ല. തെളിച്ചമുള്ള ഒരു നാട്ടുപുഴയുടെ വിളംബിതകാലത്തിലുള്ള ഒഴുക്കായി അദ്ദേഹം തന്റെ രചനാജീവിതം നിലനിർത്തിപ്പോരുന്നു.

ഈ സമാഹാരത്തിലെ കൃതികളിലും ടി കെ ഗംഗാധരൻ മേൽപ്പറഞ്ഞ അടിസ്ഥാന രാശികളെ കയ്യൊഴിഞ്ഞിട്ടില്ല. *കാമാത്തിപ്പുര, വെയിലത്തു നിൽക്കുന്ന പെൺകുട്ടികൾ, ഭസ്മാന്തം ശരീരം, നിശാഗന്ധികൾ പൂക്കുന്നനേരം* എന്നിങ്ങനെ നാല് രചനകളാണ് ഈ സമാഹാരത്തിൽ ഉള്ളത്. പ്രമേയത്തിലും സന്ദർഭത്തിലും അവ പരസ്പരഭിന്നമാണ്. *ഭസ്മാന്തം ശരീരം* എന്ന രചനയാകട്ടെ, അതിസാധാരണമായ അനുഭവമെങ്കിലും സൂക്ഷ്മശ്രുതിയുള്ള ആഖ്യാനത്താൽ സമ്പന്നമാണ്. ഇവിടെയെല്ലാം ഗംഗാധരൻ പണിതെടുക്കുന്നത് മുകളിൽ വിവരിച്ച മധ്യമാർഗത്തിന്റെ ചാരുതയാണ്. ജീവിതസ്ഥാനങ്ങളെ സ്വച്ഛമായി കാണാനും പകർന്നു വയ്ക്കാനും അദ്ദേഹം ശ്രമിക്കുന്നു. ഈ ജീവിത സന്ദർഭങ്ങൾ പിറവിയെടുക്കുന്നത് പട്ടാളബാരക്കിലോ വ്യഭിചാരത്തെരുവിലോ കേരളത്തിലെ അസാധാരണതകളൊന്നുമില്ലാത്ത ഒരു നാട്ടിൻപുറത്തോ ആവാം. അവ അങ്ങേയറ്റം പരസ്പരഭിന്നവുമാണ്. എന്നിരുന്നാലും ജീവിതത്തെക്കുറിച്ചുള്ള തന്റെ സ്ഥിരപ്രതിഷ്ഠിതമായ വീക്ഷണങ്ങളാൽ അവയെയാകെ വിപുലമായ ഒരു ആഖ്യാനക്രമത്തിന്റെയും അതിന് പിന്നിലെ ജീവിതബോധത്തിന്റെയും ആവിഷ്കാരഭേദങ്ങളാക്കാൻ ടി കെ ഗംഗാധരന് കഴിഞ്ഞിരിക്കുന്നു. പലതായിരിക്കുമ്പോഴും അവ ജീവിതത്തെക്കുറിച്ച് ചില പൊതുബോധങ്ങളിലേക്ക് നമ്മെ വരവേൽക്കുന്നുണ്ട്. ഒരു നിലയ്ക്ക് കഥയെഴുത്തിലെ സ്ഥിതപ്രജ്ഞതയായി ഇതിനെ പരിഗണിക്കാം. ഇങ്ങനെയേ എഴുതിക്കൂടൂ എന്നോ, ഇതാണ് ശരിയായ ഒരേയൊരു വഴിയെന്നോ അല്ല പറയുന്നത്. മറിച്ച് ഇവിടെയുള്ളത് ഇത്തരമൊരു സ്ഥിതപ്രജ്ഞത്വത്തിന്റെ ആവിഷ്കാരഭേദങ്ങളാണ് എന്നാണ്.

വിശുദ്ധിയുടെ പ്രകാശം

മാമ്പുഴ കുമാരൻ

ഭസ്മാന്തം ശരീരം എന്ന രചന യഥാശ്രുതമായ ലക്ഷണകൽപ്പന കളെ ഉല്ലംഘിക്കുന്നു: സുഘടിതവും ഉദ്വേഗപൂർണവുമാം വിധം സംഭ വങ്ങളെ സംവിധാനം ചെയ്യുക, കാലവിഷയകമായി പൂർവാപരക്രമം ദീക്ഷിക്കുക എന്നൊക്കെയാണല്ലോ ലാക്ഷണികന്മാർ നോവലിനു ലക്ഷണം ചെയ്തിട്ടുള്ളത്. ആ അക്കാദമിക് ലക്ഷണങ്ങൾ ഈ കൃതി യിൽ സമന്വയിക്കുന്നില്ല. ഇതിൽ സുഘടിത കഥയില്ല. 'പാടിപ്പതിഞ്ഞ ശൈലിയിൽ', വേണമെങ്കിൽ, പാത്രപ്രധാനമായ നോവൽ എന്ന് ഇതിനെ വിശേഷിപ്പിക്കാമെന്നേയുള്ളൂ. അപ്പോഴും നിർവചനം അവ്യാപ്തിദോഷ ത്തിൽനിന്നു വിമുക്തമാവുന്നില്ല.

പരമുമ്മാൻ എന്ന പരമേശ്വരന്റെ ജീവിതസായാഹ്നത്തിലെ ചില സാധാരണ സംഭവങ്ങളുടെ ആവിഷ്കരണമാണിത്. ശ്രീനാരായണഗുരു ദേവന്റെ ദർശനത്തിൽ ശ്രദ്ധയർപ്പിക്കുകയും, അതിനെ ത്രിവിധകരണ ങ്ങളാൽ അനുസന്ധാനം ചെയ്യുകയുമാണ് ഗുരുഭക്തനായ പരമേശ്വ രൻ. അയാൾ ദൈവരാജ്യത്തെ തേടുന്നു. ആ രാജ്യത്തിലേക്കുള്ള ദൂരം, കുഞ്ഞുണ്ണിമാസ്റ്റർ എന്നോ നിരീക്ഷിച്ചതുപോലെ "തന്നിൽ നിന്നും തന്നി ലേക്കുള്ള ദൂര" മാണെന്ന തിരിച്ചറിവ് നേടുന്നു. ഈ അറിവ് തന്റെ "അന്തഃസ്ഥിതസ്വയോക്തി"കളിലൂടെ, നിത്യജീവിതത്തിലെ കൊച്ചു കൊച്ചു സംഭവങ്ങളിലുടെ പ്രകാശിപ്പിക്കുകയും ചെയ്യുന്നു.

"എന്താണ് സുഖവും ദുഃഖവും? മഞ്ഞുകാലത്തിന്റെയും വേനൽക്കാ ലത്തിന്റെയും ഗതിവിഗതികൾപോലെയാണ് ജീവിതം....... എല്ലാം വ്യർഥം" എന്ന അന്തർമുഖവിചാരശൈലിയാണ്, പരമുമ്മാൻ, ജീവിതത്തിൽ ആദ്യന്തം പുലർത്തിപ്പോരുന്നത്. *ഗീത*യുടെ ഭാഷയിൽ പറഞ്ഞാൽ, "കർമം ഉപായവും ഈശ്വരസാക്ഷാൽക്കാരം ഉപേയവുമാകുന്നു" എന്ന

തത്വദർശനം പരമുമ്മാവന്റെ ജീവിതത്തിന് സ്വത്വഗുണശുദ്ധി നൽകുന്നു. ക്ഷുദ്രമായ തൃഷ്ണകൾക്കും ഏഷണികൾക്കും കാമനകൾക്കും അതീതമായി വ്രതശുദ്ധമായ ഒരു ജീവിതത്തെയാണ് ആ മനുഷ്യൻ വിഭാവനം ചെയ്യുന്നതെന്നു പറയാം.

ഇതിൽനിന്ന് ബഹുദൂരം അകന്നുനിൽക്കുന്നു പരമുമ്മാന്റെ മക്കളും ഭാര്യയും. ചക്കര എന്ന ഇളയ മകൾ മാത്രമാണ് അയാളെ മനസിലാക്കുന്നത്. മറ്റുള്ളവരാകട്ടെ, പൈശാചികമായ ധനതൃഷ്ണയുടെയും ഭോഗസംസ്കൃതിയുടെയും സൃഷ്ടികളത്രെ. അവർക്ക് പരമുമ്മാവനെ ഉൾക്കൊള്ളാനാകുന്നില്ല. അവർക്ക് 'ജീവിതത്തിലെ ആഡംബരം നിറഞ്ഞ മധുരാനുഭവങ്ങളാണ് കൂടുതൽ ഇഷ്ടം.'

സാധാരണ രചനകളിൽനിന്ന് തുലോം വ്യത്യസ്തമായി, തത്വചിന്തയോട് ചായ്‌വുള്ള വിചാരദീപ്തമായ ആഖ്യാനശൈലിയാണ് ഈ കൃതിയെ ശ്രദ്ധേയമാക്കുന്ന മുഖ്യഘടകം. ശ്രീനാരായണഗുരുവിന്റെ ആത്മോപദേശശതകത്തിന്റെയും ദർശനമാലയുടെയും അന്തഃസത്ത ആത്മീഭവിപ്പിച്ച ഒരെഴുത്തുകാരന്റെ സാന്നിധ്യം ഈ കൃതിയിൽ ഞാൻ കാണുന്നു.

"മാതൃഗർഭത്തിൽ ഞാൻ ഉരുവായി, ദാമ്പത്യത്തിന്റെ ആനന്ദത്തിൽ, പുതുബീജത്തിൽനിന്നും ജീവൻ ലഭിച്ചു. എന്റെ ആദ്യശബ്ദം എല്ലാവരുടേതുംപോലെ കരച്ചിലായിരുന്നു.... എല്ലാ മനുഷ്യരും ഒന്നുപോലെയാണ് ജീവിതത്തിലേക്ക് കടന്നുവരുന്നത്... എല്ലാവർക്കും ജീവിതകവാടം ഒന്നുതന്നെ... കടന്നുപോകുന്നതും അങ്ങനെതന്നെ...." ഈ വിധം അന്തഃർമുഖവും ദർശനഭാസുരവുമായ നിരീക്ഷണങ്ങൾ ആഖ്യാശൈലിയുടെ വ്യതിരിക്തതയത്രെ. ഈ ശൈലിയെ കാവ്യാത്മകം എന്നു വിശേഷിപ്പിക്കാമെന്നു ഞാൻ കരുതുന്നു.

1

കാമാത്തിപ്പുര

പതിറ്റാണ്ടുകൾക്ക് മുമ്പാണ് അപ്പു മുംബൈ മഹാനഗരത്തിലെത്തിയത്. അവിടെ അമ്മാവനുണ്ട്. തെരുവു കച്ചവടക്കാരൻ. അഭയംതേടി വന്ന് നേട്ടങ്ങൾ കൊയ്തെടുത്ത പ്രവാസികളെപ്പറ്റി അദ്ദേഹം അനന്തരവന് എഴുതുമായിരുന്നു..... നഗരത്തിൽ വെന്തുപാകമാവണം. ആകെ മുങ്ങിയാൽ കുളിര് തോന്നില്ല. കഠിനാധ്വാനവും ഭാഗ്യവുമുണ്ടെങ്കിൽ ഉയരങ്ങൾ വെട്ടിപ്പിടിക്കാം. സേട്ടുവാകാം!

കൊട്ടും മേളത്തോടെയാണ് ചെ ഗുവേര ക്ലബ്ബിന്റെ സെക്രട്ടറിയായിരുന്ന അപ്പുവിനെ കൂട്ടുകാർ യാത്രയാക്കിയത്. ചടങ്ങിൽവച്ച്, അഭയാർഥികളുടെ രക്തവും വിയർപ്പും മാത്രമല്ല, ഉറക്കവും ഊറ്റിക്കുടിച്ച് കൊഴുക്കുന്ന യക്ഷിയാണ് മഹാനഗരമെന്ന കാര്യം ക്ലബ്ബ് പ്രസിഡണ്ട് അപ്പുവിനെ ഓർമിപ്പിച്ചു. എങ്കിൽ, ആ യക്ഷിയുടെ തേറ്റയൊടിച്ചിട്ടുതന്നെ കാര്യം! അപ്പു മറുപടി പ്രസംഗത്തിൽ നെഞ്ചുവിരിച്ച് ഒരാക്രമണകാരിയുടെ ആവേശത്തോടെ പ്രതികരിച്ചു!

മുംബൈയിൽ അപ്പുവിന് അമ്മാവനാദ്യം കണ്ടുവെച്ച ലാവണം കാമാത്തിപ്പുരയിലെ ഒരു ഗുജറാത്തി സേഠിന്റെ തുണി ഗുദാമിൽ കണക്കെഴുത്തായിരുന്നു.

ചുവന്ന കടുക്കനിട്ട പിശുക്കൻ ലാലയുടെ നീളൻ കിത്താബുകളിൽ അടയിരുന്ന് മുഷിഞ്ഞ അപ്പുവിനെ അമ്മാവൻ തെരുവ് കച്ചവടക്കാരനാക്കി. ഫോറിൻതുണികളും ടോർച്ചുകളും ഉല്ലാസ് നഗറിൽ നിർമിക്കുന്ന അത്തർ കുപ്പികളും തോൾ ബാഗുകളും അപ്പു വഴിയോരത്ത് നിരത്തിവച്ചു.

മഴയും വെയിലും പൊലീസിന്റെ വിരട്ടലും അപ്പുവിന് പഥ്യമായില്ല. സ്ഥിരമൊരു ഇരിപ്പിടമായിരുന്നു അവനിഷ്ടം.

അമ്മാവൻ തേടിത്തന്ന വാടകമുറിയിൽ അപ്പു കട്ട്പീസുകളുടെ ബിസിനസ്സ് ആരംഭിച്ചു. അതിലവൻ പച്ചപിടിച്ചു. പതുക്കെപ്പതുക്കെ റെഡിമെയ്ഡ് വസ്ത്രങ്ങളുടെ ലോകത്തേക്ക് കടന്നു. താമസിക്കുന്ന വാടച്ചാലിൽ അഞ്ചാറ് തയ്യൽ മെഷീനുകൾ വാങ്ങിയിട്ടു. യു പി ഭയ്യന്മാരെ തൈപ്പുകാരായും നിയോഗിച്ചു.

മെഷീനുകളും തുന്നൽക്കാരും പെരുകിയപ്പോൾ വാടകഷെഡ്ഡിലേക്ക് ഉൽപ്പാദനം മാറ്റി. ഒരു നീണ്ട തകരപ്പുര. ജോലിക്കാർ അപ്പുവിനെ സേറ് എന്നുവിളിച്ചു. അപ്പു അപ്പുസേഠായി. ഒരു സിനിമപോലെ ജീവിതം മാറി.

തയ്യൽമെഷീനുകളുടെയും ഇലക്ട്രിക് മെഷീൻകൊണ്ട് വെട്ടിയിടുന്ന തുണിമെറ്റീരിയലുകളുടെയും ഇടയിൽ ജീവിക്കുമ്പോഴും അപ്പു നാട്ടിലെ ക്ലബ്ബ്ദിനങ്ങളെപ്പറ്റിയോർത്ത് നെടുവീർപ്പിട്ടു. കാമാത്തിപ്പുരയിലും ചെ ഗുവേര ക്ലബ്ബ് പോലൊന്ന് വേണമെന്ന് അപ്പുവിനുണ്ടായിരുന്നു. കൂട്ടുകാരത്ര സഹകരിച്ചില്ല. സേട്ടിന്റെ കുപ്പായത്തോടൊപ്പം നാടൻ വിപ്ലവവും കലകളും നഗരത്തിൽ വേവില്ലെന്ന് പറഞ്ഞ് അവർ പിൻവാങ്ങി.

കാമാത്തിപ്പുരയിൽ ദേവദാസി തെരുവുകളുണ്ട്.

രാവുംപകലും പ്രണയഗീതങ്ങളും സീൽക്കാരങ്ങളുമാണവിടെ. ഇന്ദ്രപുരി, നക്ഷത്ര ഉദ്യാനം, ഖജുരാഹോ, പാരീസ് വില്ല എന്നൊക്കെയാണ് കസ്റ്റേമേഴ്സിനെ കാത്തിരിക്കുന്ന സുന്ദരികൾ രാപാർക്കുന്ന കോഠികളുടെ പേരുകൾ. അതിൽ പാരീസ് വില്ലയിലേക്കാണ് യൗവനങ്ങളുടെ ഒഴുക്ക്. ഭാഗ്യനമ്പറുകളെന്നു പറയുന്ന മുപ്പത്തിയഞ്ചും അറുപത്തിയഞ്ചും നമ്പർ മുറികളിലേക്ക്.

വെള്ളോടിന്റെ മിനുപ്പുള്ള ഗൂർഖ സുന്ദരികളാണ് മുപ്പത്തിയഞ്ചിലധികവും. ചായംപുരട്ടി മിനുക്കിയ ചുണ്ടുകളും കീരിപ്പല്ലുകളുമുള്ള കൃശഗാത്രികൾ. വിജയവാഡയിലെ നീണ്ടകഴുത്തുള്ള എണ്ണമയിലികളാണ് അറുപത്തഞ്ചിലെ അഴകികൾ.

ഇളമുറക്കാരികളെ മേയ്ക്കാൻ ഓരോ കോഠിയിലും ബഡാ ദീദികളുണ്ട്.

പ്രവാസത്തിന്റെ ആദ്യനാളുകളിൽ പാരീസ് വില്ലയിലെ സുഭഗകളിൽ ചിലരുടെ നഗ്നസുഗന്ധം നുണഞ്ഞിട്ടുള്ളവനാണ് അപ്പു. അതിലൊരുത്തിയായിരുന്നു ശിലാവടിവൊത്ത കണ്ണമ്മ.

കണ്ണമ്മ അപ്പുവിന്റെ സ്വകാര്യമായൊരിഷ്ടമായിരുന്നു. ലാഭക്കണ്ണുള്ള അവൾ അപ്പുവിൽനിന്ന് ഒരുപാട് പാരിതോഷികങ്ങൾ വാങ്ങിക്കൂട്ടി. പക്ഷെ, അപ്പുവിനെയും പാരീസ് വില്ലയെയും മറന്ന് കണ്ണമ്മ മലബാറിലേക്ക് കുടിയേറി. കള്ളക്കടത്തുകാരനായ ഒരു കോടീശ്വരന്റെ ചിന്നവീട്ടുകാരിയായിട്ട്.

മഹാനഗരത്തിൽ ആദർശങ്ങൾക്ക് വിലയില്ലെന്ന്, മഹാനഗരത്തിന് ആരോടും പ്രത്യേകമായൊരടുപ്പമില്ലെന്ന്, ആരേയും മാറോടുചേർത്ത് ലാളിക്കില്ലെന്ന് അപ്പു തിരിച്ചറിഞ്ഞു.

കോളേജ് വിദ്യാർഥിനിയാണ് അപ്പുസേഠിന്റെ മകൾ അമ്പിളി. പഠിപ്പിലല്ല, കോളേജ് ക്രിക്കറ്റ് ക്യാപ്റ്റൻ ധർമേന്ദ്രയോടുള്ള പ്രണയത്തിലും സിനിമകളിലുമാണ് അവൾക്ക് താൽപ്പര്യം.

അമ്പിളി വഴിതെറ്റുന്നു എന്നറിഞ്ഞ ആരോ അപ്പുസേഠിന് ഊമക്കത്തയച്ചു. ഒരുപാട് കാമുകിമാരുള്ള ധർമേന്ദ്ര അമ്പിളിയെ നശിപ്പിക്കും, വെറുമൊരു റെയിൽവെ ഗുമസ്തന്റെ മകനായ അവൻ പണക്കാരി പെൺകുട്ടികളെ വലവീശിപ്പിടിക്കാൻ മിടുക്കനാണ്, സുന്ദരമായ ചിരിയും സിനിമാനടന്റെ ചന്തവും മാത്രമാണവന്റെ മൂലധനം!

എക്സ്പോർട്ടർ രാംകുട്ടിസേഠ് മകൻ ബേബിറാമിനുവേണ്ടി ആലോചിച്ചു വച്ചിരിക്കുന്ന മകളുടെ ചാഞ്ചാട്ട മനസിനെക്കുറിച്ചോർത്ത് അപ്പുസേഠും ഭാര്യയും ബേജാറായി.

പിതാവിന്റെ വിലയും നിലയും നോക്കാതുള്ള പ്രണയമോഹങ്ങളിൽനിന്ന് മകളെ മോചിപ്പിക്കണേയെന്ന പ്രാർഥനയോടെ അപ്പുസേഠും കുടുംബവും ഗുരുവായൂരപ്പന്റെ സന്നിധിയിലെത്തി. അമ്പിളിക്ക് തുലാഭാരം, വഴിപാട്, അന്നദാനത്തിന് ചീട്ടാക്കൽ, ഭജന.

ചില്ലറക്കാരനല്ല രാംകുട്ടിസേഠ്. മുന്നൂറ് മെഷീനിട്ട് തുണിത്തരങ്ങൾ തയ്ക്കുന്ന കമ്പനി ഉടമസ്ഥനാണയാൾ. കോടീശ്വരൻ. ലയൺസ്ക്ലബ്ബ് വൈസ് പ്രസിഡണ്ട്. അയ്യപ്പസേവാസംഘം രക്ഷാധികാരി. പ്രവാസി മലയാളികളുടെ ഇടയിൽ കൊമ്പൻ.

സ്റ്റേറ്റ്സിൽനിന്ന് എം ബി എ കഴിഞ്ഞു വന്ന ചെറുപ്പക്കാരനാണ് രാംകുട്ടി സേഠിന്റെ മകൻ ബേബിറാം. ലണ്ടനിലും ബാംഗോക്കിലും ദുബായിലും സിംഗപ്പൂരിലുമുള്ള അച്ഛന്റെ റെഡിമെയ്ഡ് വസ്ത്രങ്ങളുടെ ബിസിനസ്സ് ശൃംഖലകളുടെ അനന്തരാവകാശി.

വിലകൂടിയ ആ ബന്ധമാണ് തന്റെ കോളേജ് പ്രണയത്തിലൂടെ അമ്പിളി തുലച്ചു കളയുമായിരുന്നത്.

മകളെ ധർമേന്ദ്രയിൽനിന്നും മോചിതയാക്കിയെങ്കിലും അപ്പുസേഠിന്റെ രാത്രികൾ നിദ്രാവിഹീനങ്ങളായിത്തീർന്നു.

പിടിവിടാത്ത പനിയും ചുമയും. ഉച്ചത്തിലുള്ള നെഞ്ചിടിപ്പ്. അകാരണമായ ഭയം.

ദീപാവലി അടുക്കാറായി. ജോലിക്കാർക്ക് ബോണസും മിഠായിപ്പൊതിയും കൊടുക്കണം. സ്ഥലത്തെ പൊലീസ് സംഘത്തിന് സ്ഥാനവലിപ്പമനുസരിച്ച് പണക്കിഴി. നല്ല വാഴ്വ് നേരാനെത്തുന്ന ഹിജഡകൾക്ക് ചില്ലറ. ശനിയാഴ്ചരാവുകളിൽ ഊഴമനുസരിച്ച് ഒത്തുചേരുന്ന സേഠുമാർക്ക് വിലകൂടിയ മദ്യം വിളമ്പി സൽക്കരിക്കൽ.

നഗരം പൂത്തിരികളുടെ പ്രഭയിൽ കുളിക്കുന്നതു കാണാൻ കാത്തുനിൽക്കാതെ അപ്പുസേഠിന് ആശുപത്രിയിൽ അഡ്മിറ്റാവേണ്ടിവന്നു.

"നനഞ്ഞ കോഴിയെപ്പോലിരിക്കാതെ നീ കമ്പനീച്ചെന്ന് കാര്യങ്ങള് മാനേജ് ചെയ്യാൻ നോക്ക്. ചരക്ക് നേരത്തിനും കാലത്തിനും ലാലക്ക് എത്തിക്കണം. ബോണസിനുള്ള തുകയുണ്ടാക്കണം. മിഠായിപ്പൊതികൾ

ഏർപ്പാടാക്കണം. എല്ലായിടത്തും നമ്മുടെ കണ്ണെത്തെണം." അപ്പുസേഠ് ഭാര്യയെ ഉപദേശിച്ചു.

"അതൊക്കെ നോക്കി നടത്താനല്ലേ മാനേജരായി ഒരുത്തനൊള്ളത്. എല്ലാം കണ്ടറിഞ്ഞു നടത്താൻ പ്രാപ്തിയൊള്ള കൂട്ടത്തിലാ അവൻ" സുലോചന സ്വത:സിദ്ധമായ ഗർവ് വിടാതെ പറഞ്ഞു.

സുലോചനയുടെ നേരാങ്ങളയാണ് അപ്പുസേഠിന്റെ കമ്പനി മാനേജർ. മനസുണ്ടായിട്ടല്ല, ഭാര്യയുടെ മുഖം കറുപ്പിക്കേണ്ട എന്നു കരുതി മാത്രമാണ് ധാരാളിയായ അളിയനെ സേഠ് സഹിക്കുന്നത്.

അക്കൊല്ലം അപ്പുസേഠിന്റെ കമ്പനിയിലും വീട്ടിലും ദീപാവലി ആഘോഷിച്ചില്ല. അകവും പുറവും മൺചിരാതുകൾകൊണ്ടലങ്കരിച്ചില്ല.

കാലത്ത് വിസിറ്റിന് വാർഡിൽ വന്ന ഡോക്ടർ ദേശായി അപ്പുസേഠിന്റെ കേസ്ഷീറ്റിൽ എന്തോ കുറിച്ചിട്ട് പറഞ്ഞു:

"അപ്പുവിന്റെ ബ്ലഡ് ഒന്നുകൂടി പരിശോധിക്കണം"

"എന്നെയിവിടന്ന് വേഗം പറഞ്ഞയക്കില്ലേ സർ? എല്ലായിടത്തും കണ്ണ് ചെന്നില്ലെങ്കിൽ ജോലിക്കാർ കമ്പനി താറുമാറാക്കും." അപ്പു ഡോക്ടറോട് സങ്കടം പറഞ്ഞു.

മനുഷ്യർ ആഗ്രഹിക്കുന്നതല്ല, ഈശ്വരൻ നിശ്ചയിക്കുന്നതേ നടക്കൂ എന്നോർത്ത ഡോക്ടർ ഗൂഢമന്ദഹാസത്തോടെ പറഞ്ഞു: "അപ്പു നന്നായി ഭക്ഷണം കഴിക്കണംന്നാ എനിക്കാദ്യം പറയാനുള്ളത്. അസുഖം വരും, വന്നപോലെ പോകും. ഏറ്റവും നല്ല മരുന്ന് കഴിച്ചാൽ പടിക്കുപുറത്തു നിർത്താൻ കഴിയാത്ത എന്തസുഖമാണുള്ളത്? മനസിനു ധൈര്യവും സമാധാനവുമുണ്ടെങ്കിൽ ഏതു പ്രതിസന്ധിയും നമുക്ക് തരണം ചെയ്യാം."

നഴ്സുമാർ അപ്പുസേഠിന്റെ കൈത്തണ്ടയിൽനിന്ന് രക്തം കുത്തിയെടുത്ത് ചെറിയൊരു കുപ്പിയിൽ നിറച്ചു.

ഡോക്ടറും പരിവാരങ്ങളും പോയപ്പോൾ സുലോചന ആപ്പിൾ ഒരെണ്ണമെടുത്ത് ഭർത്താവിന് കൊടുത്തിട്ട് പറഞ്ഞു: "പ്രോട്ടീൻ അധികമുള്ള ഭക്ഷണം കഴിക്കണമെന്നാ ഡോക്ടറുടെ നിർദേശം."

പഴയ ഒരു ഹിന്ദി സിനിമയിലേക്കാണ് സുലോചന ടി വി ഓൺചെയ്തത്. അമിതാബച്ചന്റെ *ഷോലെ.*

ഹേമാമാലിനിയുടെ പൂച്ചക്കണ്ണുകളും പ്രകാശിക്കുന്ന ചിരിയും അപ്പുവിൽ വസുന്ധരയുടെ സ്മരണകളുണർത്തി. വസുന്ധര കമ്പനിയിൽ പെൺജോലിക്കാരുടെ നോട്ടക്കാരിയായിരുന്നു. സേഠിന്റെ പ്രിയപ്പെട്ടവൾ.

പലിശപ്പണക്കാരൻ, തമിഴൻ മരുതപാണ്ടിയന്റെ ചിന്നവീട്ടിലെ റാണിയാവുന്നതിനു മുമ്പ് ചെമ്പൂരിലെ സെൻട്രൽ ഹോട്ടൽ മുറിയിൽ അവളുമായി ബ്ലാക്ക് ലേബലിന്റെ ഗന്ധമുള്ള എത്രരാത്രികൾ താൻ പങ്കിട്ടിരിക്കുന്നു.!

കൃത്യസമയത്ത് ഷെൽഫിലെ പ്ലാസ്റ്റിക് ചെപ്പിൽനിന്ന് ഗുളികളെടുത്ത് തരാൻ വന്ന റൂം നഴ്സിനോട് അപ്പുസേഠ് ചോദിച്ചു:

"മലയാളിയാണല്ലേ? എവിടാ വീട്?"

"തൃശ്ശൂരാ. വിയ്യൂർ സെൻട്രൽ ജയിലിന് തൊട്ടടുത്ത്."

"ഞങ്ങളും ഏതാണ്ടവിടടുത്ത് തന്നെയാ. മാപ്രാണം എന്നു പറയും."

നഴ്സ് പോയപ്പോൾ സുലോചന ചോദിച്ചു:

"വർത്താനം കേട്ടിട്ട് പനി കൊറഞ്ഞതുപോലെ തോന്നുന്നു."

"പനിയല്ല ക്ഷീണമാ അധികം. എണീറ്റു നിൽക്കാൻ വയ്യ."

"ഓറഞ്ച് നീര് കൊറച്ച് കൊണ്ടരട്ടേ? ക്ഷീണത്തിന് നല്ലതാ."

അന്നേരം നരിമാൻ പോയന്റിൽനിന്ന് ഹീര എക്സ്പോർട്ട് കമ്പനിയുടെ മാനേജിങ് ഡയറക്ടർ ധരംഷാ ഉത്തംഷാ അപ്പുസേഠിന്റെ അസുഖവിവരം തിരക്കി വന്നു.

"ദീപാവലിക്കാലത്തെ തിക്കിലും തിരക്കിലുംനിന്ന് മുങ്ങി ആശുപത്രിയിൽ സുഖവാസത്തിലാണെന്ന് തോന്നുന്നു മിസ്റ്റർ അപ്പുസേഠ്!" ധരംഷാ ഉത്തംഷാ കുശലം ചോദിച്ചു.

റെഡിമെയ്ഡ് വസ്ത്രങ്ങളുടെ എക്സ്പോർട്ടിൽ കുത്തകക്കാരനായ ബഡാസേഠ് തന്നെത്തേടി വന്നതിൽ അപ്പുവിന് അഭിമാനവും സന്തോഷവും തോന്നി. ബഡാസേഠിന്റേയും ചിന്നസേഠിന്റേയും വർത്തമാനങ്ങളിൽ ദീപാവലിയും ബോണസും ചരക്കുകളുടെ ഉൽപ്പാദനവും കമ്പോള മത്സരങ്ങളും നിറഞ്ഞുനിന്നു.

"ഇതുവരെ ആശുപത്രീല് കെടന്ന് ചികിത്സിക്കേണ്ട ഒരസുഖോം എന്നെ ബാധിച്ചിട്ടില്ല. ഇതിപ്പോ ആദ്യത്തെ തവണയാ. പനീം ക്ഷീണോം കാരണം ആകെ വലഞ്ഞു. ഇന്ന് ആശുപത്രി വിടാമെന്ന കരുതീത്. രണ്ടീസം കഴിഞ്ഞാ പോകാൻ പറ്റുമായിരിക്കും." അപ്പുസേഠ് പറഞ്ഞു.

ആശുപത്രിയിലായതുകൊണ്ടാവണം അധികാനേരം നിൽക്കാൻ ബഡാസേഠിന് തോന്നിയില്ല. ചിന്നസേഠിന് സുഖാശംസകൾ നേർന്നുകൊണ്ട് ധരംഷാ വിട പറഞ്ഞു.

അൽപ്പം കഴിഞ്ഞ് അമ്പിളിയുടെ പ്രതിശ്രുതവരൻ ബേബിറാമും അച്ഛൻ രാംകുട്ടി സേഠുവും വന്നു.

വന്നപാടെ ബേബിറാം ജനലരികത്ത് പ്ലാസ്റ്റിക് പൂക്കളെ തഴുകി നിൽക്കുന്ന അമ്പിളിയുടെ അടുത്ത് ചെന്ന് മധുര ഭാഷണങ്ങളിൽ മുഴുകി.

കുട്ടികൾ സ്വൈരമായി എന്തെങ്കിലും മിണ്ടിയും പറഞ്ഞും അൽപ്പനേരം നിന്നോട്ടെ എന്ന മട്ടിൽ സുലോചന ഭർത്താവിന്റെ കട്ടിലിനടുത്തേക്ക് നീങ്ങി.

"അപ്പുസേഠ് ആശുപത്രിയിലാണെന്ന് ഇന്നലെയാ ഞാനറിഞ്ഞത്. ഈ നഗരത്തിലെ വൈറസ് ഫീവറിന്റെ ബാധ ചില സീസണിലിണ്ടാവാറ്ണ്ട്. അങ്ങനെ വല്ല ഏനക്കേടുമായിരിക്കും സേഠിന്" രാംകുട്ടി സേഠ് പറഞ്ഞു.

പനി വിട്ടുപോകുന്നില്ല. കലശലായ ക്ഷീണം. ചുമയ്ക്കുമ്പോൾ തൊണ്ടയിൽ ചോര ചുവയ്ക്കുന്നു എന്നൊന്നും ഭാവി ബന്ധുവിനോട് അപ്പുസേഠ് പറഞ്ഞില്ല. പകരം കമ്പനികാര്യങ്ങൾ ചോദിച്ചും പറഞ്ഞും ശ്രദ്ധ തിരിക്കാനാണ് ശ്രമിച്ചത്.

"സേഠിന്റെ ദീപാവലിത്തെരക്കൊക്കെ കഴിഞ്ഞോ?"

"അങ്ങന വല്യേ ബദ്ധപ്പാടൊന്നുമുണ്ടായില്ല. ഇത്തവണ ജോലിക്കാർക്ക് കൊടുക്കണ മിഠായിപ്പൊതി ഇത്തിരി വലുതാക്കീന്ന് മാത്രം. ബോണസ് പോരാന്ന് പറഞ്ഞ് മലയാളി ജോലിക്കാര് പിറിപിറുത്തൂന്നാ കേട്ടത്."

"ലോകത്താരേം തൃപ്തിപ്പെടുത്താം. മലയാളികളെ തൃപ്തിപ്പെടുത്താൻ പറ്റില്ല എന്നാണെന്റെ അനുഭവം."

"ഞാനറിയാത്തതാണോ മലയാളികൾടെ മട്ടും മാതിരീം. ഞാനതോണ്ട് നൂറ്റിക്ക് പത്തെന്ന തോതിലെ മലയാളികളെ ജോലിക്ക് വെക്കാറുള്ളു. നമ്മള് കാറീപ്പോണതും ക്ലബ്ബീപ്പോണതും കണ്ടാല് കണ്ണ് കടിക്കുന്ന കൂട്ടരാ മലയാളികള്. അസൂയ! അല്ലാണ്ടെന്താ?" രാംകുട്ടിസേഠ് അധികാരവും ധിക്കാരവും നിറഞ്ഞ സ്വരത്തിൽ പറഞ്ഞു.

"നിക്ക് തമിഴരേം യു പി ഭയ്യന്മാരേം തന്നെയാ കൂടുതലിഷ്ടം. ചൊല്ലുവിളീള്ള അവര് നമ്മളെ കണ്ടാ ബഹുമാനത്തോടെ കൈകൂപ്പും. മലയാളികള് അഹമ്മതിക്കാരാ. തലക്കനം!"

ഇടയ്ക്ക് സുലോചന രാംകുട്ടിസേഠിനോടു ചോദിച്ചു.

"അമേരിക്ക്യേന്ന് സേട്ടിന്റെ മോള് വര്ണ കാര്യം എന്തായി?"

രാംകുട്ടിസേട്ടിന്റെ മകൾ അമേരിക്കയിലാണ്. വിദ്യാർഥിനി. ആ പെൺകുട്ടി വന്നിട്ടുവേണം ബേബിറാമിന്റെ വിവാഹത്തിന് ഡേറ്റ് നിശ്ചയിക്കാൻ.

"രണ്ട് മാസം കൂടീണ്ട് അവൾടെ കോഴ്സ് കഴിയാൻ. കോഴ്സ് കഴിഞ്ഞ് ഏതോ പേപ്പറും സബ്മിറ്റ് ചെയ്തിട്ടേ വരാൻ പറ്റൂന്നാ മിനിഞ്ഞാന്ന് വിളിച്ചപ്പോ പറഞ്ഞത്." രാംകുട്ടിസേഠ് പറഞ്ഞു.

അൽപ്പനേരംകൂടി അപ്പുവിനോട് കമ്പനിക്കാര്യങ്ങളും കുടുംബകാര്യങ്ങളും ചർച്ചചെയ്ത് രാംകുട്ടിസേഠ് മകനോടൊപ്പം യാത്രയായി.

പിറ്റേന്ന് കാലത്ത് റൗണ്ടിനുവന്ന ഡോക്ടർ ദേശായി മാന്യനും ബോംബെ നഗരത്തിലെ ഭേദപ്പെട്ടൊരു ബിസിനസ്മാനുമായ അപ്പുവിന്റെ രക്തപരിശോധനയിൽ തെളിഞ്ഞ കാര്യങ്ങൾ തുറന്നുപറയാൻ സങ്കോചപ്പെട്ടു.

"അപ്പു മുൻപെപ്പോഴെങ്കിലും എന്തെങ്കിലും അസുഖത്തിന് ആരുടെയെങ്കിലും രക്തം സ്വീകരിച്ചിരുന്നോ?" ഡോക്ടർ ചോദിച്ചു.

സുലോചനയാണതിന് മറുപടി പറഞ്ഞത്:

"ഇത് വരെ ഒരസുഖോം വന്ന് ഒരാസ്പത്രീലും കെടന്നിട്ടില്ലാത്ത പുള്ളിയാ. നല്ല ചിട്ട. കാലത്തൊമ്പതരയ്ക്ക് കമ്പനീൽക്ക് എറങ്ങ്യാ തിരിച്ച് വരുമ്പോ രാത്രി ഏഴെട്ടാകും. പിന്നെ മേല് കഴുകി ടീവീം കണ്ടിരുന്ന് അത്താഴം, ഒറക്കം. ഇതാ രീതി."

മിസ്റ്റർ അപ്പുവിന്റെ രക്തധമനികളിൽ പാർപ്പുറപ്പിച്ച മാരകമായ വിഷാണുക്കളെപ്പറ്റി ഏറ്റവും പ്രിയപ്പെട്ട ഈ ലേഡിയോട് തുറന്ന് പറയുന്നതല്ലേ ബുദ്ധി? ഡോക്ടർ ഓർത്തു.

“മി. അപ്പുവിനെ മറ്റൊരു വാർഡിലെ മുറിയിലേക്ക് മാറ്റാനാണ് ഞങ്ങളുടെ തീരുമാനം. അവിടെയാവുമ്പോ വിസിറ്റേഴ്സ് ശല്യമുണ്ടാവില്ല. നല്ല പരിചരണം കിട്ടുകയും ചെയ്യും.” സ്വരം താഴ്ത്തി സുലോചനയോടു മാത്രമായി ഡോക്ടർ പറഞ്ഞു.

വാർഡിൽ നിന്ന് പുറത്തിറങ്ങിയ ഡോക്ടറെ അനുഗമിച്ച സുലോചന ഓർത്തു: ആശുപത്രിയിൽ നെടുനാൾ കിടക്കേണ്ട എന്തുരോഗമാണ് അപ്പേട്ടനെ ബാധിച്ചിരിക്കുന്നത്?

മുറിയിലെത്തിയ സുലോചനയെ ഡോക്ടർ ഇരിക്കാൻ ആംഗ്യം കാണിച്ചു. സുലോചനയുടെ ഹൃദയം പൊട്ടാറായ ഒരു തീമലയായിരുന്നു. മുഖം വിളറിയിരുന്നു.

“പറയൂ ഡോക്ടകർ, എന്തു രോഗാ എന്റെ ഭർത്താവിനെ പിടികൂടിയിരിക്കുന്നത്?” അടക്കാനാവാത്ത ഉദ്വേഗത്തോടെ സുലോചന ചോദിച്ചു.

“ഞാൻ പറഞ്ഞില്ലേ, ഇതുപോലെ ഒരുപാട് രോഗികൾ ഈ ആസ്പത്രിയിലുണ്ട്. അവരെ ചികിത്സിക്കാൻ പ്രത്യേക പരിശീലനം കിട്ടിയ നഴ്സുമാരുമുണ്ട്. രോഗികളുടെ കാര്യത്തിൽ മാത്രം ശ്രദ്ധയൂന്നിയ സന്നദ്ധസേവകരുണ്ട്. ഇത്തരം രോഗം ബാധിച്ചവരെ തെരുവിലേക്ക് ഇറക്കിവിടാറല്ല വൈദ്യശാസ്ത്രത്തിന്റെ പതിവ്. പോഷകാഹാരം, ലഭ്യമായ ഏറ്റവും നല്ല മരുന്ന്, ഹൃദ്യമായ പരിചരണം. ഇതൊക്കെയാണ് മിസ്റ്റർ അപ്പുവിനിപ്പോൾ ആവശ്യം.”

ടി വിയിൽ ഇണകൾ പാടുന്ന ഈരടികളിൽ മുഴുകിയ മകളെപ്പറ്റി സുലോചന ഒരുനിമിഷം ഓർത്തു. ഏതുനേരത്തും ടിവിയിലാണ് അവളുടെ കണ്ണും മനസ്സും. നൂർജഹാൻ പാടിയ പഴയ വിരഹഗാനങ്ങൾ, നർഗീസിന്റെ അഭിനയചാതുരി, ദിവ്യാഉണ്ണിയുടെ നൃത്തങ്ങൾ... സ്വപ്നലോകത്താണവളുടെ സഞ്ചാരം. സംഗീതത്തിന്റെയും പ്രണയത്തിന്റെയും ഇടയിൽ ഒരു വർണശലഭമായി പറന്നു നടക്കുന്നവൾ.

ഡോക്ടർ ദേശായി വീണ്ടും സുലോചനയോട് പറഞ്ഞു:

“ഭയത്തോടെയും വെറുപ്പോടെയുമല്ല നമ്മൾ ഇത്തരം രോഗത്തേയും രോഗികളേയും കാണേണ്ടത്. ഏതൊരാളുടെ ജീവിതത്തിലും, ഏതൊരു കുടുംബത്തിലും ഇത്തരം ദുരവസ്ഥ ഉണ്ടാകാം. ചിലപ്പോ നാളെത്തന്നെ ഈ രോഗത്തെ അടിമുടി അറുത്തുകളയുന്ന മരുന്ന് ശാസ്ത്രം കണ്ടുപിടിച്ചെന്നും വരാം. അതുവരെ നമുക്കീ രോഗത്തോട് പൊരുത്തപ്പെട്ടേ പറ്റൂ. അല്ലെങ്കിൽ മനുഷ്യൻ എന്ന പദത്തിന് നമ്മൾ അർഹരല്ലാതായിത്തീരും.”

തന്റെ ഭർത്താവ് ഇരുട്ടിന്റെ ഗർത്തത്തിലേക്ക് ആണ്ടുപോകുകയാണോ? ഡോക്ടറുടെ വാക്കുകൾ കേട്ടിരുന്ന സുലോചന ഒരു പിടച്ചിലോടെ ഓർത്തു.

റൂമിലേക്ക് മടങ്ങിയ സുലോചന ടിവിയിൽ മിഴികൾ പൂഴ്ത്തിയിരിക്കുന്ന മകളെയും ഭർത്താവിനെയും മാറിമാറി നോക്കിനിന്നു.

ഏതു പെൺകൊടിയുടെ രക്തധാരയിൽനിന്നാവും, ഇരമ്പുന്ന മഹാ നഗരത്തിന്റെ ഏതു ഗല്ലിയിൽനിന്നാവും തന്റെ പ്രിയതമന് മരണത്തിന്റെ വിത്തുകൾ പാരിതോഷികമായി കിട്ടിയത്?

കമ്പിളിക്കുള്ളിൽ ചുരുണ്ടു കിടക്കുന്ന ഭർത്താവിനെ ഉണർത്താതെ, മകളെ അലോസരപ്പെടുത്താതെ സോഫയിൽ അമർന്ന സുലോചന കരൾ പിളരുന്ന സങ്കടങ്ങൾ തനിക്കായി നീക്കിവച്ച മഹാനഗരത്തെ മൗന മായി ശപിച്ചു.

ഏതാണ്ട് രണ്ടു പതിറ്റാണ്ടുകൾക്കു മുമ്പാണ് കസവുകര മിന്നുന്ന നീലസാരിയുടുത്ത് ഭർത്താവിന്റെ നിഴലായി ഇളംതണുപ്പാർന്നൊരു വെളുപ്പാൻ കാലത്ത് സുലോചന ദാദർ റെയിൽവെസ്റ്റേഷനിൽ ട്രെയി നിറങ്ങി നിന്നത്.

ഗജകേസരി യോഗത്തിൽ മകൾ പിറന്നപ്പോൾ ഇരിക്കുന്നിടം നാകലോകമാകുമെന്നായിരുന്നു ജാതകമെഴുതിയ ജ്യോതിഷിയുടെ പ്രവ ചനം. എക്സ്പോർട്ട് ബിസിനസ്സ് കുതിച്ചു കയറി. ദശലക്ഷങ്ങൾ വില വരുന്ന ഫ്ളാറ്റായി, കാറും സ്വർണശേഖരവും സേഠിന്റെ പദവികളുമായി.

ഭർത്താവിന്റെ ആയുസ്സിനെ ആർത്തിയോടെ തിന്നുകൊണ്ടിരിക്കുന്ന രോഗബീജങ്ങളെപ്പറ്റി നാട്ടിലുള്ളവരോ നഗരത്തിലെ കൂട്ടുകാരോ അറി യരുതെന്ന് സുലോചന മനസിൽ കുറിച്ചിട്ടു. ആരുടേയും നാവിൻതു മ്പിലെ പരിഹാസമായി അദ്ദേഹം മാറരുത്.

സുലോചന ഭർത്താവിന്റെ ചടച്ചുവിളറിയ മുഖം അദ്ദേഹമറിയാതെ ശ്രദ്ധിച്ചു. ഒരിക്കൽ തുടുത്തിരുന്ന കവിളുകൾ ഉടഞ്ഞ് തൂങ്ങിയിരിക്കു ന്നു. കറുപ്പിക്കാത്തതുകൊണ്ട് ചെമ്പിച്ച കോലൻ മുടി, കരിവാളിച്ച ചുണ്ടു കൾ.

സന്ധ്യയോടെ കമ്പനിയിലെ വാച്ച്മാൻ ശിങ്കാരവേലു സേഠിനെ കാണാൻ വന്നു. ആകെ നരച്ച കുറ്റിയാൻ നെറ്റി നിറയെ വിഭൂതി.

ശിങ്കാരന്റെ ഭാര്യ വടിവ്. ഇളവയസ്സ്. കമ്പനിയിൽ പാക്കിംഗ് സെക്ഷ നിലെ ജോലിക്കാരി. കണവനോടൊപ്പം മുതലാളിയെ കാണാൻ വന്ന് ലജ്ജനടിച്ച് ഒതുങ്ങിനിന്ന വടിവിനെ ക്ഷീണിതനാണെങ്കിലും അപ്പുസേട്ട് ഒളിഞ്ഞുനോക്കി. മുറുക്കിച്ചുവന്ന വടിവിന്റെ അധരങ്ങളിൽ എത്ര ചുംബി ച്ചതാണ് താൻ! കുർളയിലെ നീൽകമൽ ഹോട്ടലിലെ പത്താംനമ്പർ മുറി യിലെ പട്ടുമെത്തയിൽ ഉടയാത്ത ആ മേനി പുണർന്നു കിടന്ന പകലു കൾ. പട്ടുചേലകളും വെള്ളക്കല്ലിന്റെ മുക്കുത്തിയും പാരിതോഷികമായി നൽകുമ്പോൾ ഇതൊന്നും വേണ്ട മുതലാളീ എന്ന് വെറുതെ കൊഞ്ചി പ്പറഞ്ഞിട്ടുള്ളവൾ!

“മൊതലാളീ റൊമ്പമെലിഞ്ച് പോച്ച്” ശിങ്കാരൻ പറഞ്ഞു.

“അയ്യാവ്ടെ അൻപ് മറക്കമുടിയാത്!” വടിവ് സേഠിനെ നന്ദിയോടെ ഓർത്തു.

“അയ്യാവെ പഴനിമുരുകൻ കാപ്പാത്തട്ടും!” ശിങ്കാരൻ ദൈവത്തോട് പ്രാർഥിച്ചു.

ഡോക്ടർ നിർദേശിച്ചതുപോലെ നഗരത്തിന്റെ ഭ്രാന്തമായ ബഹളങ്ങളിൽനിന്നൽപ്പം മാറി കടൽത്തീര വിജനതകളിൽ പണിതൊരുക്കിയ ആശുപത്രിയിൽ അപ്പു സ്ഥിരതാമസക്കാരനായി. ഇരമ്പി വന്ന് കരയിൽ തല്ലിത്തകരുന്ന തിരമാലകളുടെ തേങ്ങലുകളും കാറ്റിന്റെ സീൽക്കാരങ്ങളും കേട്ട് പൂക്കളും ദൈവവചനങ്ങളും കൊണ്ടലങ്കരിച്ച ചുവരുകൾക്കുള്ളിൽ മറ്റ് അന്തേവാസികളോടൊപ്പം.

ഏകാന്ത പീഡിതനായ ഭർത്താവ് മനസിൽ ഒപ്പിയെടുത്ത് പുണ്യശാന്തി നേടട്ടെയെന്ന് കരുതിയാവണം, സുലോചന ആദ്യം *ഹരിനാമകീർത്തനവും അയ്യപ്പസ്തുതി*കളും കൊണ്ടുവന്നത്. പിന്നെ *നാരായണീയം, ഭാഗവതം, ഭഗവത്ഗീത,* ഇപ്പോഴിതാ *രാമായണം*.!

*ഭാഗവത*ത്തിലെ നീണ്ട കഥാകഥനങ്ങൾ അപ്പുവിന് പരുക്കനായും വിരസമായും തോന്നി. കുനിഞ്ഞിരുന്ന് ശോഷിച്ച കൈകളിലൊതുങ്ങാത്ത ആ തടിച്ച ഗ്രന്ഥത്തിന്റെ പേജുകൾ മറിച്ചു നോക്കിയത് അലസമായിട്ടായിരുന്നു.

ഒരുപാട് ദിവസങ്ങളായി *രാമായണം* കൂട്ടിന് കിട്ടിയിട്ട്. ആ അക്ഷരസൃഷ്ടിയെ നിത്യവും തൊട്ടുനമിച്ചാൽ ജന്മം ധന്യമാകുമെന്നാണ് സുലോചന പറഞ്ഞത്.

ഉറക്കത്തെ ധ്യാനിച്ച് കിടന്ന് മുഷിഞ്ഞ അപ്പുസേഠ് എണീറ്റ് *രാമായണം* തുറന്നു അയോധ്യാകാണ്ഡത്തിലെ സംസ്കാരകർമം എന്ന ഭാഗം..... താതശരീരമെണ്ണത്തോണി തന്നിൽനിന്നാദരപൂർവമെടുത്തു നീരാടിച്ചു ദിവ്യംബരരാഭരണങ്ങളാൽ സർവാംഗമെല്ലാമലങ്കരിച്ചീടിനാൾ... കുറെ വായിച്ചപ്പോൾ കണ്ണുകൾ തളരുന്നതുപോലെ തോന്നി. സാവധാനം മെത്തയിലേക്ക് ചാഞ്ഞു.

ഈ മഹാനഗരത്തിൽ നിന്ന് എന്താണ് താൻ നേടിയത്? എന്താണ് തന്റെ ശേഖരത്തിലുള്ള സ്വത്തും അനുഭവങ്ങളും?

തുടകളിലും ഗുഹ്യഭാഗങ്ങളിലും പടർന്ന ചുവന്ന തിണർപ്പുകളിൽ ചൊറിച്ചിൽ അനുഭവപ്പെട്ടപ്പോൾ, ഡോക്ടറുടെ നിർദേശംപോലെ അപ്പു ടവൽ എടുത്ത് പതുക്കെ തുടയ്ക്കാൻ ശ്രമിച്ചു. നഖംകൊണ്ട് മാന്തരുത്. ചോരകിനിയും. വ്രണമാകും. എന്ന് ഡോക്ടർ പ്രത്യേകം പറഞ്ഞിട്ടുണ്ട്.

കഴിഞ്ഞയാഴ്ചയിലെന്നപോലെ ഇന്നും കയ്യുറ ധരിച്ച നഴ്സുമാർ വന്ന് പരിശോധനയ്ക്ക് രക്തമെടുത്തു.

റിസൾട്ടിനെപ്പറ്റി ചോദിക്കാറില്ല.

എയ്ഡ്സ് ബീജങ്ങളെ നിർവീര്യമാക്കുന്ന മരുന്നൊന്നും ഇതുവരെ കണ്ടുപിടിച്ചിട്ടില്ലാത്ത വൈദ്യശാസ്ത്രത്തെപ്പറ്റി എന്തു ചോദിക്കാൻ?

ദുർബലമായ ആയുസ്സിനെ പിടിച്ചുനിർത്തുന്ന വിലകൂടിയ ഗുളികകളാണ് സൈഡ് ഷെൽഫിലെ പ്ലാസ്റ്റിക് ചെപ്പിൽ. ചുവപ്പും നീലയും നിറങ്ങളിൽ.

നേരാനേരത്തിന് വന്ന് ഗുളിക കഴിക്കാൻ എടുത്തു തരുന്ന ഡ്യൂട്ടി നഴ്സുമാർ പറയുന്ന സ്ഥിരം പല്ലവികളുണ്ട്.

മരുന്നിനോടൊപ്പം പോഷകഗുണമുള്ള ഭക്ഷണം കഴിക്കണം. കടപ്പുറത്തിരുന്ന് പ്രകൃതിഭംഗി ആസ്വദിച്ച് കൂട്ടുകാരുമായി ചീട്ടോ ചെസ്സോ കളിക്കണം. ചിരിച്ചും സൊറപറഞ്ഞും എപ്പോഴും ഹാപ്പിയായിരിക്കണം.!

മരണം പല്ലക്കുമായി മുറ്റത്ത് വന്നുനിൽക്കുമ്പോൾ എയ്ഡ്സിന്റെ സന്തതികളായ ഡയറിയയും ക്ഷയവും ക്യാൻസറും ചുമയും പനിയും ചൊറിച്ചിലുമായി യുദ്ധം ചെയ്യുന്നവർ ഹാപ്പിയായിരിക്കണമെന്നോ?

ധൂർത്തനായ ആങ്ങളയെപ്പറ്റി അന്നും സുലോചന ആവർത്തിച്ചു. ലാഭം വിളഞ്ഞിരുന്ന എക്സ്പോർട്ട് കമ്പനി നഷ്ടപ്പെടുമോ എന്ന സങ്കടം.

"മനുഷ്യരായാലിത്തിരി നന്ദീം കടപ്പാടും വേണം. അളിയനായിട്ടെന്താ കാര്യം? ഞാൻ ആശുപത്രീലായപ്പോ നല്ല തക്കായി. ആരാ കമ്പനീലെ കണക്ക് നോക്കാനും ചോദിക്കാനും? നിനക്കാണെങ്കി പണ്ടുമുതലേ കമ്പനിക്കാര്യത്തീ ഒരു പിടിപാടും ല്ലേനും." അപ്പുസേഠ് പറഞ്ഞു.

"പണം ചെലവാക്കാൻ കിട്ടണേന്റെ നെഗളിപ്പാ അവനൊക്കെ."

"അല്ലെങ്കിലും അഹങ്കാരികളാ നിന്റെ ആങ്ങളമാര്. കാശായാലും സ്നേഹായാലും കോരിക്കൊടുത്തതോണ്ടാ ഇന്നീ ഗതികേട് വന്നത്."

"ഓരോന്നോർത്ത് എനിക്ക് ഒറക്കം തീരെയില്ലാണ്ടായി. അഞ്ചാറ് തവണ കക്കൂസേപ്പോയാലും തൃപ്തിയില്ല. ന്തെക്കെയാണാവോ ദൈവം കർതിയിരിക്കണത്." സുലോചനയുടെ മിഴികൾ ഈറനായി.

വാർഡൻ വന്നു. വിസിറ്റേഴ്സിന്റെ സമയം കഴിഞ്ഞു. എല്ലാവരും പുറത്തുപോകണം എന്നു വിളിച്ചു പറഞ്ഞു.

ഒഡ്യാണവും വജ്രക്കമ്മലും ഊരിവച്ച് തികച്ചും അനാർഭാടയായ സുലോചന വിളറിയ മുഖവുമായി അകന്നുപോകുന്നതു കണ്ട് അപ്പുസേഠ് നെടുവീർപ്പിട്ടു.

നാല് വാർഡുകളാണ് എയ്ഡ്സ് രോഗികൾക്ക്. എയും ബിയും. ഈരണ്ടു വീതം. സ്ത്രീക്കും പുരുഷനും പ്രത്യേകം പ്രത്യേകം.

മരണത്തെ പരിണയിക്കാൻ അധികം നേരമില്ലാത്തവർക്കാണ് ബി വാർഡ്.

ബി വാർഡിലെ സംഭവങ്ങൾ എ വാർഡിലറിയാതിരിക്കാൻ പിൻവാതിലിലൂടെയാണ് ആംബുലൻസ് വന്നുപോകാറ്. ഉറ്റവരുടെ അകമ്പടിയില്ലാതെ, അലമുറകളൊന്നുമില്ലാതെ, ഇലക്ട്രിക് ശ്മശാനത്തിലേക്ക്!

ചുവന്ന തെരുവുകളിൽ നിന്നും എത്തിയവരാണ് സ്ത്രീവാർഡുകളിൽ ഉള്ളവരധികവും. എയ്ഡ്സ് കൺട്രോൾ സംഘടനയിലെ വളണ്ടിയർമാരും സർക്കാർ ഏജൻസികളും നിർബന്ധപൂർവം കണ്ടുപിടിച്ച് കൊണ്ടുവന്നവർ.

നെഞ്ചിടിപ്പും പനിയുമായി വന്ന അപ്പുസേട്ടിന്റെ നില വഷളാക്കിയത് ചുവന്ന തിണർപ്പുകളും ക്ഷയരോഗവുമായിരുന്നു. ഡയറിയ പിടിപെട്ടവർ ഒരുപാടുണ്ട്. ശ്മശാനത്തിലേക്ക് വേഗം യാത്ര ചെയ്യുന്നവർ.

കടൽക്കാറ്റ് മന്ദമാവുകയും ചക്രവാളത്തിൽ അന്തിച്ചുവപ്പ് പരക്കുകയും ചെയ്ത ഒരു സന്ധ്യാനേരത്ത് സ്വർഗത്തിലിരിക്കുന്ന ദൈവത്തെ സ്തുതിക്കുന്ന ഗീതങ്ങളും പാടി സെന്റ് ജോർജ് ദേവാലയത്തിലെ ഗായകർ വന്നു. അവരോടൊപ്പം സൗരഭ്യമുള്ള പൂക്കളും സാന്ത്വന വചനങ്ങളുമായി പാതിരിമാരും കന്യാസ്ത്രീകളും.

ചാപ്ലിൻ തൊപ്പിയും മീശയും വച്ച കൃശഗാത്രനായൊരു മാന്ത്രികനും അവരോടൊപ്പമുണ്ടായിരുന്നു. മാന്ത്രികൻ തൊപ്പിവീശിയപ്പോൾ വെള്ളപ്രാവുകൾ ചിറകടിച്ചുയർന്നു. വർണക്കടലാസിൽ പൊതിഞ്ഞ മിഠായികൾ സൃഷ്ടിച്ച് വാർഡിലെ ഓരോരുത്തർക്കും മാന്ത്രികൻ നൽകി. പിന്നെയും വായുവിൽ തൊപ്പിവീശിയപ്പോൾ ഉറുമാലുകൾ ഊർന്നു വീണു. അപ്പു അതുകണ്ട് എല്ലാംമറന്ന് പൊട്ടിച്ചിരിച്ചു.

ആ ചിരിക്കിടയിൽ അപ്പുസേട്ടിന്റെ തൊണ്ടയിൽ ചുമ ഇരച്ചുവന്നു. ദേഹം തളിരിലപോലെ വിറച്ചു. കവിളുകൾക്കുള്ളിൽ ചെമ്പരത്തിപ്പൂക്കൾ നിറഞ്ഞു!

കിതയ്ക്കുന്ന അപ്പുസേട്ടിനെ അറ്റന്റർമാർ ഓടിവന്ന് വേഗം ബി വാർഡിലേക്ക് മാറ്റി. ഫോൺ സന്ദേശം കിട്ടിയ ഉടനെ പാഞ്ഞെത്തിയ സുലോചന വാർഡൻ ചൂണ്ടിക്കാണിച്ച കടലാസുകളിൽ ഒപ്പിടുമ്പോൾ അപ്പുസേഠ് ദൈവത്തിന്റെ മുന്നിൽ സന്നിഹിതനായി കഴിഞ്ഞിരുന്നു.!

ഇഷ്ടദൈവത്തിന് നേർന്നിരുന്ന വെള്ളികൊണ്ടുള്ള തുലാഭാരം വഴിപാട് നിറവേറ്റാനാകാതെ പൊറ്റയിൽ രാമൻമകൻ അപ്പുക്കുട്ടൻ അഗ്നിജ്വാലകളിൽ ലയിച്ചു. വെട്ടിപ്പിടിച്ചതൊക്കെ പിൻഗാമികൾക്ക് സ്വന്തമായി.

ഏകാന്തതയുടെയും വിലാപങ്ങളുടെയും കാലമാണിനി സുലോചനയ്ക്ക്. പൊട്ടിച്ചിരിയും വർണച്ചമയങ്ങളും ഓർമകളിൽ മാത്രം.

റെഡിമെയ്ഡ്സ് കമ്പനിയാണ് അപ്പുസേഠിന്റെ മുഴുത്ത സ്വത്ത്. ആ സ്വത്ത് ധൂർത്തടിക്കുന്ന സഹോദരനെ ദൃഢനിശ്ചയയായ സുലോചന പടിക്കു പുറത്താക്കി. പ്രസിദ്ധനായൊരു വക്കീലിനെ കണ്ട് ഉപദേശം തേടി. മഹാനഗരത്തിലെ കർക്കശമായ വാടക നിയമങ്ങളെപ്പറ്റി വക്കീൽ പറഞ്ഞു. കെട്ടിട ഉടമസ്ഥനാണിവിടെ ചക്രവർത്തി. നിയമവാഴ്ചകൾ നൂറുശതമാനവും അയാൾക്ക് അനുകൂലമാണ്.

“കമ്പനിവിറ്റ് കൈ ഒഴിക്കാനല്ല. വാടകമുടക്കാത്ത ഒരു സേഠിനെ കണ്ടുപിടിക്കാനാണെന്റെ ഉദ്ദേശ്യം.” സുലോചന പറഞ്ഞു.

“തീർച്ചയായും പറഞ്ഞുറപ്പിച്ച വാടക മുടങ്ങാതെ കിട്ടും. അതിനുവേണ്ട പേപ്പർ വർക്കുകളെല്ലാം ഞാൻ ശരിയാക്കിത്തരാം.” വക്കീൽ ധൈര്യംകൊടുത്തു.

കമ്പനി വാടകക്കെടുക്കാൻ തയാറായി പലരും വന്നു. ഇരുപതിനായിരം സ്ക്വയർഫീറ്റിൽ രണ്ട് നിലകളുള്ള കെട്ടിടം. വാടക പ്രതിമാസം എന്തുകിട്ടും?

മുപ്പതിനായിരമാണ് സുലോചനയുടെ മനസിൽ. അതൊത്തുവന്നു.

പകിടിയിനത്തിൽ പതിനഞ്ച് ലക്ഷം ചോദിച്ചു. വിട്ടുവീഴ്ച ചെയ്ത് പത്തുലക്ഷത്തിൽ ഒതുക്കി. സെറ്റിൽമെന്റായി.

എല്ലാമാസവും അഞ്ചാം തീയതികളിൽ വാടക ചെക്കായി കിട്ടിയിരിക്കണം. ഇനി ഫ്ളാറ്റും കാറും വിൽക്കണം. ഭാണ്ഡങ്ങളുമായി നാട്ടിലേക്ക് യാത്രയാവണം.

ആദ്യമൊരു വാടകവീട്ടിൽ. അതും തൃശ്ശൂർ നഗരത്തിൽ. മകളെ അവിടെയേതെങ്കിലും കോളേജിൽ ചേർത്ത് ഹോസ്റ്റലിൽ താമസിപ്പിക്കാം. അതോടൊപ്പം വിവാഹത്തിന്റെ ഒരുക്കങ്ങൾ.

ഡിസംബർ ഒന്ന് പിറന്നു. എയ്ഡ്സ് ദിനം.!

അന്ന് ഒരുകൂട്ടം വളണ്ടിയർമാർ ഫ്ളാറ്റിൽവന്ന് സുലോചനയോട് സംസാരിച്ചു. വന്നവരെല്ലാം എയ്ഡ്സ് ദിനാചരണത്തിന്റെ ഭാഗമായി നെഞ്ചിൽ ചുവന്ന റിബ്ബൺ ധരിച്ചിരുന്നു.

ആശുപത്രിയിൽവച്ച് എയ്ഡ്സ് രോഗം വിഴുങ്ങിയ അപ്പുസേറിന്റെ ബയോഡാറ്റയും കൊണ്ടാവുമോ അവർ വന്നത്?

“ദീദി ഈ റെഡ് റിബ്ബൺ സ്വീകരിച്ച് എയ്ഡ്സ് പ്രതിരോധസെല്ലിന്റെ പ്രവർത്തനങ്ങളിൽ സഹകരിക്കണം.” ലോകാരോഗ്യ സംഘടനയുടെ കീഴിൽ പ്രവർത്തിക്കുന്ന സംഘടനയുടെ സെല്ലിന്റെ ലീഡർ സുലോചനയോടു പറഞ്ഞു.

സുലോചനയ്ക്ക് അതുകേട്ട് അരിശംവന്നു. അവർ പറഞ്ഞു.

“ഞാനെന്തിനീ റെഡ് റിബൺ ധരിക്കണം? എയ്ഡ്സ് രോഗികളല്ലേ ഇതണിഞ്ഞ് ശോകമൂകരായി നടക്കേണ്ടത്?”

അതുകേട്ട വളണ്ടിയർമാർ പരസ്പരം അർഥഗർഭമായി നോക്കി.

എയ്ഡ്സ് ബീജങ്ങൾ ജീവനപഹരിച്ച ഒരാളുടെ വിധവയാണോ ഈ പറയുന്നത്? രോഗിയുമായി കിടക്കപങ്കിട്ട ഒരു ബെറ്റർഹാഫിന് രോഗത്തിന്റെ നരകശീലങ്ങളെപ്പറ്റി ഒന്നും അറിയില്ലെന്നാണോ?

“ഭർത്താവിന്റെ അകാലവേർപാട് ദീദിയെ വല്ലാതെ ദുഃഖിപ്പിക്കുന്നുണ്ടെന്ന് ഞങ്ങൾക്കറിയാം. എന്നാലും വ്യക്തികളുടെ കടമകളിൽനിന്ന് നമുക്ക് മാറി നിൽക്കാനൊക്കുമോ ദീദി?” ഗ്രൂപ്പ് ലീഡർ വീണ്ടും ചോദിച്ചു.

എത്രപറഞ്ഞിട്ടും റെഡ് റിബ്ബൺ സ്വീകരിക്കാനോ സെല്ലിലേക്ക് സഹായം നൽകാനോ ഫ്ളാറ്റിൽ വന്നവരോട് ശാന്തമായി സംസാരിക്കാനോ സുലോചന തയാറായില്ല.

വളണ്ടിയർമാർ നിരാശയോടെ മടങ്ങി.

മടങ്ങുമ്പോൾ അടുത്ത തവണ ദീദിയെ നിർബന്ധമായും ആശുപത്രിയിലേക്ക് കൊണ്ടുപോകണം. എച്ച് ഐ വി പോസിറ്റീവ് ആവാൻ ഇടയുള്ള രക്തം പരിശോധിച്ച് ഉറപ്പാക്കണം. എന്നൊക്കെ അവർ ഡയറിയിൽ കുറിച്ചിട്ടു.

ശ്രീമതി സുലോചന, W/o Late അപ്പുസേഠ്, 2/23 ശിവാജി കോളനി, കുർള ജംഗ്ഷൻ എന്നെഴുതി റെഡ് വൃത്തം വരച്ചതിനുള്ളിൽ വളണ്ടിയർമാരുടെ സഹതാപവും ആർദ്രവുമായ മിഴികൾ മൗനാലോചനയോടെ തങ്ങിനിന്നു.

സംശയങ്ങളൊന്നുമില്ലാത്ത മട്ടിൽ ഇറങ്ങിപ്പോയ വളണ്ടിയർമാരുടെ പിന്നിൽ സുലോചന ഫ്ളാറ്റിന്റെ വാതിൽ കൊട്ടിയടച്ചു. നഗരത്തിന്റെ തീക്ഷ്ണവെളിച്ചവും ആരവങ്ങളും ഇഷ്ടപ്പെടാത്തവൾ.

ലോകം തന്റെ നേരെ ഒളിമിഴികളെറിഞ്ഞ് പരിഹസിക്കുന്നുണ്ടോ എന്ന് സുലോചന സംശയിച്ചു. തന്റെ മാംസം ചവയ്ക്കാൻ ധൈര്യത്തോടെ ഒരു നിയമവും പടികടന്ന് വരേണ്ട എന്നവൾ മനസിൽ കുറിച്ചിട്ടു.

എയ്ഡ്സ് കൺട്രോൾ യൂണിറ്റിലെ വളണ്ടിയർമാരുടെ വരവും ചോദ്യവും ഇനിയും ഉണ്ടാവുമെന്ന് ഭയന്ന സുലോചന വേഗം ഫ്ളാറ്റും കാറും വിലപറഞ്ഞു വിറ്റു. ബാങ്ക് ചെക്കുകളും ഭാണ്ഡങ്ങളുമായി നഗരം വിടാനുള്ള ഒരുക്കങ്ങൾ കൂട്ടി.

മകളുടെ ഭാവിയെക്കുറിച്ച് മാത്രമായിരുന്നു ഉൽക്കണ്ഠ.

അൽപ്പം പഴക്കമുണ്ടെങ്കിലും ഒരിക്കൽ അപ്പുസേഠ് നാൽപ്പത് ലക്ഷത്തിന് വാങ്ങിയ ഫ്ളാറ്റ് ഒരു സ്റ്റാർഹോട്ടൽ ഉടമയായ മറാഠിസേഠിന് സുലോചന മുപ്പത് ലക്ഷത്തിനാണ് കൈമാറിയത്. പ്രീമിയർ പത്മിനിക്ക് ഒന്നര പറഞ്ഞെങ്കിലും പഴയ കാറ് വിൽപ്പനക്കാരൻ തമിഴൻ ഒരു ലക്ഷമേ തന്നുള്ളൂ.

ചെക്ക് ബുക്കുകളും ആഭരണങ്ങളും സ്വർണനാണയങ്ങളും സുലോചന തോൾബാഗിൽ ഭദ്രമാക്കി. വെള്ളിപ്പാത്രങ്ങളും വിലപിടിച്ച സാരിത്തരങ്ങളും വി ഐ പി പെട്ടിക്കുള്ളിൽ നിറച്ചു. ബാക്കി വസ്തുക്കളെല്ലാം നാട്ടിലേക്ക് പാഴ്സൽ സർവീസുകാരെ ഏൽപ്പിച്ചു.

പുറപ്പെടുന്നതിന് മുൻപ് ഭർത്താവിന്റെ തറവാട്ടിലെ രണ്ട് അനുജന്മാർക്കും അനന്തരവൻ കൃഷ്ണദാസിനും സുലോചന വിശദമായി ഫോൺ ചെയ്തു. അമ്പിളിയുടെ വിവാഹത്തിന് നിങ്ങളുടെ എല്ലാവരുടെയും ഫിസിക്കൽ ഹെൽപ്പ് വേണം. സുലോചന അനിയന്മാരെ പ്രത്യേകം ഓർമിപ്പിച്ചു.

ടാക്സിയുമായി റെയിൽവെ സ്റ്റേഷനിൽ കൃത്യസമയത്തിന് എത്താനാണ് ദാസിനോട് പറഞ്ഞത്. ആന്റിക്കും അമ്പിളിക്കും നിന്റേയും അമ്മയുടേയും ആത്മാർഥമായ സഹകരണവും സ്നേഹവും എപ്പോഴുമുണ്ടാവണം.!

ട്രെയിനിൽ നാലുപേർക്ക് സുഖസൗകര്യങ്ങളോടെ സഞ്ചരിക്കാവുന്ന ഒന്നാം ക്ലാസിൽ യാത്ര. സഹയാത്രക്കാരികളായി അപരിചിതരായ രണ്ട് നഴ്സുമാർ.

നഴ്സുമാർ യാത്രാരംഭം മുതലേ വായനയിലായിരുന്നു. *നീർമാതളം പൂത്ത കാലവും*, *അരനാഴിക നേരവും*. അമ്പിളിക്കിഷ്ടം *വനിത*യും *ഗൃഹലക്ഷ്മി*യും *ഫിലിംഫെയറു*മായിരുന്നു.

നേരം വെളുത്തപ്പോൾ അമ്പിളി വഴിയോരക്കാഴ്ചകളിലേക്ക് ജനൽ തുറന്നുവച്ചു. സൗമ്യശാന്തമായ വയൽപ്പരപ്പ്. കിളികളുടെ കോറസ്സ്. ഇടയ്ക്കിടയ്ക്ക് കുടപിടിച്ചു നിൽക്കുന്ന മരച്ചാർത്തുകളുടെ ഇടയിൽ

തലങ്ങും വിലങ്ങും കിടക്കുന്ന മാറോട് മേഞ്ഞ കൊച്ചു കൊച്ചു കുടിലുകളുടെ പുറ്റുകൾ.

വെയിൽ മൂത്തിട്ടും സുലോചനയ്ക്ക് ക്ഷീണം കാരണം എണീക്കാൻ തോന്നിയില്ല. ഹൃദയത്തിലൊരു ചെണ്ടകൊട്ട്! ആകെയൊരസ്വസ്ഥത.

“യത്രിലാ അമ്പിളി പഠിക്കുന്നേ?” ഒരു സഹയാത്രക്കാരി ചോദിച്ചു.

“ബി എ കംപ്ലീറ്റാക്കി.”

“ഇനീം പഠിച്ചൂടേ? അതോ വേഗം കുടുംബക്കാരിയാവണെന്നാണോ വിചാരം?”

അതുകേട്ട സുലോചന മറുപടി പറഞ്ഞു: “പഠിത്തത്തിലിവള് പിന്നിലാ. ഏതുനേരോം *വനിതേം ഗൃഹലക്ഷ്മീം* വായന. പിന്നെ ടി വീല് പാട്ട് കേൾക്കലും.”

അൽപ്പം ഫ്രഷ് ആയി വന്ന് കാപ്പിയും ബ്രഡും കഴിച്ച് മകളെക്കുറിച്ചോരോന്ന് ഓർത്തുകൊണ്ട് സുലോചന വീണ്ടും കിടന്നു: അമ്പിളിക്ക് തൽക്കാലം ഇരുന്നൂറ് പവനും ഇരുപത്തിയഞ്ച് ലക്ഷത്തിന്റെ ചെക്കും സ്ത്രീധനമായി നൽകാം. അച്ഛന്റെ സമ്പാദ്യത്തിന് അവളല്ലാതെ മറ്റാരാണ് അവകാശി?

സ്വന്തംപേരിൽ എന്തെങ്കിലും ബാക്കി വയ്ക്കണം. നിത്യച്ചെലവിനും ചികിത്സയ്ക്കും താനും വിഷമിക്കരുത്. പണമില്ലെങ്കിൽ പിണം എന്നല്ലേ? ബാങ്ക് ബാലൻസ് ഇല്ലാത്ത അമ്മയെ മകൾ തള്ളിപ്പറയില്ലെന്ന് ആർക്ക് പറയാനൊക്കും?

ഒരു മുൻകരുതൽ എപ്പോഴും ഉണ്ടാകണം. സ്വന്തം പേരിലുള്ള ബാങ്ക് അക്കൗണ്ട് നിറഞ്ഞുതന്നെ ഇരിക്കണം. തന്റെ ഭാവി ആർക്കും ഒരു ബാധ്യതയാവരുത്!

രാത്രിയായി. കാന്റീൻ ബോയ് അത്താഴവുമായെത്തി.

സുലോചനയ്ക്ക് ഭക്ഷണം വേണ്ടെന്ന് തോന്നി. അയഞ്ഞാണ് മൂന്നുനാല് തവണ വയറ്റിൽനിന്നും പോയത്. എന്തു കുഴപ്പാണാവോ? മനസുപോലെ തന്നെ വയറും അശാന്തമാണ്; അസ്വസ്ഥവും.

ശീതക്കാറ്റ് അകത്തേക്ക് വീശിയടിച്ചപ്പോൾ അമ്പിളി ചില്ലുജാലകം താഴ്ത്തി വച്ചു. പുറത്ത് വയലുകളിൽ ഇടിമിന്നലിന്റെ പുളയലും മഴയുടെ ഇരമ്പവും.

“അമ്മയ്ക്ക് തണുക്കുന്നുണ്ടോ? ബാഗീന്ന് പൊതപ്പെടുത്ത് തരാം.” അമ്പിളി ചോദിച്ചു.

“വേണ്ട, വായിച്ചു കിടക്കാതെ നീ വേഗം ഒറങ്ങാൻ നോക്ക്.” സുലോചന മകളെ ഉപദേശിച്ചു.

തൂവൽ മനസാണ് പെണ്ണിന്റേത്. വ്യഥകളില്ല. ആശങ്കകളില്ല.

ദേഹത്താകെ പൊന്തിയ ചുവന്ന ചെറുകുരുക്കളുടെ വിങ്ങലും ചൊറിച്ചിലും സഹിയാതെ തിരിഞ്ഞും മറിഞ്ഞുമാണ് സുലോചനയുടെ കിടപ്പ്.

സുലോചനയുടെ സഹനസങ്കടം കണ്ട് നഴ്സുമാർ പരസ്പരം എന്തോ കുശുകുശുത്തു. സുലോചനയ്ക്കത് മനസിലായി. എന്താവാം അവരുടെ അധരങ്ങൾ മന്ത്രിച്ചത്? അപ്പുവേട്ടനെ ചികിത്സിച്ച ആശുപത്രിയിലെ സ്റ്റാഫായിരിക്കുമോ ഇവർ?

മദ്യത്തിന്റെ ഇളംലഹരിയിൽ അപ്പുവേട്ടൻ തന്നെ ഗാഢമായി നക്കിത്തോർത്തുമായിരുന്നു. മാംസം ചോർന്ന് മാറെല്ലുകൾ തൊട്ടെണ്ണാറായ അവസ്ഥയിലും തന്റെ ശബ്ദത്തിന് അദ്ദേഹം കാതോർത്തിരുന്നു. രോഗത്തിന്റെ ചങ്ങലകളിൽ കിടന്നു പിടയുമ്പോഴും നിറമുള്ള ഇന്നലകളെ അദ്ദേഹം സ്വപ്നം കണ്ടിരുന്നിരിക്കണം!

സ്വർണത്തോട് ഏറെ ഭ്രമമുള്ളതുകൊണ്ടായിരിക്കണം അദ്ദേഹം ഒരിക്കൽ തന്നെ കളിയാക്കി:

"തരാതരത്തിലുള്ള ആഭരണങ്ങള് എത്ര കിട്ട്യാലാ നിന്റെ മതീം കൊതീം മാറ്ാന്നാ ഞാൻ ചിന്തിക്കിണത്!"

"ചെല കൂട്ടുകാരികള് രത്നം പതിച്ച നെക്ലസ് അണിഞ്ഞാ ലയൺസ് ക്ലബ്ബില് വര്ണത്. ഞാനതൊന്നും വേണോന്ന് പറയിണില്ലല്ലോ അപ്പേട്ടനോട്!"

ഭാര്യയുടെ മറുപടി കേട്ട് അപ്പുസേഠ് പൊട്ടിച്ചിരിച്ചു. ചിരിച്ചപ്പോൾ ശ്വാസതടസമുണ്ടായി. അതോടൊപ്പം ചുമ പൊട്ടിപ്പൊട്ടി വന്നു.

ആശുപത്രിയിൽ അപ്പുസേട്ടിനെ കാണാൻ രാംകുട്ടിസേട്ടും മകനും ഒരൊറ്റ പ്രാവശ്യമേ വന്നുള്ളൂ. സേട്ട് വേഗം സുഖം പ്രാപിക്കട്ടെയെന്ന് ആശംസകൾ നേർന്ന് അവർ ഇറങ്ങിപ്പോയി. പിന്നീട് എത്തിനോക്കിയില്ല.

അമ്പിളിക്ക് വിലപിടിച്ച പിറന്നാൾ സമ്മാനം നൽകിയ ബേബിറാം ഫോൺ ചെയ്യാൻപോലും മറന്നു. സല്ലാപങ്ങളും ചിരിയും അയാൾ തിരിച്ചെടുത്തു.

മുറിവേറ്റ സ്വപ്നങ്ങളുടെ നീറ്റൽ സഹിക്കുന്ന മകളെ സാന്ത്വനിപ്പിക്കാൻ ഒരുപാട് നുണ പറയേണ്ടിവന്നു: ബേബിറാം ധൂർത്തനാണ്, കാമുകിമാരെ വേട്ടയാടി നടക്കലാണ് പ്രധാന തൊഴിൽ, കാമവെറിയനായ അയാളുമായുള്ള വിവാഹാലോചന പൊട്ടിത്തെറിച്ച് പോയത് ഭാഗ്യമായി എന്നൊക്കെ സ്ഥാനത്തും അസ്ഥാനത്തും ഓതിക്കൊടുത്തു.

പിറ്റേന്ന് കാലത്ത് ഒൻപതു മണിക്ക് തൃശ്ശൂരിൽ എത്തേണ്ടിയിരുന്ന ട്രെയിൻ നാലു മണിക്കൂർ വൈകിയാണ് എത്തിയത്. സ്വീകരിക്കാൻ കാറുമായി കൊച്ചമ്മായിയുടെ മകൻ കൃഷ്ണദാസ് കാത്തുനിൽപ്പുണ്ടായിരുന്നു.

സ്യൂട്ട്കെയ്സുകളും തടിച്ച ബാഗുകളും കാരിയറിലും ഡിക്കിയിലും എടുത്തുവയ്ക്കുമ്പോൾ സുലോചന കൃഷ്ദാസിനോട് പറഞ്ഞു: "പോകുന്ന വഴിക്ക് ദാസ് കാറ് നിർത്തി രണ്ട് പാരസെറ്റമോൾ വാങ്ങണം. ഇത്തിരീശ്ശെ പനിക്ക്ണൂന്നാ തോന്നണത്"

അമ്മയ്ക്ക് പനിക്കുന്നുവെന്ന് കേട്ട് വിഷാദത്തോടെ അമ്പിളി

പറഞ്ഞു: "അമ്മേടെ കണ്ണും മുഖവും വല്ലാതെ വാടീട്ട്ണ്ട്. പനികാരണായിരിക്കും."

"ആദ്യം വീട്ടിലെത്തട്ടേ അമ്മായി, എന്നിട്ട് നമുക്കുപോയി ഏതെങ്കിലും നല്ലൊരു ഡോക്ടറെ കാണാം." കൃഷ്ണദാസ് അമ്മായിയെ സമാധാനിപ്പിച്ചു.

ഡോക്ടറെന്നു കേട്ടപ്പോൾ സുലോചനയ്ക്കു പിടിച്ചില്ല. "നാട്ടില് കാലുകുത്തിയപ്പോഴേക്കും എന്നെ നിങ്ങളൊരു സുഖക്കേടുകാരിയാക്കി മുക്കിലിരുത്താനാണോ ഭാവം?"

യാത്രയ്ക്കിടയിൽ സുലോചന വീണ്ടും പറഞ്ഞു:"നന്നായി ഒന്നൊറങ്ങ്യാത്തന്നെ ഈ പനീം ക്ഷീണോം പമ്പകടക്കും!"

കാറ് തറവാടിനടുത്തെത്തി.

പടിവാതിൽ അടച്ച് താഴിട്ടിരിക്കുന്നു!

അമ്പിളിയുടെ അച്ഛന്റെ സഹായംകൊണ്ട് പച്ചപിടിച്ച അനിയന്മാർ വീടും പടിയും കൊട്ടിയടച്ച് എവിടേക്കാണ് ഓടിപ്പോയത്?

ബോംബയിൽനിന്നും ചേടത്തിയും മകളും വരുന്ന തീയതിയും സമയവും ഫോണിലൂടെയും കത്തിലൂടെയും അറിയിച്ചിരുന്നല്ലോ! ആർക്കെങ്കിലും എന്തെങ്കിലും അത്യാഹിതം സംഭവിച്ചോ? അതോ എല്ലാവരും ഗുരുവായൂരപ്പനെ തൊഴാൻ പോയതാവുമോ?

കാറിന്റെ പിൻസീറ്റിൽ ചാരിക്കിടന്ന സുലോചന ഭർത്താവ് എന്നും പെരുമയോടെ പറഞ്ഞുകേട്ടിട്ടുള്ള തറവാട് ഗൃഹം ആദ്യമെന്നപോലെ നോക്കിക്കണ്ടു.

ചിതലരിച്ച് നിലംപൊത്താറായി നിന്നിരുന്ന പുരാവസ്തു പുതുക്കിപ്പണിയിച്ച് അഭിമാനപൂർവം അനിയന്മാരെ താമസിപ്പിച്ച സ്നേഹധനനും ഉദാരനുമായിരുന്നു തന്റെ ഭർത്താവ്!

പ്രവാസിധനികനായ ജ്യേഷ്ഠൻ ജീവിച്ചിരിക്കുമ്പോൾ നാട്ടിലെ കൂടപ്പിറപ്പുകൾ ഇല്ലായ്മകളും വല്ലായ്മകളും തിന്നു ജീവിക്കുകയോ?

"എന്താ ദാസേട്ടാ ഇവിടാരേം കാണാത്തെ? അമ്മേം ഞാനും ബോംബെന്ന് വരൂന്ന് ഫോൺ ചെയ്തിരുന്നല്ലോ. എന്നിട്ടും എളേച്ഛന്മാരും എളേമമാരും വീടും പടീം പൂട്ടി എങ്ങ്ട്ടാ പോയേ? റിസീവ് ചെയ്യാൻ ആരുല്ലാണ്ടായ വര്ണോര് കാത്ത്നിന്ന് മുഷിയൂന്ന് അറിഞ്ഞൂടേ അവർക്ക്?" പാതി കൃഷ്ണദാസിനോടും പാതി തന്നോടുമായി നിരാശാസ്വരത്തിൽ അമ്പിളി ചോദിച്ചു.

പുതുക്കിപ്പണിത തറവാട്ടിൽ ഒരോണക്കാലത്ത് എല്ലാവരും ഒത്തുകൂടി ഓണക്കോടിയുടുത്ത് തുമ്പപ്പൂ പറിച്ചതും ഊഞ്ഞാലാടിയും തലപ്പന്ത് കളിച്ചതും തുമ്പികളെ പിടിക്കാൻ ഓടിയതും, സദ്യയുണ്ട് വള്ളംകളി മത്സരം കാണാൻ കായലരികത്ത് തമ്പടിച്ചതും കൃഷ്ണദാസിന് ഓർമവന്നു.

രണ്ടാമോണം നാളിൽ അമ്പിളിയുടെ ജാതകം വായനയായിരുന്നു.

ഏഴാംക്ലാസ്സുകാരി സുന്ദരിക്കുട്ടിയുടെ ലഗ്നഗുണങ്ങളറിയാൻ

ഡ്രൈവിംഗ്സ്കൂൾ വിദ്യാർഥിയായിരുന്ന കൃഷ്ണദാസ് ഡൈനിംഗ്ഹാളിൽ തിങ്ങിയാണ് ഇരുന്നത്.

നെറ്റി നിറയെ ചന്ദനം പൂശിയ ജ്യോത്സ്യൻ ആദ്യം ഗണപതിഭഗവാനെ വന്ദിച്ചു. പിന്നെ സഭയെയും ദീപാലങ്കാരങ്ങളെയും വണങ്ങി ഗ്രന്ഥം നിവർത്തി. ഗ്രഹനില വർണിച്ച്, അഷ്ടവർഗങ്ങളും ശുഭവർഗവും പാപവർഗവും ഇനം തിരിച്ച്, പഞ്ചാംഗഗ്രഹഭാവ ഫലങ്ങളിലൂടെ യോഗങ്ങളിലെത്തിയപ്പോൾ ജ്യോത്സ്യൻ കൂടുതൽ വാചാലനായിക്കഴിഞ്ഞിരുന്നു......

പനിയിൽ തളർന്ന സുലോചനമ്മായിയുടെയും അമ്പിളിയുടെയും വിളറിയ മുഖങ്ങളും തളർന്ന വാക്കുകളും കണ്ടും കേട്ടും കൃഷ്ണദാസിന്റെ മനസ്സ് മൂകമായി മന്ത്രിച്ചു: അളവറ്റ സമ്പത്തും ശത്രുജയവും അനേകം പുത്രന്മാരും ബന്ധുക്കളും ഉത്തമഗൃഹവും വിദ്യയും വിശേഷവസ്ത്രവും ദീർഘായുസ്സും നേടി, വിഷയസുഖങ്ങൾ അനുഭവിക്കുന്ന സുന്ദരിയായി ഭവിക്കുമെന്ന് ജാതകത്തിലെഴുതി വച്ചിട്ടുള്ള അമ്പിളി അമ്മയോടൊപ്പം വന്നിറങ്ങുമ്പോൾ സ്വീകരിക്കാൻ കാത്തുനിൽക്കാതെ തറവാട്ടിലെ രക്തബന്ധങ്ങൾ പടിയും പടിപ്പുരയും കൊട്ടിയടച്ച് എവിടേക്കാണിറങ്ങിപ്പോയത്?

ഉറ്റവരെന്ന് കരുതിയവർ ഇരുട്ടിൽ മറഞ്ഞുനിൽക്കാനും, വാ പൊത്തി മൗനം ഭജിക്കാനും കാരണമെന്തായാലും, കൃഷ്ണദാസിനും അവന്റെ അമ്മയ്ക്കും അപ്പുമ്മാന്റെ വിധവയെയും മകളെയും അയിത്തം കൽപ്പിച്ച് മാറ്റി നിർത്താനൊക്കില്ല! ലോകരും ലോകവും എത്ര പരിഹസിച്ചാലും, കാഴ്ചകൾക്ക് ആര് അണകെട്ടിയാലും സാന്ത്വനം തേടുന്ന അവർക്ക് അഭയം നൽകാതിരിക്കാൻ കൃഷ്ണദാസിനാവില്ല.!

പനിക്കുന്ന ശരീരവുമായി തറവാടിന്റെ പടിപ്പുരമുറ്റത്ത് നിന്ന സുലോചന ദാസിനോട് ചോദിച്ചു: "അമ്പിളീടെ എളേച്ഛന്മാര് പടിവാതിൽ കൊട്ടിയടച്ച് നടകൊണ്ട നിലയ്ക്ക് തൽക്കാലം എവിടെ താമസിക്കും ദാസേ?"

"എന്റെ വീട്ടിൽക്കി പുവ്വാം അമ്മായി. അവിടത്തെ പടീം വാതിലും ആരും കൊട്ടിയടക്കില്ല. ആരും അവിടെ അമ്മായിയെ പെരുവഴീല് നിർത്തില്ല. അമ്മാവന്റെ സഹായംകൊണ്ടാ ഞാനീ ടാക്സി വാങ്ങീത്. അതീന്ന്ണ്ടായ സമ്പാദ്യാ എന്റെ വീട്. ആ വീട്ടിൽ പോയി വിശ്രമിച്ചിട്ട് നമുക്ക് ഭാവി കാര്യങ്ങള് തീരുമാനിക്കാം." കൃഷ്ണദാസ് പറഞ്ഞു.

പാടക്കരയിലൂടെ നീങ്ങുന്ന കാറിൽ ചാരിക്കിടക്കുകയായിരുന്ന സുലോചന വെള്ളക്കൊക്കുകളുടെ ചിറകടിയും കൂവലും കേട്ടു. അവരുടെ സ്മരണകളിലപ്പോൾ വർണാഭമാർന്ന ഗതകാലം ചിറകു വിടർത്തി. പിതാവ് നഷ്ടപ്പെട്ട മകളുടെ നടവഴികളിൽ വെളിച്ചമായി നിൽക്കണേയെന്ന് തറവാട് വാഴുന്ന ദൈവങ്ങളോട് സുലോചന മനംനൊന്ത് പ്രാർഥിച്ചു.

2

വെയിലത്തു നിൽക്കുന്ന പെൺകുട്ടികൾ

ഒന്ന്

ഉണ്ണിനായർക്ക് എം ജി ആർ തെരുവിൽ വലിയൊരു ഉണവുശാലൈ തുടങ്ങണമെന്നാണ് മോഹം, പെരിയ മുതലാളി ആവണം, കുഴൈന്തകൾ ആംഗലം പഠിച്ച് നാടൻ ധുരകളാവണം.

പാണ്ഡിനഗരത്തിൽ പൊറുതിയായി തമിഴ്മൊഴി കൊഞ്ചം കൊഞ്ചം പേശാൻ പഠിച്ച ഉണ്ണിനായരുടെ സംസാരം കലാവതി കണവനോട് പറയുന്നതതാണ്; കളം മാറ്റിച്ചവിട്ടണം. ഹോട്ടലിൽ ശമ്പളക്കാരനായാൽ പച്ച പിടിക്കില്ല. പ്രയാണം എങ്ങുമെത്തിയില്ല.

ശരവണച്ചെട്ടിയാരുടെ ഹോട്ടലിൽ കുശിനിക്കാരനാണ് ഉണ്ണിനായർ.

തമിഴ് നഗരങ്ങളിലെത്തിയാൽ മലയാളികളിൽ ചിലരൊക്കെ പേരിന്റെ കൂടെ ഒരു വാലും ചേർത്ത് മേൽജാതിക്കാരായി മേനി നടിക്കാറാണ് പതിവ്. ഹോട്ടലിൽ ജോലി കിട്ടാൻ നായരും മാരാരും നമ്പൂതിരിയുമായാലാണ് എളുപ്പം.

ആ ശീലത്തിൽ ഉണ്ണിച്ചെക്കൻ ഉണ്ണിനായരായി. കലാവതിക്കും വന്നു മാറ്റം.

അമ്മൻ കോവിലിന്റെ ഗോപുര നിഴലിലും ചന്ദനം മണക്കുന്ന ആണ്ടവ സ്തുതികളിലും കാലുറപ്പിച്ചു നിന്ന അവൾ ഇരട്ട മുക്കുത്തിയിട്ട് തമിഴ് പെണ്ണായി. കൊണ്ടയിൽ ചെണ്ടിട്ട് കെട്ടി അമ്മിയാരായി. നാവ് മലയാളം മറന്നു.

അന്തിക്ക് ഹോട്ടലടച്ചാൽ നാട്ടുവെളിച്ചത്തിൽ നിഴലുകളിളകുന്ന നദിക്കരയിലായിരുന്നു ഉണ്ണിച്ചെക്കന്റെ വിളയാട്ടം. മലയാളത്താന്മാർ ഗോപ്യമായി വിൽക്കുന്ന വാറ്റ് മോന്തൽ. തമിഴ് വീരന്മാരോടൊപ്പമിരുന്ന് ചീട്ട് കളി.

"ഇപ്പടി പോന്നാൽ നീങ്ക ഉരുപ്പെടാത്!" കണവനോട് കലാവതി ദേഷ്യപ്പെട്ടു.

പണം വട്ടിക്ക് കൊടുക്കുന്ന ചെറുകിട ദാദമാരും റിക്ഷാവാലകളും പൂവിൽപ്പനക്കാരും പോക്കറ്റടിക്കാരും മുളയുന്ന ഗാന്ധി തെരുവിലൊരു ഒറ്റമുറിയിലായിരുന്നു ഉണ്ണിച്ചെക്കന്റെയും കലാവതിയുടെയും പൊറുതി.

രുഗ്മിണിയാണ് കലാവതിയുടെ കൂട്ടുകാരി. അയ്യപ്പക്ഷേത്രത്തിലെ പൂജാരി വേലുചാമിയുടെ സംസാരം. രുഗ്മിണി വിവാഹദല്ലാളും സഞ്ചാരിണിയുമാണ്. തമിഴ്വയസന്മാരും മലയാളി ശെൽവിമാരുമായുള്ള തിരുമണങ്ങൾ ഒരുപാടെണ്ണം നടത്തി കാശ് വാരിയിട്ടുള്ളവൾ.

തമിഴ് ജമീന്ദാർമാർക്ക് ആർഭാടമായ ചില ശീലങ്ങളുണ്ട്.

ചിന്നവീട്.

സുന്ദരിമാരായ വെപ്പാട്ടികളെ ചെല്ലും ചെലവും കൊടുത്ത് വെടിപ്പുള്ള വീടുകളിൽ വെച്ചു വാഴിക്കൽ.

പട്ടും പൂവും മണക്കുന്ന അത്തരക്കാരെ രുഗ്മിണിക്ക് വേണ്ട! ദല്ലാൾ പറയുന്ന പണം കൊടുത്ത് മലയാളി പെൺകുട്ടികളെ വിലയ്ക്ക് വാങ്ങുന്ന ഇടത്തരക്കാരും അതിൽ താഴെയുള്ളവരുമാണ് രുഗ്മിണിയുടെ ഇരകൾ.

ഇടവയസരും വയസരുമായ തമിഴന്മാരുടെ പൊണ്ടാട്ടികളാവാൻ പറ്റിയ മലയാളിക്കുട്ടികളെ തേടിയുള്ള യാത്രകളിൽ കലാവതിയായിരുന്നു രുഗ്മിണിയുടെ ശിഷ്യ. ഗുരു വാതക്കോളിൽ കിടപ്പായപ്പോൾ ശിഷ്യ കാര്യക്കാരിയായി.

റൈസ്മില്ലിലെ കാര്യസ്ഥൻ പിച്ചാണ്ടി, വെറ്റിലത്തോട്ടത്തിലെ പണിക്കാരൻ ഏഴിമലൈ, ക്ഷൗരക്കടക്കാരൻ ചെല്ലമുത്തു എന്നിവരുടെ തിരുമണങ്ങൾ സ്വതന്ത്രമായി നടത്തിയതോടെ കലാവതിയുടെ ജന്മനക്ഷത്രം തെളിഞ്ഞു. അമ്മൻകോവിലിലെ പൂജാരി രാഘവാചാരിയുടെ കരിമ്പുതോട്ടത്തിലെ കാവൽക്കാരൻ നല്ലതമ്പിയുടെ വിവാഹത്തിന് ഇടനിലക്കാരിയായതിന് കിട്ടിയ തുകകൊണ്ടവൾ ഒരു മുഴുകാപ്പ് വാങ്ങി. നരചൂടിയ നല്ലതമ്പി പണത്തിന് പുറമേ പട്ടുചേലയും കലാവതിക്ക് ഉപഹാരമായി നൽകി.

ലഗ്നദോഷങ്ങൾ അന്വേഷിച്ചും, സ്ത്രീധനം മോഹിച്ചും വന്നവരല്ല അവരാരും.

ആൺകുഴന്തൈകളുടെ തണൽ കിട്ടാതെ വലയുന്നവരാണ് രണ്ടാംകെട്ടിന് കലാവതിയെതേടിവന്ന തമിഴരധികവും. കൂട്ടത്തിൽ നിത്യരോഗികളായ കളത്രങ്ങളുടെ ഭാരം ചുമക്കുന്നവരും താലി കെട്ടിയ പെണ്ണിനെ തൊഴിച്ചു കൊന്നവരുമുണ്ട്. കാമുകന്റെ കൂടെ പലായനം ചെയ്ത പൊണ്ടാട്ടിയെ ശപിച്ചു ജീവിക്കുന്ന കണവന്മാരുണ്ട്. നാട്ടിൽനിന്നും പെണ്ണിനെ കിട്ടാത്ത പോക്കിരികളും ചെറുകിട കള്ളന്മാരും രോഗം ഒളിപ്പിച്ചുവെച്ചവരുണ്ട്.

മലയാളി ചായത്തട്ടുകാർക്ക് പണം പലിശയ്ക്കു കൊടുത്തു പെഴയ്ക്കുന്ന ആരോഗ്യചാമി ഒരു ബനിയൻ കമ്പനിയിൽ ചൗക്കീദാറാണ്. സംസാരം കോളറ പിടിപെട്ട് ചുടുകാട്ടിൽ ചാരമായിട്ടേറെയായി.

രണ്ടാൺമക്കളാണ് ചാമിക്ക്. മീശ കറുക്കുന്നതിനുമുമ്പേ തിരുമണം കഴിഞ്ഞ ഇരുവർക്കും ദൂരെ ശിവകാശിയിൽ ഏതോ പ്രിന്റിംഗ് പ്രസിലാണ് ജോലി. പിതാവിനെപ്പറ്റിയോർക്കാൻ അവർക്ക് മനസ്സും, കൊടുക്കാൻ പണവുമില്ല.

അറുപതു കഴിഞ്ഞെങ്കിലും പേരുപോലെ ചാമി ആരോഗ്യവാനായിരുന്നു.

ഭക്ഷണം സ്വയം പാകംചെയ്യണം. കാവൽജോലി കഴിഞ്ഞുവന്നാൽ അഞ്ചാറ് കോലാടുകളുള്ളതിന് തീറ്റയും വെള്ളവും കൊടുക്കണം.

ഇരുപതിനായിരമോ മുപ്പതിനായിരമോ കൊടുത്താൽ ഏതെങ്കിലും ഏഴൈ കുടുംബത്തിലെ മലയാളിക്കുട്ടികളെ താലികെട്ടി കൊണ്ടുവരാമെന്ന് കേട്ടിട്ടുണ്ട്. കീരപ്പട്ടി, പാപ്പാപ്പട്ടി, വേൽപുരം, ചോഴവന്താൻ എന്നീ ഗ്രാമങ്ങളിലെ തന്റെ പ്രായക്കാർ കൊണ്ടുവന്ന മലയാളി സംസാരങ്ങളെ കണ്ടിട്ടുണ്ട്.

ആരോഗ്യചാമിയുമായി ഉണ്ണിച്ചെക്കന് കടത്തിന്റെയും പലിശയുടെയും ഇടപാടുണ്ട്. കട്ടിത്തുണി കൊണ്ട് തുന്നിയ അടി ട്രൗസറിന്റെ അറകളിൽ ചാമി പലിശപ്പണം നിറച്ച് വച്ചിട്ടുണ്ടെന്നറിയുന്ന ഉണ്ണിച്ചെക്കൻ ഭാര്യയോട് പറഞ്ഞു:

“വയസായെങ്കിലും പനന്തടിയാ ചാമിക്ക്. അയാക്കൊരു പെണ്ണ് വേണം പറ്റിയതൊണ്ടോന്ന് നോക്ക്.”

“തടിയല്ല, ചെക്കന്റെ കയ്യില് പെൺവീട്ടുകാർക്ക് കൊടുക്കാൻ പണമാ വേണ്ടത്. ഇരു ചെവിയറിയാതെ കൈമടക്ക് കൊടുത്താ പെൺമക്കളെ വലിച്ചെറിഞ്ഞ് തരും മലയാളത്തിലെ ചെല തന്തമാര്.”

“ഞാൻ പറഞ്ഞില്ലേ, പൂത്ത പണംണ്ട് ചാമീടെ ട്രൗസറിന്റെ പോക്കറ്റില്. അയാൾടെ മനസ്സ് പോലെ കാര്യം നടത്തി കൊടുത്താ നമുക്കും കിട്ടും മെച്ചം.”

“നമ്മടെ നാട്ടിലെ പഴയ നാടകങ്ങളിലെ പെൺവേഷക്കാരൻ നാണം രാമച്ചേട്ടന്റെ മൂത്ത മോള് അംബികയെ ചാമിക്കുവേണ്ടി ആലോചിച്ചാലോ? മെയ്യനങ്ങാതെ മിനുങ്ങി നടക്ക്ണ ഒരു സുഖിയനായതോണ്ട് രാമച്ചേട്ടൻ സമ്മതിക്കാതിരിക്കില്ല.”

“ഇക്കാര്യം നല്ലതിനാണെന്ന് പെണ്ണിന്റെ തന്തയെക്കൊണ്ട് നീ സമ്മതിപ്പിക്കണം.”

“അനിയത്തിമാര് അഞ്ചാറെണ്ണം പെര നിറഞ്ഞിരിക്കുമ്പോ അയാളിക്കാര്യം പത്തുവായാലെ സമ്മതിക്കും! കാശു കണ്ടാ അവിടെ വീഴുന്നോനാ നാണംരാമൻ.”

നാട്ടിലെത്തിയ കലാവതി രാമനോട് രഹസ്യമായി സംസാരിച്ചു.

കരാറുറപ്പിച്ചു.

വരൻ മധുരൈ ജില്ലയിലെ കുഞ്ചിയന്തേൻ ഗ്രാമത്തിലെ കുളന്തവേലു മകൻ ആരോഗ്യചാമി. വധു ഉഴുവത്തുകടവ് ദേശത്തെ തൊഴുത്തുംപറമ്പിൽ രാമൻ മകൾ അംബിക.

തമിഴ് വയസന്മാർ പൊണ്ടാട്ടികളാവാൻ പറ്റിയ മലയാളി പെണ്ണാളുകളെത്തേടി വരാൻ തുടങ്ങിയിട്ട് അധികം കാലമായിട്ടില്ല. വിലപേശലില്ലാത്ത തിരുമണങ്ങളുടെ ആരംഭം. സ്ത്രീധനമെന്ന ശാപഭാരത്തിൽനിന്ന് സരളമായ മുക്തി.

പുര നിറഞ്ഞു നിൽക്കുന്ന പെൺകുട്ടികളെ കെട്ടിച്ചയയ്ക്കാൻ പൊന്നും പണവും വേണം. വിൽക്കാൻ മണ്ണില്ല, തറവാട്ടു സ്വത്തുമില്ല നാണം രാമന്.

ആദ്യം സമ്മതം മൂളാൻ മടിച്ച അംബികയുടെ മനസിൽ പതിയാനായി കലാവതി പറഞ്ഞു: "നിന്റേം കുടുംബത്തിന്റേം ഭാഗ്യംകൊണ്ടാ ഇക്കാര്യം ഒത്തുവന്നത്. അത്രയ്ക്ക് വെല്ല്യേ പണക്കാരനാ ആരോഗ്യചാമി! പലിശക്കാശിന്റെ മേലെ കെടന്നാ ചാമീടെ ഒറക്കം! അയാൾടെ നാട്ടില് പണോള്ളോനെ പണിയാളര് തൊഴുതു നിൽക്കും. കാശും മീശേം ഒള്ളോൻ പറയണതാ അവിടത്തെ നെയമം!"

പെൺപണം രഹസ്യമായി എണ്ണിവാങ്ങിയെങ്കിലും സ്വന്തം മകളെ വീട്ടക്ക് വിളക്കായി തനിക്ക് പിടിച്ചുതന്ന നാണം രാമനെ ആരോഗ്യചാമി നന്ദിയോടെ സ്മരിച്ചു.

മനസുപോലെ ഒരു മലയാളിപ്പെണ്ണിനെ തിരുമണത്തിനൊരുക്കിത്തന്നതിനു പ്രത്യുപകാരമായി ഉണ്ണിച്ചെക്കൻ കടം വാങ്ങിയിരുന്ന രൂപയുടെ പലിശ ചാമി വേണ്ടെന്നു വച്ചു.

സ്ത്രീധനം ചോദിക്കാതെ വന്ന തമിഴൻ അംബികയെ പരിണയിച്ചതോടെ കനോലി കനാലിന്റെ തീരങ്ങളിൽ കലാവതിക്ക് പേരായി. ദരിദ്രരായ അച്ഛനമ്മമാർ പ്രായം തികഞ്ഞ പെൺമക്കളെ കെട്ടാൻ പണവുമായി തമിഴന്മാരാരെങ്കിലും വരുന്നുണ്ടോ എന്ന് കാതോർത്തു.

അംബികയുടെ വിവാഹത്തോടെ വിപ്ലവഗീതങ്ങളും ആദർശനോവുകളും വാഴുന്ന കേരളത്തിലേക്ക് കലാവതിയുടെ വരവ് വർധിച്ചു.

ആരോഗ്യചാമിയുടെ ശീലങ്ങളുമായി പൊരുത്തപ്പെട്ടു പോകാൻ ആദ്യമൊക്കെ അംബിക വല്ലാതെ പ്രയാസപ്പെട്ടു.

തന്തൈ പെരിയാറിന്റെയും, കറുത്ത കണ്ണടയും തൊപ്പിയും വെച്ച പുരട്ച്ചി നടികർ എം ജി ആറിന്റെയും കലണ്ടറുകൾ തൂങ്ങുന്ന ഇഷ്ടികക്കൂട്ടിൽ ചിരിക്കാനും കരയാനും കഴിയാതെ അംബികയുടെ രാവുകൾ ഇരുണ്ടു വെളുത്തു. മഴയുടെ കലമ്പലിനും മകരക്കുളിരിനും കൊതിച്ച മലയാളിപ്പെണ്ണ്. തുളസിയുടെ മണവും മുക്കൂറ്റിപ്പൂക്കളും നഷ്ടമായവൾ. മീൻകൊത്തിപ്പക്ഷികളുടെ ചിറകടികൾക്കും തേക്കുകാരുടെ ഈണങ്ങൾക്കും കാതോർത്തവൾ.

പ്രായം കവിഞ്ഞെങ്കിലും കാട്ടുപോത്തിന്റെ കരുത്തുള്ള ചാമി അവളിൽ നിറഞ്ഞു നിന്നു. അവളുടെ ഗർഭപാത്രം പുതുമുളയുടെ മധുരഭാരം ഉൾക്കൊണ്ടു. വയലിനോടും കുന്നുകളോടും അംബിക ഹൃദയരഹസ്യം കൈമാറി. വരണ്ടകാറ്റിന്റെ ചെവിയിലവൾ മന്ത്രിച്ചു. കാറ്റേ കാറ്റേ! മലയാളമറിയാത്ത ആരോഗ്യചാമിയിതാ മകളുടെ വയസുള്ള അംബികയിൽ പുനർജനിച്ചിരിക്കുന്നു!.

വിരൽത്തുമ്പുകൾ ചൊറിഞ്ഞുകൊണ്ടിരിക്കുന്ന ചാമിയോട് സൈക്കിളിൽ ഊരു ചുറ്റുന്ന ഗ്രാമസേവകൻ ഒരിക്കൽ പറഞ്ഞു:

"ചാമി പട്ടണത്തിലെ ആശുപത്രിയിൽ പോയി ഡോക്ടറെ കാണണം. ഡോക്ടർ പറയുന്ന മരുന്ന് തുടർച്ചയായി കഴിക്കണം."

പകൽവെട്ടത്തിൽ ഭർത്താവിന്റെ നഗ്നശരീരം കാണുന്നത് ഇഷ്ട മല്ല അംബികയ്ക്ക്. ദേഹമാസകലം വളർന്നുകിടക്കുന്ന രോമക്കാടുക ളോടുള്ള വെറുപ്പ്.

ചാമി ആശുപത്രിയിൽ പോയി. വില കൊടുക്കാതെ കുറെ മരുന്നു കിട്ടി.

മരുന്നു വിഴുങ്ങിക്കൊണ്ടല്ല, ഒരു പന്നിയെപ്പോലെ തിന്നുകൊണ്ടാ ണയാൾ രോഗത്തെ ചെറുത്തത്.

അംബിക ദു:ഖത്തോടെ ഓർത്തു.

ഗർഭിണിയായ തനിക്ക് വിരലറ്റങ്ങൾ ദ്രവിക്കുന്ന രോഗിയായ ഭർത്താ വിനെ പരിചരിക്കാനുള്ള ദിനങ്ങളാണോ പിറക്കാൻ പോകുന്നത്?

നാൽപ്പതു വർഷം ജോലിചെയ്ത ബനിയൻ കമ്പനിയിൽനിന്ന് പിരി ഞ്ഞുപോന്നപ്പോൾ കിട്ടിയ ചെറിയതുക പലിശയ്ക്കു കൊടുത്താണ് ചാമി യുടെ വീട്ടിലെ പെഴപ്പ്. പലിശപ്പണം കിട്ടിയില്ലെങ്കിൽ വീട്ടുകാര്യങ്ങൾ അവതാളത്തിലാകും എന്നുവരെ, എത്ര നാൾ വരെ പാപക്കറ പുരണ്ട ആ പണം കിട്ടിക്കൊണ്ടിരിക്കും?

ഗർഭക്ലേശങ്ങൾക്കിടയിലും അംബിക ഭർത്താവിന്റെ രോഗവിമു ക്തിക്കും ആരോഗ്യത്തിനും വേണ്ടി കോവിലിലെ ആണ്ടവനോട് പ്രാർ ഥിച്ചു.

ടൗണിലെ റിക്ഷാവാലകളും പൂവിൽപ്പനക്കാരികളുമാണ് ആരോ ഗ്യചാമിക്ക് നിത്യച്ചെലവിന് വക തരുന്ന പറ്റുവരവുകാർ. ചാമി കുഷ്ഠ രോഗിയാണെന്നറിഞ്ഞപ്പോൾ അവർ വെറുപ്പോടെ അകന്നു. കൊള്ളപ്പ ലിശ വാങ്ങാതിരുന്നിട്ടും ചാമിയോട് സ്നേഹം കാണിക്കാതെ അധമർ ണർ വിട്ടുനിന്നു.

നല്ലകാലത്ത് കാശിനു വേണ്ടി തന്റെ ചുറ്റും പറ്റിക്കൂടിയവർ അവ ശകാലത്ത് അകന്നപ്പോൾ അവരുമായുള്ള ഇടപാടുകൾ ചാമി വേണ്ടെന്നു വച്ചു. സ്നേഹവും സഹായമനസുമല്ല, സ്വാർഥമായ ലാഭമോഹങ്ങളാണ് മനുഷ്യരെ നയിക്കുന്നത്. അൻപറിയാത്ത അറിവുകെട്ട മനിതർകൾ.

പുളയുന്ന ഇടിവാളുകളോടൊപ്പം കാറ്റും മഴയും ചീറിനിന്ന ഒരു വെളുപ്പാൻ കാലത്തായിരുന്നു അംബികയുടെ പ്രസവം.

തൊലി വിണ്ട വിരലുകളിൽ പഴന്തുണി ചുറ്റി വരിഞ്ഞ് കരിമ്പട ത്തിനുള്ളിൽ ചുരുണ്ട് കിടക്കുന്ന ആരോഗ്യചാമിയുടെ പീളകെട്ടിയ മിഴി കളിൽ സന്തോഷാശ്രു പൊടിഞ്ഞു. വിഘ്നങ്ങളേതുമില്ലാതെ തന്റെ പെൺജാതിയുടെ വയറൊഴിഞ്ഞതിനും, വായ കീറി സന്തതി കരഞ്ഞ തിനും മീനാക്ഷി കോവിലിലെ കടവുളിന് ചാമി നേർച്ച നേർന്നു.

പൊക്കിൾക്കൊടിയിൽനിന്ന് വേർപെട്ടതിന്റെ വേദന സഹിക്കാതെ ഞെളിപിരി കൊള്ളുന്ന പൈതലിനെ ചാമിയെ കാണിക്കാനായി

അയൽക്കാരികൾ ഈറ്റുമുറിയിൽ നിന്നും കൊണ്ടുവന്നു. തിരികെടാറായ നേരത്ത് കടവുൾ നീട്ടിത്തന്ന പിള്ളയുടെ പട്ടുമേനിയിൽ വ്രണിതമായ വിരലുകളുയർത്തി അയാൾ മെല്ലെ തലോടി.

കുഞ്ഞിനു വേണ്ടി ആരോഗ്യചാമി ചെറിയൊരാട്ടുകട്ടിൽ വാങ്ങി. മിനുത്ത മെത്ത വിരിച്ച് അകം മോടിയാക്കി.

തന്റെ പെൺകുഴന്തൈ വളർന്ന് വലുതാകുന്നതു കാണാൻ, കൂട്ടുകാരികളോടൊപ്പം കോളാമ്പിപ്പൂക്കളുടെയും ആവണക്കിന്റെയും ഇടയിൽ അവൾ ഓടിക്കളിക്കുന്നതു കാണാൻ തന്റെ മിഴികൾക്ക് ഭാഗ്യമുണ്ടാകുമോ?

അകമുറിയിൽ തളർന്ന് കിടക്കുമ്പോഴും രോഗപീഡകൾ സഹിക്കുന്ന കണവനിലേക്ക് അംബിക ഹൃദയം തിരിച്ചുവച്ചു.

വരണ്ട മണ്ണിൽ വീണ ജലം ആഴങ്ങളിലേക്ക് ചോർന്നു പോകുന്നതുപോലെ രോഗബീജങ്ങൾ തന്റെ പുരുഷനെ കാർന്നുതിന്നുകയാണെന്ന് അംബിക ദു:ഖത്തോടെ ഓർത്തു. വിളറിയ തന്റെ ശരീരത്തിന്റെ അടരുകളിൽ ചെറു ചൂടായി പടർന്നവൻ. ഊഷരമായിരുന്ന ഗർഭപാത്രത്തിൽ ബീജദാനം നടത്തി തന്നെ ധന്യയാക്കിയ പുരുഷജാതി.

ചാമി കുഷ്ഠരോഗിയാണെന്നറിഞ്ഞപ്പോൾ താലി അറുത്തു മുറിച്ച് സ്വന്തം ഊരിലേക്ക് മടങ്ങാനാണ് ഉണ്ണിച്ചെക്കൻ അംബികയെ ഉപദേശിച്ചത്. നാണംരാമൻ അതും പറഞ്ഞില്ല. മകളുടെ സുഖദു:ഖങ്ങൾ തിരക്കി വന്നില്ല. അവളുടെ ഭാരം അവൾക്ക് സ്വന്തം എന്ന മട്ട്.

അംബികയോട് കലാവതി പറഞ്ഞു: "ചീഞ്ഞേടം ചെത്തിക്കളയണം. ഭാവി നശിപ്പിക്കരുത്!"

വഴക്കിട്ട് ഭാഗം വാങ്ങി അന്യരെപ്പോലെ അകന്നു പോയ ആൺമക്കളെ ആശ്രയിക്കാത്ത തന്റേടിയായ കണവനെ മറന്ന് എവിടേക്കാണ് താൻ പലായനം ചെയ്യേണ്ടത്?

കലാവതിയോട് അംബിക അക്കാര്യം തുറന്നു പറഞ്ഞു: വിവാഹമെന്ന ഉടമ്പടി കാലം പൊട്ടിച്ചെറിയുന്നതിനു മുമ്പ് രോഗം സഹിക്കുന്ന ഭർത്താവിനെ ഉപേക്ഷിച്ച് പോകാൻ തനിക്കാവില്ല!

സ്ത്രീധനമെന്ന മഹാശാപത്തിൽനിന്നും മോചനം നൽകിയ നല്ല മനസുള്ള പരദേശി. ഭർത്താവിനെക്കുറിച്ചോർത്ത് അംബികയുടെ ഹൃദയം വിനീതവും ആർദ്രവുമായി. വിയർക്കാതെ ജീവിതം ആഘോഷിക്കുന്ന അച്ഛൻ, പാവങ്ങളായ അനിയത്തിമാർ – ആർക്കും താനൊരു ഭാരമാവില്ല!

രണ്ട്

കടബാധ്യതകളും ആചാരവ്യഥകളുമില്ലാതെ തമിഴന്റെ മനൈവിയായി അംബിക യാത്രയായപ്പോൾ നാണം രാമൻ ആശ്വസിച്ചു. മകളുടെ ഭാരം ഏറ്റെടുത്ത ആരോഗ്യചാമി രഹസ്യമായി തന്ന മുപ്പതിനായിരത്തിൽ നിന്നൊരു പങ്ക് കല്യാണദല്ലാൾക്കയാൾ എണ്ണിക്കൊടുത്തു.

തമിഴ് മണ്ണിന്റെ മരുമകളാവാൻ യോഗമുണ്ടായ അംബിക പിന്നീടൊരിക്കലും ജനിച്ച വീടും നാടും കണ്ടില്ല. പടിയിറങ്ങിപ്പോയ മകളുടെ ജീവിതസാഹചര്യങ്ങളെപ്പറ്റി രാമൻ അന്വേഷിച്ചുമില്ല.

വിയർപ്പ് പൊടിയാതെ മുപ്പതിനായിരം കൈവന്ന രാമൻ സുഖമയക്കത്തിന് ഒരു കട്ടിലും മെത്തയും വാങ്ങി. തൊണ്ട പൊള്ളിക്കുന്ന കള്ളവാറ്റിനു പകരം നിത്യവും ബാറിൽ ചെന്ന് ഒ പി ആർ ൧൦ നുണഞ്ഞ് മിനുങ്ങി.

"എന്റെ രണ്ടാമത്തെ മോള് അഹല്യനേം ഒരു പണക്കാരൻ തമിഴനെക്കൊണ്ട് കെട്ടിക്കണോന്നാ ആഗ്രഹം. കലാവതി അതിന് മനസ്സ് വയ്ക്കണം. പ്രസവാസ്പത്രീലെ ഡോക്ടറുടെ വീട്ടിലാ അവക്ക് ജോലി. കുടുംബം പോറ്റാൻ ബഹുമിടുക്കി." ഏതോ ഒരു വിവാഹ ഗൃഹത്തിൽ വച്ച് കണ്ടപ്പോൾ നാണം രാമൻ കലാവതിയോട് രഹസ്യം പറഞ്ഞു.

"പണക്കാര് തമിഴന്മാര് ഒരുപാടെണ്ണംണ്ട് എന്റെ ബാഗില്! കവലപ്പെടാതെ! സംഗതി പാത്ത് മുടിക്കലാം" കലാവതി രാമനെ ആശ്വസിപ്പിച്ചു.

എട്ട് പെൺമക്കളെ ഭൂമിക്ക് സമ്മാനിച്ചിട്ടാണ് അഹല്യയുടെ അമ്മ അന്ത്യശ്വാസം വലിച്ചത്. ആരോഗ്യചാമി കാരണം അംബിക ഒരു വഴിക്കായി. അനിയത്തിമാരു വളർന്ന് മുട്ടും കാലും ഉറച്ചു. അന്യവീടുകളിലെ ജോലിചെയ്ത് തീറ്റയ്ക്കും ഉടുത്തുണിക്കും മുട്ടില്ലാത്തവരായി.

"ജാതകദോഷംണ്ടെങ്കി താലിചാർത്ത് നീണ്ടുപോകും. ദോഷലഗ്നത്തിന് ദോഷലഗ്നം തന്നെ വേണോന്നാ ശാസ്ത്രം. പരിഹാരം എന്തെങ്കിലുംണ്ടോന്ന് നോക്കാം. അതുപോട്ടെ, കാര്യം ഒത്തു വന്നാ അഹല്യക്ക് സ്ത്രീധനായി രാമച്ചേട്ടൻ എന്ത് കൊടുക്കും അത് പറ?" നാട്ടുകാരനായ ഒരു വിവാഹ ബ്രോക്കർ നാണത്തിനോട് ചോദിച്ചു.

"അതിപ്പൊ പെണ്ണിന്റെ മൊഖശ്രീ കണ്ടും ജോലി കണ്ടും ഒരുത്തൻ വന്നാ അതനുസരിച്ച് പൊന്നും പണോം കൊടുക്കാണ്ട് പറ്റ്വൊ?! ഈ നാലുസെന്റ് മണ്ണും വീടും എന്റെ കാലശേഷം മക്കക്കൊള്ളതാ. അതിലും ഒരു വീതം അവക്ക് കിട്ടും." വിവാഹപ്രായം കഴിഞ്ഞ പെൺമക്കളുടെ കാര്യത്തിൽ ഉത്സുകനും ആകാംക്ഷാഭരിതനുമാണ് താനെന്ന മട്ടിൽ നാണം പറഞ്ഞു.

അഹല്യക്കു വേണ്ടി പെട്ടിയിൽ താൻ കനപ്പെട്ടതെന്തോ കരുതിവച്ചിട്ടുണ്ടെന്ന് ലോകരറിയട്ടെ എന്ന ഭാവമായിരുന്നു നാണത്തിന്റെ വാക്കുകളിൽ.

അന്യവീടുകളിൽ നിലം തുടച്ചും തുണി തിരുമ്മിയും പിഞ്ഞാണങ്ങൾ മോറിയും അപ്പിയിട്ട നക്ഷത്രക്കുട്ടന്മാരുടെ ചന്തികഴുകിയും കഴിയുന്ന പെൺമക്കളുടെ വേതനത്തിലാണ് നാണം രാമന്റെ മിനുക്കം.

അഹല്യക്ക് നാട്ടിൽ നിന്ന് വിവാഹാലോചനകൾ വരുമ്പോഴൊക്കെ രാമൻ ലഗ്നദോഷങ്ങളെപ്പറ്റി വാചാലനാവും. കവിടിയുഴിഞ്ഞ് കണിയാൻ പറഞ്ഞിട്ടുള്ള കാര്യങ്ങളൊക്കെ നിരത്തും:

"ചൊവ്വ വിവാഹക്കാര്യത്തില് വെല്ല്യ എടങ്ങേറ് ണ്ടാക്ക്ണ ലഗ്നാ. വിരട്ട്യാ വിരളാത്ത കൊമ്പൻ നക്ഷത്രാദ്. ഭാവികാരന്മാരെ പ്രീതിപ്പെടുത്ത്യാ ഗുണായി. വഴിപാടും വ്രതങ്ങളും ചാമിയെ കാണിക്കാനായി ഭജനേം പ്രാർത്ഥനേം മൊടക്കാൻ പാടില്ലാന്നാ ശാസ്ത്രം."

നാണത്തിന്റെ മനസുപോലെ തമിഴകത്തിലെ ചോഴവന്താനിൽനിന്ന് കലാവതിയെത്തി. കലാവതിയുടെ പിന്നാലെ മുട്ടക്കോഴികളുടെ രാജാവായ പെരിയ കുപ്പൻ വന്നു.

കലാവതി നാണം രാമനുമായി പെൺകൊടയെപ്പറ്റിയും കൊടുക്കൽ വാങ്ങലുകളെപ്പറ്റിയും സംസാരിച്ചു. വീട്ടുകാരും നാട്ടുകാരും കേൾക്കെ പെരിയ കുപ്പന്റെ മഹിമകൾ വിളമ്പി.

"മധുരൈ വീരനാണ് കുപ്പൻ. കമ്പിയഴിയിട്ട ഇഷ്ടികമാടങ്ങളുടെ മുതലാളി. കോഴിമുട്ടകളുമായി നാടും പുറനാടും ചുറ്റിവരുന്ന ലോറികളുടെ അധിപൻ."

ചോദിച്ച പണം തന്ന് പെൺമക്കളെ കെട്ടാൻ തമിഴ് മാപ്പിളമ്മാർ വരുമെന്ന് ഉറപ്പുള്ള നാണം രാമൻ ഉള്ളാലെ ആശ്വസിച്ചു. അയാളുടെ തലച്ചോറിൽ ലാഭങ്ങളുടെ നിലാവുദിച്ചു.

കലാവതിയുടെ നാവ് വീണ്ടും ചിലച്ചു:

"പതിനായിരം കോഴികളെ വളർത്തുന്ന മറ്റാരും ചോഴവന്താനിലില്ല. മധുരാപുരിയിലില്ല. തമിഴകം മൊത്തം അരിച്ചു പെറുക്കിയാലും അതുപോലൊരു തങ്കമനസുള്ള മുതലാളിയെ കിട്ടില്ല!"

പെൺകുട്ടികൾ നടതള്ളാനുള്ളവരല്ല എന്നോർക്കുന്ന അയൽക്കാരിത്തള്ള ചോദിച്ചു:

"വളർത്താനാണോ കൊല്ലാനാണോ തമിഴര് നമ്മടെ പെങ്കൊച്ചുങ്ങളെ താലികെട്ടിക്കൊണ്ടോണത്?"

"ഈ കുടുമ്മത്തീന്ന് എറങ്ങിപ്പോയ രാമച്ചേട്ടന്റെ മൂത്തമോള് അംബിക മഹാറാണിയെപ്പോലെയാ തമിഴ് നാട്ടില് കഴ്യണത്. വിശ്വാസാവാണില്ലെങ്കി നിങ്ങ കാറും ബസും പിടിച്ചു ചെന്ന് കണ്ണ് തുറന്ന് കാണ്!"

തള്ള മിണ്ടാതായി.

കാര്യവിചാരത്തിനിടയിൽ പെൺമക്കളുടെ പൊടമുറിക്കാര്യത്തിൽ നീതിമാനാണ് താൻ എന്ന് ഭാവിക്കുന്ന നാണം പറഞ്ഞു:

"തമിഴനായാലും നാട്ടുകാരനായാലും പ്രായായ പെങ്കുട്ടിയെ പിടിച്ചുകൊടുക്കുമ്പോ ചിട്ടേം മര്യാദേം നോക്കണോന്നാ എന്റെ മനസില്."

"രാമച്ചേട്ടൻ എന്തൂട്ടിനാ പേടിക്ക്ണ്? അംബികേനെക്കൊണ്ടോയ ചാമിയെപ്പോലെ തന്നെ ഇയാക്കും പൊന്നിന്റേം പണത്തിന്റേം വിചാരം തീരേല്ല. കല്യാണം കഴിഞ്ഞ് വിരുന്നുണ്ട് കുപ്പൻ നിങ്ങളെ വലയ്ക്ക്യേം ഇല്ല."

ചോഴവന്താനിൽ മുട്ടക്കോഴികളുടെ മുതലാളിയായ കുപ്പന്റെ വീട്ടിൽ ഒരു സേട്ട് പെണ്ണിനെപ്പോലെ വാഴാമെന്ന് കലാവതി അഹല്യയുടെ ചെവിട്ടിൽ മന്ത്രിച്ചു.

തമിഴ് വീരത്തെപ്പറ്റി കലാവതി ഒച്ചയോടെ വിളമ്പി. തമിഴ് സംസാരങ്ങളുടെ പെരുമ, സ്വാതന്ത്ര്യം, പട്ടുചമയങ്ങൾ, ഇരട്ടമൂക്കുത്തിയും ഒരു കുന്ന് പൂവും ചൂടി നിൽക്കുന്ന സംസാരങ്ങളാണത്രെ കുടുംബത്തിൽ കാര്യക്കാരികൾ.

കലാവതി വർണിച്ചു പറഞ്ഞ തമിഴനെപ്പറ്റി അയൽക്കാരിപ്പെണ്ണുങ്ങൾ കുശുകുശുത്തു.

“അഹല്യേനെ കെട്ടാമ്പോണ തമിഴൻ വല്ല്യ പണക്കാരനാണെന്ന് ദല്ലാള് പെണ്ണ് പറഞ്ഞത് നേരാണോ?”

“രാമച്ചേട്ടനെപ്പോലെ പെങ്കുട്ട്യോൾടെ വര്മാനത്തില് മെയ്യനങ്ങാതെ കഴ്യാനും ഒര് ഭാഗ്യം വേണം. ചെത്തിമിനുങ്ങിയാ നാടകക്കാരന്റെ നടത്തം. അപ്പൂപ്പൻതാടി!”

“തമിഴര്ടെ എടേല് പെണ്ണിനാത്രെ വീട്ടുഭരണം. നമ്മടെ നാട്ടിലെപ്പോലെ പെണ്ണ് രണ്ട് പെറ്റാമതീന്നൊന്നും തമിഴൻ പറയൂല. ഏഴും എട്ടും കുട്ട്യോളാ ഇക്കാലത്തും അവിടെ ഓരോ കുടുമ്മത്തിലും.”

“മൂത്തോളെപ്പോലെ തന്നെ എളോളേം സ്ത്രീധനം ചോദിക്കാത്ത ഒര്ത്തനാണല്ലോ കെട്ടിക്കൊണ്ടോണത്.”

“പൊന്നും പണോം വേണ്ട, ജാതകദോഷങ്ങളില് വിശ്വാസോല്ല, ഇങ്ങനേള്ള തമിഴന്മാരെ ദൈവായിരിക്കും ഇങ്കട് പറഞ്ഞയക്കണത്!”

“നെറം കറ്പ്പാണെങ്കിലും തമിഴര്ടെ ഉള്ള് വെണ്ണയാണെന്നാ ദല്ലാള് പെണ്ണ് പറഞ്ഞത്.”

“ആ മൂക്കുത്തിക്കാരീടെ മുറുക്കിത്തുപ്പലും തൊള്ളതൊറക്കലും നിക്ക് തീരേ പിടിച്ചില്ല. മലയാളോം തമിഴും കലർത്തിയാ അവളാരത്തീടെ വർത്തമാനം.”

“ഇത് നമ്മടെ നാട്ടില് നടത്താമ്പോണ നാലാമത്തെ തമിഴൻ കല്യാണാ. കലാവതി കൊണ്ടന്ന തമിഴന്മാരാരും പൊന്നും പണോം ചോദിച്ചിട്ടില്ല. നമ്മടെടേലെ ചെറുപ്പക്കാർക്കാണെങ്കി പെണ്ണിന്റെ കഴുത്ത് നെറഞ്ഞ് കെടക്കണം, കൊട്ട കണക്കിന് രൂപേം കിട്ടണം. കൊടീം പിടിച്ച് വിപ്ലവം പ്രസംഗിച്ച് നടക്ക്ന്നോനും അല്ലാത്തോനും അക്കാര്യത്തില് ഒറ്റക്കെട്ടാ.”

കല്യാണക്കരാറിനെപ്പറ്റി തീരുമാനിക്കുന്നതിനിടയിൽ പെൺമക്കളുടെ കാര്യത്തിൽ ഉൽക്കണ്ഠാകുലനാണ് താൻ എന്ന മട്ടിൽ രാമൻ ഒന്നുകൂടി പറഞ്ഞു: “പെരിയ കുപ്പന്റെ പെരുന്തടി എന്റെ മോൾക്ക് കണ്ണീപ്പിടിക്ക്യോന്നും കൂടിയറിഞ്ഞിട്ടേ മുന്നോട്ട് പോകാനൊക്കൂ!”

“രാമച്ചേട്ടനും മോക്കും കുപ്പനുമായുള്ള ഈ ബന്ധം നന്മവരുത്തൂന്ന് മധുരമീനാക്ഷിയെ ആണയിട്ടാണ് ഞാൻ പറയണത്. അഹല്യയുടെ ജാതകദോഷത്തിലും അസുരഗണങ്ങളുടെ തീപാറുന്ന നോട്ടത്തിലും വിശ്വസിക്കുന്നോനല്ല കുപ്പൻ. അയാള് അവര്ടെ നാട്ടിലെ വല്ല്യ മുതലാളിയാ. പെണ്ണിനെക്കൊടുത്താ അയാള് വാരീം കോരീം രാമച്ചേട്ടന് തരും” കലാവതി കാര്യം തറപ്പിച്ചു വ്യക്തമാക്കി.

അടുത്ത ഞായറാഴ്ച നല്ലമ്മയുടെ കാവിൽ വച്ച് കുപ്പനും അഹല്യയും തമ്മിലുള്ള വിവാഹം.

ഇരുപത്തയ്യായിരം കുപ്പൻ വധുവിന്റെ പിതാവിന് രഹസ്യമായി തരും. പതിനായിരം വധുവിന് വേറെ പട്ടുസാരിയുടുത്ത് ചമഞ്ഞുനിൽക്കാൻ.

വരൻ രണ്ടുരാവുകളേ വധൂഗൃഹത്തിൽ തങ്ങൂ. സമ്മതമാണോ?

കലാവതിയുടെ ചോദ്യം.

പെണ്ണ് ചോദിച്ചുവന്ന ആണിന്റെ കുടുംബാവസ്ഥ, നിലപാടുകൾ, ബന്ധുസ്ഥിതി, എന്നിവയൊക്കെ അറിയാൻ പരസ്പരം പോക്കുവരവോ വിരുന്നോ വരുംവരായകളെപ്പറ്റിയുള്ള ആലോചനകളോ ഒന്നുമുണ്ടായില്ല. ആണും പെണ്ണും പരസ്പരം കണ്ട് എന്തെങ്കിലുമൊക്കെ ചോദിക്കലും പറയലുമില്ല. മോതിരം മാറിയില്ല. പ്രായഭേദങ്ങളെപ്പറ്റിയുള്ള ആകുലതകളുമില്ല.

നീതിപൂർവമായ പ്രവൃത്തിയേ അച്ഛൻ ചെയ്യൂ എന്നാണ് അഹല്യയുടെ വിശ്വാസം. മനസിൽ നന്മകളും സ്നേഹവുമുള്ള ഒരാളുടെ തുണ, ചേച്ചിയെപ്പോലെ തനിക്കും കിട്ടണേ എന്നാണവളുടെ പ്രാർഥന.

നെടുവീർപ്പുകൾ മാത്രം കൂട്ടിനുള്ള അനിയത്തിമാരെക്കുറിച്ച് അംബികയെപ്പോലെ അഹല്യയും ഓർത്തു. അവരുടെ മുന്നിലെ വഴികൾ അടയരുത്. വളർന്നു നിൽക്കുന്ന അവർക്ക് താനൊരു തടസവും ഭാരവുമാവരുത്!

വിവാഹത്തലേന്ന് കുപ്പനെത്തി. മാമനും പെരിയപ്പനും രണ്ട് നൻപന്മാരും അവരുടെ പെൺജാതികളോടുമൊപ്പം ഹോട്ടൽമുറികളിൽ രാപാർത്തു. പിറ്റേന്ന് കാവിലമ്മയുടെ തിരുനടയിലേക്ക് വരനേയും പരിവാരങ്ങളേയും കലാവതി ആനയിച്ചു കൊണ്ടു വന്നു. കുപ്പനും രാമനുമിടയിൽ അവൾ ദ്വിഭാഷിയായി.

വായ്ക്കുരവയും നാദസ്വരമേളവുമില്ലാതെ അനാർഭാടമായി നടന്ന വിവാഹം.

വെടിപറച്ചിലും പൊട്ടിച്ചിരികളുമായി നാട്ടുകാരൊത്തുകൂടിയില്ല. കല്യാണവേഷമിട്ട് വീട് ചമഞ്ഞില്ല. സദ്യയൊരുക്കത്തിന്റെ തിക്കും തിരക്കുമില്ല.

താലിചാർത്തും ഭക്ഷണവും കഴിഞ്ഞ് കുപ്പന്റെ കൂടെ വന്നവർ യാത്രയായി.

സന്ധ്യയായപ്പോൾ മേൽകഴുകാൻ കുപ്പൻ സിൽക്ക് ഷർട്ടൂരി. വീതിയുള്ള നീലക്കസവുകര മിന്നുന്ന വേഷ്ടിക്കുമേലെ വരിഞ്ഞുചുറ്റിയ അരബെൽറ്റ് അഴിച്ചു.

ചേച്ചിയുടെ ഭർത്താവിന്റെ ഭാരിച്ച ഉടലും കോളാമ്പിപ്പൂപോലെ വിടർന്ന ചെവികളും കുറ്റിമുടിയും തോൾപുറം മുതൽ മാറുവരെ നിറഞ്ഞുകിടക്കുന്ന രോമക്കാടും കണ്ട് പെൺകുട്ടികൾക്ക് ചിരിപൊട്ടി.

കുപ്പൻ മേല് കഴുകിവന്നു.

അത്താഴം.

വാഴത്തടപോലെ നീണ്ട് കനത്ത കാലുകൾ മടക്കി കുപ്പൻ പുല്ലുപായയിൽ ചരിഞ്ഞിരുന്നു. ഭക്ഷണക്കാര്യത്തിൽ കുപ്പൻ ഭിക്ഷുവല്ല. ഓരോ പദാർഥവും ക്ഷമയോടെ അയാൾ ആസ്വദിച്ച് രുചിച്ചുകൊണ്ടിരുന്നു.

എരുമ കരയുന്നതുപോലെ കുപ്പൻ ഏമ്പക്കമിട്ടപ്പോൾ അഹല്യയുടെ അനിയത്തിമാർ അടക്കിച്ചിരിച്ചു. പ്രയാസപ്പെട്ട് എണീറ്റുനിന്ന കുപ്പന്റെ ജാറവയർ പുറത്തേക്ക് തള്ളി നിന്നു.

ഊണിനുശേഷം കുപ്പൻ മുറ്റത്ത് നാലുചാൽ നടന്നു. നടക്കുമ്പോൾ ചോഴവന്താനിൽ തന്റെ വരവും കാത്തിരിക്കുന്ന കോഴിപ്പടയെക്കുറിച്ചോർത്തു. എണ്ണിയാലൊടുങ്ങാത്ത മുട്ടകൾ. മുട്ടകളും വഹിച്ച് ചുവന്ന പൊടി പാറിച്ചു പോകുന്ന ലോറികൾ.

ഒരുനാൾ പോലും തന്റെ അരുമസന്തതികളായ കോഴികളെ അയാൾ പിരിഞ്ഞിരുന്നിട്ടില്ല. കോഴികളുടെ ആയുസ്സിനു വേണ്ടി മുരുകനും സ്വാമി അയ്യപ്പനും പ്രത്യേകം വഴിപാടുനേരുന്ന ഭക്തൻ! ചോഴവന്താൻ രോഗമുക്തമായിരിക്കാനുള്ള പ്രാർഥന!

നാട്ടാചാരപ്രകാരം രണ്ടുതവണ തിരുമണം ചെയ്തവനാണ് കുപ്പൻ. ആദ്യത്തെ സംസാരം വടിവ്. അവൾ മുട്ടലോറിയുടെ ഡ്രൈവറുമായി പ്രണയത്തിലായി. പ്രണയം പലായനത്തിലവസാനിച്ചപ്പോൾ കുപ്പന് ഒരു ബാധയൊഴിഞ്ഞ ആശ്വാസം.

പിന്നത്തെ വേളി പൂങ്കോത. അവൾക്കും കുപ്പനെ സഹിക്കാൻ കഴിഞ്ഞില്ല. കുപ്പൻ കിടപ്പറയിലേക്ക് വരുമ്പോൾ പൂങ്കോത ഉറഞ്ഞുതുള്ളും. കനൽ മിഴികളോടെ മുടിയഴിച്ചാടും. കുപ്പന്റെ നെഞ്ച് മാന്തിപ്പൊളിക്കും.

പെരിയ കുപ്പന് ഗുപ്തമായ ഒരേനക്കേടുണ്ടായിരുന്നു. വരിവീക്കം! വൃഷണങ്ങളിൽ നീര് വന്ന് കല്ലിച്ച് കാച്ചിൽ പോലെ തൂങ്ങിനിന്ന് ലിംഗത്തെ ഉള്ളിലേക്ക് വലിക്കുന്ന രോഗം. വൃഷണമന്ത്!

വൈദ്യനെ കാണാനോ കത്തിപ്രയോഗത്തിനോ കുപ്പൻ ഇഷ്ടപ്പെട്ടില്ല.

കണവന്റെ രോഗത്തെ സഹിക്കാൻ കഴിയാഞ്ഞാണോ വടിവും പൂങ്കോതയും പടിയിറങ്ങിപ്പോയത്?

സംസാരങ്ങൾ പുറപ്പെട്ടുപോയപ്പോൾ വേലക്കാരി നാഗമ്മാളിലായി കുപ്പന്റെ തമാശ. കുപ്പൻ നാഗമ്മാളെ ഇക്കിളിയാക്കി രസിച്ചു. പെണ്ണ് ഉള്ളിൽ ചിരിച്ചു. മുതലാളിയുടെ അമറലും വെപ്രാളവും ക്ഷമയോടെ സ്വീകരിച്ചു.

അഹല്യക്ക് ഇക്കിളിയല്ല കയ്പും വിഷാദവുമാണ് സുരതം നൽകിയത്. വിധിയോടു വെറുപ്പു തോന്നിയ നിമിഷങ്ങളിലൂടെ കടന്നുപോയവൾ!

ചോഴവന്താനിൽ വന്യമായ ഏകാന്തതയായിരുന്നു അഹല്യയുടെ കൂട്ടുകാരി. കോഴിക്കാഷ്ഠത്തിന്റെ ദുർഗന്ധം, പെട്ടിപോലുള്ള വീട്, തിളയ്ക്കുന്ന വെയിൽ കുടിച്ചു വീർത്ത ഓടുകൾ തികട്ടുന്ന ആവി.

നേരം ഇരുട്ടിയാൽ ബ്രാണ്ടിയുടെ ലഹരിയും കോഴിച്ചൂരുമായി കുപ്പനെത്തും. പച്ചരിച്ചോറിന് കൂട്ടായി എന്നും കുപ്പന് മുട്ടപൊരിച്ചതും രസക്കൊഴമ്പും വേണം. എരിവുള്ള വടകറിയും.

ഇക്കിളിപ്പെടുത്തിയതിന്റെ സുഖത്തിൽ ഉറങ്ങാൻ തുടങ്ങുന്ന കുപ്പനോടൊരിക്കൽ വൃഷണത്തിലെ നീർക്കെട്ട് ഛേദിച്ചു കളയേണ്ടതാണെന്ന് പറയാൻ അഹല്യക്ക് തോന്നി:

"ആസ്പത്രിയിൽ പോയി ഡോക്ടറെയൊന്ന് കാണണം."

"സമയം കെടയ്ക്കട്ടും ഒര്നാൾ നമക്ക് പട്ടണത്തിക്ക് പോയിവരലാം." അഹല്യക്ക് സ്ത്രീസഹജമായ എന്തോ അസുഖമാണെന്ന് കരുതിയ കുപ്പൻ പറഞ്ഞു.

"ഓപ്പറേഷനാ ഏറ്റവും നല്ലത്.

"എത്ക്ക് ഓപ്പറേഷൻ? എതാവത് നോയി ഇര്ക്ക?" കുപ്പൻ ചോദിച്ചു.

അഹല്യ എന്തു മറുപടി പറയും?

പൊങ്കൽ സമ്മാനമായി രണ്ട് പൊൻകാപ്പുകളും മുക്കുത്തിയും പട്ടുചേലകളും കുപ്പൻ വാങ്ങി വന്നു. മഞ്ഞച്ചേല ചുറ്റി മുക്കുത്തിയും കാപ്പുകളും അണിഞ്ഞപ്പോൾ ഇളയവയസുക്കാരിയായ തന്റെ പെൺജാതി സിനിമാതാരം സാവിത്രിയെപ്പോലെ സുന്ദരിയാണെന്ന് കുപ്പന് തോന്നി.

മുട്ടതീറ്റിയും ബ്രാണ്ടിസേവയും കുറയ്ക്കണമെന്ന് പറഞ്ഞാൽ കുപ്പൻ കെറുവിച്ചാലോ? അഹല്യ ഓർത്തു.

ശബരിമല അയ്യപ്പന്റെ ഉപാസകനാണ് പെരിയകുപ്പൻ മുതലാളി. വ്രതമെടുത്ത് കെട്ടും ചുമന്ന് മല കയറി വന്നാൽ അഭീഷ്ടങ്ങൾ നിറവേറും എന്നാണ് വിശ്വാസം.

വ്രതനാളുകളിൽ കുപ്പൻ മുട്ട തിന്നില്ല. അഹല്യയുടെ അടുത്ത് കിടക്കില്ല. വേലക്കാരൻ വേലാണ്ടി വാങ്ങി വരുന്ന ബ്രാണ്ടി രണ്ട് തുടം നുണയും. അമൃതപാനം പാപമല്ല. സുര കടവുളും സേവിച്ചിട്ടുള്ളതാണ്.

അക്കൊല്ലം മലകയറ്റം കഠിനമായി കുപ്പന് തോന്നി. കിതപ്പും ക്ഷീണവും ഇടനെഞ്ച് പുകയുന്നു, വിയർപ്പ് പൊട്ടുന്നു.

സന്നിധാനത്തിലെ ഡോക്ടർ ഉപദേശിച്ചു:

"ആയാസം പാടില്ല. വിശ്രമം വേണം."

കടുത്ത മഞ്ഞ്. ക്ഷീണം മാറിയപ്പോൾ കുപ്പൻ ഡോക്ടറുടെ ഉപദേശം വകവെക്കാതെ നടന്നു. ദേഹം ഇളകി. നെഞ്ചിൽ വീണ്ടും പുകച്ചിൽ. വിയർപ്പ്.

ചോഴവന്താനിലെ എണ്ണമറ്റ കോഴികളെയും അഹല്യയേയും അനാഥരാക്കി പെരിയ കുപ്പൻ ലോകം വെടിഞ്ഞു. മൃത്യു തന്റെ കോട്ടയിലേക്ക് ഒരു ജീവനെക്കൂടി വിളിച്ചു.

അഹല്യ, ദുഃസ്വപ്നങ്ങളുടെയും ആകുലതകളുടെയും തടവുകാരി. നെടുവീർപ്പുകൾ ഓഹരിയായി കിട്ടിയവൾ.

നാണം രാമന്റെ മനം കുപ്പന്റെ മരണവാർത്തയിൽ നൊന്തു. അയാൾ ചോഴവന്താനിലേക്ക് വണ്ടി കയറി. കുപ്പന്റെ ഗ്രാമം തിരക്കി ഒരുപാടലഞ്ഞു.

രണ്ടനിയന്മാരുണ്ട് കുപ്പന്. കൊമ്പൻ മീശക്കാർ. അണ്ണാദുരൈയുടെ പാർട്ടിയിലെ ചെറുകിട ശിങ്കങ്ങൾ.

അതിലൊരുത്തന് സ്വന്തമായി നാടകട്രൂപ്പുണ്ട്. കട്ടബൊമ്മനായും *കപ്പലോട്ടിയ തമിഴനാ*യും കോവലനായും *സീതാപഹരണ*ത്തിൽ രാവണനായും വേഷമിടുന്നവൻ.

മുഖം മിനുക്കി കാതിൽ സ്വർണ കടുക്കനും മണികണ്ഠത്തിൽ തങ്കച്ചിറ്റുമണിഞ്ഞ നടന് അണ്ണന്റെ മലയാളി വിധവയിലായിരുന്നു കണ്ണ്.

ചിന്നവീട് കെട്ടി തോഴിയേയും കൂട്ടിനാക്കി പൊന്നും പട്ടും പാലും കൊടുത്ത് അണ്ണിയെ ചെല്ലക്കിളിയായി വളർത്താം സമ്മതമാണോ? നാടകമുതലാളി ദൂതൻ മുഖേന നാണം രാമനോട് ചോദിച്ചു.

നാടകട്രൂപ്പും ട്രൂപ്പിന് സഞ്ചരിക്കാൻ ബസും കരിമ്പും സൂര്യകാന്തിയും വിളയുന്ന പാടങ്ങളും സ്വന്തമായുള്ള ജമീന്ദാരാണയാൾ.

അണ്ണനെപ്പോലെ വലിയൊരു തുക അഹല്യയുടെ അപ്പന് കൈമടക്കായി തരാം. ചോഴവന്താനിലെ കരിമ്പിൻ തോട്ടം അഹല്യയുടെ പേരിലെഴുതിവയ്ക്കാം!

നാടകക്കാരന്റെ വാക്കുകളെ വിശ്വസിക്കാമോ? നാണം സംശയിച്ചു. "പെൺ മോഹിയുടെ മനസിൽ കതിരോ പതിരോ?"

പെരിയ കുപ്പന്റെ പണക്കാരൻ തമ്പിയുമായി ബന്ധമാവാമോ? മധുരിച്ചിട്ട് തുപ്പാനും കയ്ച്ചിട്ട് ഇറക്കാനും പറ്റാത്ത നിലയിലായി നാണം രാമൻ. ലാഭകരവും നന്മനിറഞ്ഞതുമാണെങ്കിൽ കൈകൊടുത്ത് സ്വീകരിക്കുന്നതിൽ തെറ്റില്ലെന്ന് മനസ്സ് പറഞ്ഞു. അഹല്യ വഴങ്ങുമോ എന്നാണ് സംശയം. അവളാണ് കൊള്ളേണ്ടതും തള്ളേണ്ടതും. അവളാണ് തമിഴ് ശീലങ്ങളിൽ കാലുറപ്പിച്ച് നിൽക്കേണ്ടത്!

പൗഡറിട്ട് മുഖം മിനുക്കിയ നാടകമുതലാളിയുടെ മനസിലിരുപ്പിനെപ്പറ്റി സൂചിപ്പിച്ച നാണത്തിന്റെ നേരെ അഹല്യ ഉളി ചാട്ടുന്നതുപോലെ ഒന്നു നോക്കി!

അയാൾ ചൂളിപ്പോയി!

അടുത്ത തീവണ്ടിക്ക് അച്ഛന്റെ കൂടെ നാട്ടിലേക്ക് യാത്രയായ അഹല്യക്ക് ഉടുവസ്ത്രങ്ങളല്ലാതെ കുപ്പന്റെ അനിയന്മാർ മറ്റൊന്നും നൽകിയില്ല.

നാട്ടുനടപ്പനുസരിച്ച് നാലാളെക്കൂട്ടി വിധവയായ മകളുടെ അവകാശങ്ങൾ ചോദിച്ചു വാങ്ങാനുള്ള ചൊടിയും ചുണയും നാണത്തിനില്ലായിരുന്നു.

മൂന്ന്

സൂര്യകാന്തിപ്പാടങ്ങളും തകർന്ന കരിങ്കൽ മേടുകളും വരണ്ട സമതലങ്ങളും താണ്ടി യാത്രാക്ഷീണത്തോടെ രാമനും മകളും വീട്ടിലെത്തി.

പെരിയകുപ്പന്റെ സ്വത്തിന് അവകാശിയാകാതെ തിരിച്ചുവന്ന ചേച്ചിയെ കെട്ടിപ്പിടിച്ച് അനിയത്തിമാർ വിതുമ്പി. അംബികചേച്ചിയെ കാണാറുണ്ടോ എന്നും തിരക്കി.

ചോഴവന്താനിലെ കുന്നുകളും പനന്തത്തകളുടെ കുരവയും പുളിമരങ്ങളെ തഴുകി വരുന്ന ഭ്രാന്തൻ കാറ്റും ഉഷ്ണരാവുകളും അഹല്യയിൽ ദു:ഖസ്മരണകളുണർത്തി.

വീണ്ടും അന്യവീടുകളിലെ അലക്കും മുറ്റമടിയും പാത്രം തേപ്പും. കൊച്ചമ്മമാർ സമ്മാനിച്ച പഴയ ചുരിദാറുകളിൽ മിനുങ്ങിയെത്തുന്ന അനിയത്തിമാരുടെ വിഷാദം പുരണ്ട ചിരികൾ. രാത്രിസഞ്ചാരത്തിനു പോയ നടൻ അച്ഛനു വേണ്ടിയുള്ള കാത്തിരിപ്പ്.

ചിലനേരങ്ങളിൽ അഹല്യ ഓർമകളിൽ നഷ്ടപ്പെട്ടു.

പണം സമ്പാദിക്കുന്നതിനോടൊപ്പം കുപ്പൻ മലയാളി സംസാരത്തെയും ഒരുപാട് സ്നേഹിച്ചു. ഉണ്ണാനും ഉടുക്കാനും പഞ്ഞമുണ്ടായില്ല. സന്തതി ഉരുവാകാതെ പോയതാണ് സങ്കടം. ഒരു കുഞ്ഞിന് ജന്മം നൽകിയിരുന്നെങ്കിൽ ചോഴവന്താനിൽ കാലുറപ്പിച്ച് നിൽക്കാമായിരുന്നു. സ്വത്തിൽ അവകാശം സ്ഥാപിക്കാമായിരുന്നു.

കുപ്പന്റെ കൂടെ കഴിഞ്ഞിരുന്നപ്പോൾ എന്നും വിരുന്നായിരുന്നു. പാലിൽ വെന്ത പൊങ്കൽ. തൈര് സാദം. കോഴിക്കറി. രസക്കൊഴമ്പ്. മധുര പലഹാരങ്ങൾ ഇഷ്ടംപോലെ. വിരസമായി തോന്നിയത് കിടപ്പറയിലെ കുപ്പന്റെ തമാശകൾ മാത്രമായിരുന്നു.

പൂർണതയനുഭവിക്കാതെ പാതിവെന്ത മനസോടെ, കുപ്പന്റെ കുടന്തവയറോടൊട്ടിക്കിടന്നിട്ടുള്ള രാത്രികൾ! പരുക്കൻ ആലിംഗനങ്ങളും വ്യർഥമായ തഴുകലും.

നാണം രാമൻ മകൾ അഹല്യക്ക് വേണ്ടി വീണ്ടും മറ്റൊരാളെ കണ്ടുപിടിച്ചു. കാതിൽ കടുക്കനും സ്വർണം പൊതിഞ്ഞ പല്ലുകളും മുഖത്ത് പ്രായത്തിന്റെ ചുളിവും ചതവും വീണ ധനികനായ ധർമ്മപാലനെ.

വ്യർഥരാവുകളിൽനിന്നും വിരസമായ പ്രഭാതങ്ങളിൽനിന്നും അഹല്യക്ക് മുക്തി നൽകാൻ ദൈവം കുറിയിട്ടപ്പോൾ ധർമ്മപാലന് നറുക്ക് വീണു!

അമ്മദേവിയുടെ കാവുനടയിൽ വെച്ച് താലിചാർത്ത്.

ചെറിയ നാക്കിലയിലെ ചെത്തിപ്പൂക്കളുടെയും ചന്ദനം പുരണ്ട താമരയിതളുകളുടെയും ഇടയിൽ നിന്ന് ഹൃദയാകൃതിയിലുള്ള താലി പിടിപ്പിച്ച ചെറിയൊരു സ്വർണഹാരം മെഴുക്കു മിന്നുന്ന മുഖമുള്ള പൂജാരി സാവധാനം പുറത്തെടുത്തു.

താലിച്ചെയിന്റെ മുഴുപ്പും ഭംഗിയും കാണാൻ തിരക്ക് കൂട്ടുന്ന സ്ത്രീകൾ ചുറ്റും നിന്ന് തിരക്ക് കൂട്ടി.

വിവാഹത്തിന് ധർമപാലൻ പണമധികം ചെലവാക്കിയില്ല. ചടങ്ങിനു വേണ്ടി ഒരു താലിച്ചാർത്ത്. രണ്ടാം വിവാഹമായതുകൊണ്ട് അത്രയും മതി.

പൂജാരിയുടെ നിർദേശപ്രകാരം അഹല്യയുടെ കഴുത്തിൽ താലിമാല ചേർത്തു വച്ച് അൽപ്പം കൂടി അടുത്തുനിന്ന് കൊളുത്ത് മുറുക്കുന്ന നേരത്ത് ധർമ്മപാലന്റെ വിരലുകൾ വിറച്ചു. കാവിലെ വാദ്യകലാകാ

രന്മാരപ്പോൾ നല്ല പ്രതിഫലം കിട്ടുമെന്നതിന്റെ വിചാരത്താലാവണം ഇടയ്ക്ക നന്നായി മൂളിച്ചു. മദ്ദളത്തിന്റെ തേഞ്ഞ കവിൾപ്പുറങ്ങളിൽ ഊക്കോടെ താളമിട്ടു. വലിയ പിച്ചളത്തുട്ടുകൾ ഉരസി ചിലമ്പിച്ച താള മുതിർത്തു. വെള്ളികെട്ടിയ ശംഖ് പരുക്കൻ ചുണ്ടിൽ ചേർത്തുവച്ച് തൃത്താവില ചെവിപ്പുറകിൽ തിരുകിയ ഒരുത്തൻ ശുഭമുഹൂർത്തം നാടി നേയും നാട്ടുകാരേയും അറിയിച്ചു.

ചുറ്റും കൂടിനിന്ന പെണ്ണുങ്ങൾ മുഖം കൂട്ടി നിന്ന് കുരവയിട്ടതോടെ വിവാഹച്ചടങ്ങ് അവസാനിച്ചു. മധുരമായ ആ കലമ്പൽ കേട്ടിട്ടാവണം, ആലിലകൾ നൃത്തമാടി. തിരിവിളക്കിന്റെ മണമുള്ള ഒരിളംകാറ്റ് വിവാ ഹസംഘത്തെ തഴുകിക്കടന്നുപോയി.

വധൂവരന്മാർ പരിവാരങ്ങളോടൊപ്പം മൂന്നുവട്ടം കാവിനെ വലം വെച്ചു.

വെയിലേറ്റ് കാഞ്ഞ കുഴമണ്ണിലൂടെ കുറെ നടന്നപ്പോൾ ധർമ്മപാ ലന്റെ മുഖം വാടി.

ഭർത്താവിന്റെ മുഖം വിയർപ്പിൽ നനയുന്നതുകണ്ട് അഹല്യയുടെ മനസിൽ കരുണ നിറഞ്ഞു. സ്ത്രീധനം ചോദിക്കാതെ കുലമഹിമകൾ ആരായാതെ തന്നെ വധുവായി സ്വീകരിച്ച പുരുഷന്റെ നടവഴികളിൽ നിന്ന് ഗ്രീഷ്മസൂര്യൻ വഴിമാറി സഞ്ചരിക്കണേ എന്നവൾ പ്രാർഥിച്ചു.

സ്ത്രീകൾ മണവാട്ടിയുമായി പരിചയപ്പെടാൻ അടുത്തുകൂടി. നിർദോഷങ്ങളായ കളിവചനങ്ങൾ. അടക്കിയ ചിരികൾ.

ചിരിവാക്കുകൾക്കിടയിലും മണവാട്ടിക്ക് മണവാളനേക്കാളും പ്രായം വളരെ കുറവാണെന്നോ മറ്റോ ഒരു പിറുപിറുപ്പ്.

സത്രത്തിൽ സദ്യ. ചന്ദനക്കുറിയുടെ നടുവിൽ കുങ്കുമപ്പൊട്ടു തൊട്ട ഒരിടവയസൻ പായസം വിളമ്പുന്നതു കണ്ടപ്പോൾ ഗർഭിണിയായ ഒരുത്തി കൂട്ടുകാരിയെ തോണ്ടിക്കൊണ്ട് പിറുപിറുത്തു: പായസം വെളമ്പ്ണ ആ മൂരിമോന്തക്കാരനില്ലേ അയാളായിരുന്നു എന്റെ കല്യാ ണബ്രോക്കറ്. പെരും നൊണയൻ!"

"ല്ലാത്തിനും വേണം ഒരു യോഗം. കുടിയനായാലും തല്ലുന്നോനാ യാലും താലികെട്ട്യാപ്പിന്നെ കൂടെപ്പൊറുക്കാണ്ട് പറ്റ്വോ നമക്കൊക്കെ?" ദാമ്പത്യബന്ധത്തിൽ അസംതൃപ്തയായ കൂട്ടുകാരിയെ ചങ്ങാതി സമാ ധാനിപ്പിച്ചു.

പെണ്ണുങ്ങളുടെ സംഘം നാണം രാമന്റെ പെൺമക്കളുടെ വിധി യെപ്പറ്റി പറഞ്ഞുകൊണ്ടിരുന്നു:

"ഇത്രേം പ്രായായ ഒരാക്ക് ഇപ്പെണ്ണ് തലകാട്ടിക്കൊടുത്തത് എന്തി നാന്നാ ഞാനോർക്കണ്."

"മൂന്നാമത്തെപ്പെണ്ണിനെ റോഡില് പാട്ടേം കുപ്പീം പെറുക്കി നട ക്കണ മറ്റൊരു തമിഴന് കൈപിടിച്ചു കൊടുക്കാൻ രാമച്ചേട്ടൻ തയാറാ ണെന്നാ കേട്ടത്."

"എങ്ങാണ്ടൊരിടത്തേക്ക് തമിഴനൊരുത്തൻ കെട്ടിക്കൊണ്ടോയ

ഇവൾടെ ചേച്ചി അംബിക അനിയ്ത്തീടെ കല്യാണത്തിന് വന്നോ ആവോ?"

"കുഷ്ഠരോഗിയായ കെട്ടിയോനെ വിട്ട് കൈക്കുഞ്ഞിനേംകൊണ്ട് വരാൻ അംബികയ്ക്ക് ഇഷ്ടമില്ലെന്നാ പറഞ്ഞുകേട്ടത്."

"ഈ ബന്ധത്തില് ഒരു കുഞ്ഞുണ്ടായാല് അഹല്യേടെ മൂടുറച്ചൂന്ന് പറയാം. അതിനാ ദൈവം ചേച്ചീയെപ്പോലെ അവളെ തൊണയ്ക്കേണ്ടത്."

"നരപടർന്ന ആമ്പെറന്നോന് കുട്ട്യേള്ണ്ടാവോന്ന് പറയാമ്പറ്റോ കൂട്ടരേ?"

"അതൊക്കെ ദൈവനിശ്ചയാ. ല്ല്യാണ്ട് നമ്മ പറഞ്ഞോണ്ടൊന്നും അദ്ണ്ടാവാനും ല്ലാണ്ടാവാനും പോണില്ല."

സദ്യ കഴിയാറായി.

ഇനി ബന്ധുജനങ്ങളുടെ അകമ്പടിയോടെ നവമിഥുനങ്ങൾ വരന്റെ ഗൃഹത്തിലേക്ക്.

നാട്ടിലെ പേരുകേട്ട തറവാടാണ് ധർമ്മപാലന്റേത്. പടിയും പടിപ്പുരയും. പത്തായവും ഉരലും ഉരൽപ്പുരയും. കുളവും കുളിപ്പുരയും. കരിഞ്ചാന്ത് മിന്നുന്ന തറ. ചുറ്റുവരാന്തയിൽ അഷ്ടകോണാകൃതിയിലുള്ള വലിയ തൂണുകൾ. കണികാണാൻ കതിർക്കുല. കൊത്തുപണികളുള്ള മച്ചകങ്ങൾ.

അരിയും പൂവും വീഴ്ത്തി നിലവിളക്കും നിറതാലവുമായി വധൂവരന്മാർക്ക് വരവേൽപ്പ്.

"വലുത്തു കാല് വച്ച് അകത്തേക്ക് കേറ് മോളെ" നിലവിളക്ക് അഹല്യയെ ഏൽപ്പിച്ച് ഒരു വൃദ്ധ പറഞ്ഞു.

ഏതൊരു മണവാട്ടിപ്പെണ്ണും ആദ്യം കേൾക്കുന്ന ഉപദേശം. വലതുകാൽ വച്ച് വിശുദ്ധ ഹൃദയത്തോടെ നിറദീപവുമായി അകത്തേക്ക്!

മനുഷ്യന് പ്രത്യാശകളുണ്ട്. ജീവന്റെ പ്രമാണമാണത്. എത്ര ദുഃഖം സഹിച്ചാലും ഇനിയും ജീവിക്കണമെന്ന മോഹം. മുറിപ്പെട്ട വൃക്ഷത്തിൽ കിളിർക്കുന്ന പുതിയ ശാഖ. ഈറൻ മണ്ണിലെ ഉണങ്ങിയ പുൽക്കൊടിയിൽ തലയെടുക്കുന്ന പുതിയ നാമ്പ്.

ധർമ്മപാലന്റെ വീട്ടിൽ അകത്തളത്തിലിട്ട മേശമേൽ പൂമാലയിട്ട് അലങ്കരിച്ച ആദ്യ ഭാര്യയുടെ വലിയ ചിത്രം കണ്ടു.

പരന്ന മൂക്കും തടിച്ച ചുണ്ടുകളും. നിറഞ്ഞ കാതുകൾ. കഴുത്തീപ്പറ്റിയും രണ്ടു ചിറ്റിന്റെ മണിമാലയും. ഞാനാണീ വീട്ടിലെ റാണിയെന്ന ഭാവം മുഴുത്ത കണ്ണുകളിൽ.

"ഈ വീട് അടക്കിഭരിച്ചിര്ന്ന വീട്ടമ്മയാ ഇത്. നെലവിളക്കും പിടിച്ച് തെല്ല് നേരം ആ പോട്ടത്തിനടുത്ത് നിന്ന് പ്രാർഥിച്ച് അനുഗ്രഹം വാങ്ങിച്ചോളൂ." വൃദ്ധയുടെ ഉപദേശം.

കാപ്പും കൈനിറയെ വളകളും തോടയുമണിഞ്ഞ് വേലക്കാരോട് കൽപ്പിച്ചും ഭർത്താവിനെ ഭരിച്ചും തറവാട്ടിൽ തിളങ്ങിനിന്നിരുന്ന പരേ

തയായൊരു പെമ്പിളയുടെ അദൃശ്യാനുഗ്രഹം വാങ്ങിയിട്ടു വേണോ മണവാട്ടിയായി കയറി വന്നിരിക്കുന്ന അഹല്യക്ക് ദാമ്പത്യജീവിതം തുടങ്ങാൻ?

വയസിയെ തൃപ്തിപ്പെടുത്താൻ പരന്ന കവിളുകളും കൂട്ടു പുരികങ്ങളുമുള്ള പഴയ വീട്ടമ്മയുടെ ചിത്രത്തിനു മുന്നിൽ അഹല്യ ഒരുനിമിഷം നിന്നു.

"അവര് പറയണതായിരുന്നു ഈ വീട്ടിലെ നെയമം. എന്ത്, ഏത് എന്ന വാക്കും നോക്കും. എല്ലാർക്കും അവരോട് വെല്യേ ഭയോം ബഹുമാനോം ആയിരുന്ന്" വൃദ്ധ ഓർമിപ്പിച്ചു.

അഹല്യ ഓർത്തു: ആശ്രിതരുടെ ശീലമാണത്. ഒരിടങ്ങഴി നെല്ലോ രണ്ട് നാളികേരമോ പഴയൊരു മുണ്ടോ അടുപ്പിൽ തീപ്പൂട്ടാൻ രണ്ടുമടലോ കിട്ടിയാൽ കൊയ്ത്തും മെതിയുമുള്ള തറവാട്ടുകാരെ പുകഴ്ത്തൽ.

ആഭരണങ്ങളിൽ കുളിച്ച് പെരുമ കാണിക്കാനില്ലാത്ത അഹല്യയോട് മിണ്ടാനും പറയാനും ഏതാനും സാധാരണക്കാരായ സ്ത്രീകളേ അടുത്തു വന്നുള്ളൂ. ചുറ്റും നിൽക്കുന്ന അവരുടെ മനസിൽ ഉടഞ്ഞ കവിളുകളുള്ള വയസന്റെ ഭാര്യയായി ദൈവം കൂട്ടിച്ചേർത്ത ചെറുപ്പക്കാരിയോടൽപ്പം സഹതാപമുണ്ടായിരുന്നു. മരണഗൃഹം തേടിപ്പോയ വീട്ടമ്മയ്ക്കു പകരം അതേ വീറോടെ തറവാട് ഭരിക്കാൻ ഇവൾക്കാവുമോ എന്ന സംശയവും.

കൈയിലും കഴുത്തിലും പൊന്നിന്റെ തിളക്കമില്ലാത്ത തന്നിൽനിന്നും അകന്നു നിൽക്കുന്നവരുടെ കൂട്ടത്തിൽ ഭർത്താവിന്റെ പെൺമക്കളും മരുമക്കളും കാണുമോ? അഹല്യ ഓർത്തു.

രണ്ടാനമ്മയെപ്പറ്റി കയ്പ്പുള്ളതോ പുളിക്കുന്നതോ ആയ ചില ചൊല്ലുകളാണല്ലോ തലമുറകളായി നാട്ടിൽ വേരുപിടിച്ചിട്ടുള്ളത്. പത്തമ്മ ചമഞ്ഞാലും പെറ്റമ്മയോളം വരില്ല എന്നൊക്കെ.

വെയിൽ ചാഞ്ഞു.

വധൂവരന്മാരെ വിരുന്നിന് കൊണ്ടുപോകാൻ പെൺവീട്ടുകാരെത്തി. ചായസൽക്കാരം.

"സാരി മാറിക്കേ മോളെ. പുതുപ്പെണ്ണ് പന്തലില് ചെല്ലുമ്പൊ ഒന്നാം സാരി മാറ്റി രണ്ടാം സാരിയുടുക്കണതാ ഭംഗി" വൃദ്ധയുടെ വാക്കുകൾ.

വിളറിയ കസവുപൂക്കളുള്ള സാരിയഴിച്ച് അഹല്യ മടക്കിവച്ചു. വിയർപ്പുഗന്ധമുള്ള ബ്ലൗസ് അന്യരുടെ മുന്നിൽ വച്ച് ഊരാൻ മടിച്ചു.

"കല്യാണ്യമ്മ പെറ്റ് കെടക്കാറൊള്ള മുറ്യാദ്" വൃദ്ധ പുരാണം പറഞ്ഞു.

"ഏത് കല്യാണിമ്മ?"

"ആ പോട്ടോ കണ്ടില്ലേ അവര്ന്നെ. പത്ത് പെറ്റ വയറാ. നാലെണ്ണത്തിനെ ദൈവം കൊണ്ടോയി. പേറ് നോക്ക്യെ നിക്ക് തിന്നാനും ഉടുക്കാനും മാത്രോല്ല, സ്വർണമോതിരാ അവര് തന്നത്."

ബീജാണുക്കളുടെ കളിത്തൊട്ടിലാണ് ഗർഭപാത്രം. ചതിയും നോവും കണ്ണീരും നിറഞ്ഞ ഈ ഭൂമിയിലേക്ക് മനുഷ്യൻ പ്രവേശിക്കുന്നതിന്

മുൻപുള്ള വാസസ്ഥലം. അവിടെ ദല്ലാളമാരുടെ ദുർവചനങ്ങളില്ല. പാപവും പുണ്യവും സ്വർഗവും നരകവുമില്ല. കപടസ്നേഹമില്ല.

അഹല്യക്ക് തള്ളയോട് ആദ്യം തോന്നിയ വെറുപ്പ് ഒന്നയഞ്ഞു. അവരുടെ വാക്കുകൾ അശ്രദ്ധമായ ശ്രദ്ധയോടെ കേട്ടുനിന്നു.

തള്ളയുടെ മുഖം ശ്രദ്ധിച്ച അഹല്യ ഒരിക്കലവർ ലേശം സുന്ദരിയായിരുന്നു എന്നോർത്തു.

നല്ല മുഴുപ്പോടെ ഇനിയും മുഖമധികം ചാഞ്ഞിട്ടില്ലാത്ത മാറാണവരുടേത്. അൽപ്പം കരുവാളിച്ചതാണെങ്കിലും വട്ടമൊത്ത മുഖം. വടിവ് വിടാത്ത മെലിഞ്ഞ ഉടൽ. മുറുക്കിത്തറ്റുടുത്ത് ചീർപ്പിച്ചതും കാമോദ്ദീപകവുമായ അരക്കെട്ട്.

"മക്കളെപ്പെറ്റ് വളർത്താനും വേണം ഒരു യോഗം. അതിന് നമ്മോട് ദൈവത്തിന് സ്നേഹം തോന്നണം. സ്നേഹോള്ളോർക്കാ ദൈവം മക്കളെ കോരിക്കൊടുക്കാ" നോവുപുരണ്ട സ്വരത്തിൽ തള്ള പറഞ്ഞു.

"നിങ്ങക്ക് കെട്ട്യോനും മക്കളുംല്ലേ?" അഹല്യ ചോദിച്ചു.

"ഞാമ്പറിഞ്ഞില്ലേ, ല്ലാത്തിനും ദൈവകൃപ വേണോന്ന്. ഇല്ലെങ്കി എന്നെപ്പോലെ മാറ്റാന്റെ പേറെടുത്തും കുട്ട്യേളെ നോക്കീം കഴ്യേണ്ടി വരും."

ആരുടെ ജീവിതത്തിലും കാണും മൗനദു:ഖങ്ങളും ഭഗ്നസ്വപ്നങ്ങളും. എത്ര വലിയ അതിർത്തിക്കല്ലിട്ടാലും കാറ്റും വെള്ളവും അതൊക്കെ മുറിച്ചു കടക്കും. അതുപോലെയാണ് ദു:ഖങ്ങളും സങ്കടങ്ങളും. അവയുടെ വഴികൾ ആർക്കും പ്രവചിക്കാനൊക്കില്ല.

"മണവാട്ടിക്കിനീം ഒരുങ്ങി പുറത്തിക്ക് വരാറായില്ലേ?" ആരോ ഒരാൾ വിളിച്ചു ചോദിക്കുന്നത് കേട്ടു. ചുറുചുറുക്കിന്റെ നാളുകൾ താണ്ടിയ വരനരികെ മുപ്പതു തികഞ്ഞ വധു ലജ്ജയഭിനയിച്ച് പന്തലിൽ തൊട്ടുതൊട്ടിരിക്കുന്നതാണ് നാട്ടുനടപ്പ്."

ദൈവം അനുഗ്രഹിച്ചവരാണ് വിവാഹത്തിലൂടെ കൂടിച്ചേരുന്നതെന്നാണ് തള്ള പറഞ്ഞു കേട്ടത്.

ദൈവത്തിന്റെ പേരിൽ വൃദ്ധ ധനികരിൽ നിന്നും രഹസ്യമായി പണം വാങ്ങി പെൺമക്കളെ ഇണചേരാൻ വിൽക്കുന്നതാണോ വിശുദ്ധമായ വിവാഹകർമം?

ഭർത്താവിന്റെ ആദ്യഭാര്യ പ്രസവിച്ചു കിടക്കാറുള്ള മുറിയാണത്രേ ഇത്! അഹല്യ ഓർത്തു.

ഗർഭജലത്തിന്റെ മണമുള്ള തടവറ!

തണുപ്പാർന്ന ഈ മുറിയിലെ മിനുത്ത തറയിൽ വിരിച്ച തഴപ്പായയിൽ ജീവഞരമ്പുകളാകെ വലിയുന്ന പേറ്റുനോവറിഞ്ഞു കിടക്കാനുള്ള ഭാഗ്യം തനിക്കുണ്ടാവുമോ?

വിളറി മെലിഞ്ഞതാണെങ്കിലും ദൃഢമാണ് തന്റെ ശരീരം. പതിനാലാം വയസിൽ ആരംഭിച്ച മാസമുറ. ചോഴവന്താനിലെ തമിഴൻ കുപ്പന് താളം തെറ്റിക്കാൻ കഴിയാത്ത തീർഥപ്രവാഹം!

വിരുന്ന വന്ന ചെറുപ്പക്കാരുടെ നോട്ടം വെള്ളിവരകൾ മിന്നുന്ന നീല സാരി ചുറ്റിയ മണവാട്ടിയിലായിരുന്നു. കിഴവന് ഇളവയസുകാരിയുടെ ഊറ്റത്തെ തളയ്ക്കാനാവുമോ എന്ന പതിഞ്ഞ ചോദ്യങ്ങൾ. ധനവാന്മാരായ കിഴവന്മാർക്ക് ദരിദ്രരായ ചെറുപ്പക്കാരികളെ വിലയ്ക്ക് വാങ്ങാം എന്ന അസൂയ കലർന്ന പിറുപിറുപ്പുകൾ.

മകളുടെ പ്രായമുള്ള പുത്തൻ ഭാര്യയോടൊപ്പം ആൾക്കൂട്ടത്തിൽ ചമഞ്ഞിരിക്കാൻ ധർമ്മപാലൻ സങ്കോചപ്പെട്ടു.

മൂത്തമകളുടെ ഭർത്താവായ ദേവനാണ് ഫോട്ടോഗ്രാഫർ.

"രണ്ടുപേരും ഒന്ന് ചേർന്നിര്ന്നേ. ന്നാലെ ഫോട്ടോ കാണാനൊരു ഭംഗീണ്ടാവൂ." അമ്മായിയച്ഛനും ഇളയമ്മയ്ക്കും ദേവന്റെ നിർദേശം.

"എന്തിനാടാ ദേവാ ഇതൊക്കെ. ഫോട്ടോയെടുക്കലും മറ്റും നിക്ക് തീരെ പിടിക്കാത്ത കാര്യങ്ങളാ." ധർമ്മപാലൻ മരുമകനെ നിരുത്സാഹപ്പെടുത്തി.

"ഇന്നത്തെ ചടങ്ങ് ഫിലിമിലേക്ക് പകർത്ത്ണേന് നഷ്ടോം ലാഭോന്നൊക്കെപ്പറഞ്ഞാപ്പിന്നെ കണക്കായി." അഹല്യയുടെ നേരെ ക്യാമറ തിരിച്ചുകൊണ്ട് ദേവൻ പറഞ്ഞു.

ചടുലനും സന്തോഷവാനുമാണ് ദേവൻ. വെളുത്ത ചിരി. കസവുമുണ്ടും പട്ടുജുബ്ബയും വേഷം. കൈത്തണ്ടയിൽ തങ്കച്ചങ്ങലയും വാച്ചും. സിനിമാനായകനെപ്പോലെ ആകർഷകമായ നടത്തം.

അഹല്യയുടെ അടുത്തുനിന്നു മാറാതെ പലപല കോണുകളിൽ നിന്ന് ദേവൻ ഒരുപാടു ഫോട്ടോകളെടുത്തു. ഇളയമ്മയുടെ മിനുത്ത മുഖം ക്യാമറയുടെ മിഴികൾക്ക് ഇണങ്ങുന്നതാണെന്ന് അയാൾ കരുതുന്നുണ്ടാവണം. അക്കാര്യമാണ് സ്വരം താഴ്ത്തി അഹല്യയോടയാൾ പറഞ്ഞത്.

രസികനും സുന്ദരനുമായ ക്യാമറക്കാരൻ തന്റെ നേരെ കാണിക്കുന്ന അമിതപ്രതിപത്തിയും അസുലഭവും സുന്ദരവും എന്നൊക്കെ സ്വരം താഴ്ത്തിയുള്ള പുകഴ്ത്തലും അഹല്യക്കിഷ്ടപ്പെട്ടില്ല.

മുപ്പതാം വയസിൽ അഹല്യക്ക് രണ്ടാമതൊരു വേളിക്ക് യോഗമുണ്ടെന്നാണ് ചതുരനായ കണിയാൻ നാണം രാമനോട് ഗണിച്ചു പറഞ്ഞത്. വരൻ വൃദ്ധനും ധനികനുമായിരിക്കുമത്രെ.

രാമന്റെ മുഖത്ത് വീണ്ടുമൊരു ലാഭക്കച്ചവടത്തിന്റെ തെളിച്ചം!

അനിയത്തിമാരുടെ വഴി തെളിയാൻ അഹല്യക്ക് ഒരു വിവാഹം കൂടി എന്നാണ് രാമന്റെ ഭാഷ്യം. ക്ലീൻ ഷേവ് ചെയ്ത് പൗഡർ പൂശി മിനുങ്ങുന്ന പഴയ നാടകക്കാരന്റെ അഭിനയം.

"ഒന്നെഴുന്നേറ്റ് നിന്നേ" ദേവൻ അഹല്യയുടെ തോളിൽ പിടിച്ച് ഭർത്താവിനോട് ചേർത്തു നിർത്തി.

പട്ടുജൂബ്ബക്കാരൻ തന്റെ തോളിൽ തൊടുകയായിരുന്നില്ല, മൃദുലമായി തഴുകുകയായിരുന്നു എന്ന് അഹല്യക്ക് തോന്നി. ത്വക്കിന്റെ അടരുകളിൽ ചെറിയൊരു ഉഷ്ണജ്വാല മിന്നിമറഞ്ഞ അനുഭവം!

“ഇനി വൈകിക്കണ്ട. കൃത്യം നാലിന് തന്നെ നമക്കെറങ്ങണം” വിരുന്നു വന്നവരിൽ കാരണവസ്ഥാനമുള്ള ഒരാൾ പറഞ്ഞു.

അഹല്യയുടെ വീട് കമ്പോളത്തിന്റെ തിരക്കിൽ നിന്നകന്ന്, കായലിന്റെ ഹരിതതീരത്ത്, ചൂളക്കാരും വള്ളപ്പണിക്കാരും കള്ളവാറ്റുകാരും തിങ്ങിപ്പാർക്കുന്നതിന്റെ ഇടയിലായിരുന്നു.

ടൗണിലെ കടകളിലേക്ക് സെയിൽസ്ഗേളായി അണിഞ്ഞൊരുങ്ങിപ്പോവുന്ന നാടൻസുന്ദരികൾ ഒരുപാടുണ്ടവിടെ. പിന്നെ, ഡോക്ടർമാരുടെ കാറുകൾ കഴുകുന്നവർ. വസ്ത്രം ഇസ്തിരിയിടുന്നവർ. വിവാഹ ബ്രോക്കർമാർ. വിവിധ രാഷ്ട്രീയ പാർട്ടികളുടെ ബ്രാഞ്ച് സെക്രട്ടറിമാർ. അട്ടിമറി തൊഴിലാളികൾ.

ആദരവോടെയുള്ള സ്വീകരണമാണ് നാണം രാമൻ നൽകിയതെങ്കിലും പുതിയ ചുറ്റുപാടോടിണങ്ങാൻ മണവാളൻ ധർമ്മപാലന് കഴിഞ്ഞില്ല.

തന്നെക്കാളും താഴ്ന്നവരുമായി അയാളിതുവരെ സഹവസിച്ചിട്ടില്ല. കാലം തന്റെ ചൊൽപ്പടിയിലാണെന്നാണ് വയസായിട്ടും ഉള്ളിലിരുപ്പ്.

നിത്യവും കാലത്ത് ദേഹമാസകലം കുഴമ്പുപുരട്ടി ധർമ്മപാലൻ പറമ്പിലാകെ ചുറ്റിനടക്കും. തെങ്ങോലകൾ തന്നെ കണ്ടാൽ ആദരവോടെ തലയാട്ടണമെന്നാണയാൾക്ക്. പണത്തിന്റെ മേലെ പരുന്തും പറക്കില്ലെന്ന ഗർവ്.

സ്വന്തം മക്കളുടെ വിവാഹം സ്വത്തും കുലമഹിമകളും അനുസരിച്ചു നടത്തി. വംശശുദ്ധിയിലും അതിന്റെ പെരുമകളിലും അഭിമാനം. നവവധുവിനുണ്ടാവേണ്ട ശുഭലക്ഷണങ്ങൾ നന്നായറിയുന്ന തറവാടി.

കാക്കകളും അരയന്നങ്ങളും പോലെയാണയാൾക്ക് ദരിദ്രരും ധനികരും. ഇണക്കാനും കലർത്താനും ദൈവം അനുവദിച്ചിട്ടില്ലാത്തവർ.

ചുളിവും നരയും വീണ ഗൃഹസ്ഥൻ വനവാസത്തിന് പോകണമെന്ന പുരാണമൊഴികളോട് ധർമ്മപാലൻ യോജിച്ചില്ല. ഗൃഹസ്ഥാശ്രമിയുടെ സുഖദു:ഖങ്ങൾക്ക് കാരണം ഭാര്യയാണ്. ഭാര്യ നഷ്ടപ്പെട്ടവൻ പ്രാർഥിച്ചിരിക്കാതെ മറ്റൊരു സഖിയെ സ്വീകരിക്കുന്നതിൽ എവിടെയാണ് തെറ്റ്? ആരോഗ്യമുള്ളപ്പോൾ അവശനെപ്പോലെയല്ലല്ലോ ജീവിക്കേണ്ടത്!

രണ്ടാമതൊരു വിവാഹം എന്ന ആലോചനയ്ക്കിടയിൽ ധർമ്മപാലനോട് ഒരു ചങ്ങാതി ചോദിച്ചു:

“തൊലിചുളിഞ്ഞ് നരച്ച നമ്മളെയൊക്കെ ഇനിയേതു പെണ്ണ് ഇഷ്ടപ്പെടാനാ ധർമ്മാ?”

“തൊലിപ്പുറത്താണോ ആണിന്റെ കരുത്തിരിക്കുന്നത്? മനസാ നീം ചുരികവീശാൻ കഴിയോന്ന് നിശ്ചയിക്കണത്. പ്രായായീന്ന് വച്ച് ആൺമക്കൾടെ ചവുട്ടടീകിടന്നെന്തിനാ നമ്മൾ ഞെരിയാമ്പോണത്?”

“പേരക്കിടാങ്ങളായി മുടീം നരച്ചാപ്പിന്നെ വാനപ്രസ്ഥം എന്നാ പുരാണത്തിലെ ചൊല്ല്.”

“അത് പണ്ടത്തെക്കാലം. ഇന്ന് അങ്ങനെ കാടുകയറാൻ ആരേം കിട്ടില്ല.”

ആരെയും കൂട്ടാക്കാത്തവനാണ് ധർമ്മപാലൻ. പാപവും പുണ്യവു മല്ല ധനമാണ് അയാൾക്ക് മുഖ്യം.

പണമുള്ളവന്റെ വാക്കുകൾ പന്തം പോലെ ജ്വലിച്ചു നിൽക്കും. പണം സമാധാനവും സംതൃപ്തിയും നൽകും.

ധനികനാണ് ഭൂമിയിലെ സ്വർണം.

ദരിദ്രൻ കരിക്കട്ടയും!

നാല്

അഹല്യയുടെ വീട്ടിലെ കിടപ്പുമുറി ആവി നിറഞ്ഞു പുഴുകുന്നൊരു പെട്ടിയാണെന്ന് ധർമ്മപാലന് തോന്നി. പോരാത്തതിന് കൊതുകുകളുടെ സൂചിക്കുത്തും ആട്ടിൻമൂത്രത്തിന്റെ വാടയും.

മധുവിധുരാത്രി കാളരാത്രിയായല്ലോയെന്നോർത്ത് മണവാളന്റെ മനം കയ്ച്ചു. ധനം കൊണ്ടും തറവാടിത്തം കൊണ്ടും കൊമ്പനായ തന്റെ അഭിമാനത്തിന് ക്ഷതമേറ്റതുപോലെ! ഉയരങ്ങളിൽ മാത്രം പറന്നു ശീലിച്ച താൻ പാതാളത്തിലേക്ക് പതിച്ചതുപോലെ!

നവവധൂവരന്മാർ ത്വക്കിന്റെ അടരുകളിലൂറുന്ന വിയർപ്പിന്റെ സുഗന്ധം പരസ്പരം നുണയേണ്ട ആദ്യരാത്രിയെ ഉഷ്ണത്തിന്റെയും കൊതുകിന്റെയും പേരിൽ നിഷേധിക്കുന്ന ഭർത്താവിനെ സമാധാനിപ്പി ക്കേണ്ടതെങ്ങനെയെന്നോർത്ത് അഹല്യ വിഷാദമഗ്നയായി.

“ചൊമരിനപ്പറത്ത്ന്ന് ആട്കൾടെ കരച്ചില് കേട്ട് കെടന്നിട്ടെനിക്ക് ഓക്കാനിക്കാനാ തോന്നണത്, ദുർഗന്ധം വമിക്ക്ണ നരകത്തില് വന്നു പെട്ടതുപോലെ. ഒരുപോള കണ്ണടയ്ക്കാൻ പറ്റ്ണില്ല. ഒര് കാറ് വിളിച്ചു കൊണ്ടന്നീര്ന്നെങ്കിപ്പൊത്തന്നെ വീട്ടീപ്പുവ്വായിര്ന്ന്.” ധനപാലൻ വിമ്മി ഷ്ടത്തോടെ പറഞ്ഞു.

“കുട്ട്യേളെപ്പോലിങ്ങനെ ഓരോന്ന് പറഞ്ഞ് ശാഠ്യം പിടിച്ചാലോ? നാളെ നാട്ടുകാരറിഞ്ഞാ പരിഹസിച്ച് അദൂതും പറയാൻ മതി. ആയിരം കൊടത്തിന്റെ വായകെട്ടാം, ഒര് ചെറ്യമ്മനഷ്യന്റെ നാവടക്കാൻ കഴീല്ലാ ന്നല്ലെ പറയാറ്?” അഹല്യ ശബ്ദമടക്കി മണവാളനോട് ചോദിച്ചു.

രതികേളികളിൽ താൽപ്പര്യമില്ലാതെ ഒളിച്ചോടാൻ കുതിച്ചുനിൽ ക്കുന്ന ഭർത്താവിനെക്കുറിച്ചോർത്ത് അഹല്യ കഠിനമായി വ്യസനിച്ചു.

“ചെവിക്കു ചുറ്റും മൂളിപ്പറക്കുന്ന കൊതുകാണ്, ആടിന്റെ കര ച്ചിലാണ്, ആട്ടിൻ മൂത്രത്തിന്റെ മണാണ്ന്നൊക്കെ കുറ്റപ്പെടുത്തി മണി യറയിൽ നിന്ന് മണവാളൻ പലായനം ചെയ്തൂന്ന് നാളെ ജനമറിയും, പിന്നെ നാട്ടിലത് പാട്ടാവും.!” അഹല്യ ധർമ്മപാലന്റെ ചെവിയിൽ വീണ്ടും മന്ത്രിച്ചു.

പെട്ടെന്നെന്തോ ഓർത്ത് ധർമ്മപാലൻ എണീറ്റു. ഷർട്ടിന്റെ പോക്ക റ്റിൽ തപ്പി. പ്രമേഹത്തെ നിലയ്ക്കു നിർത്തുന്ന ഗുളികയൊരെണ്ണം എടുത്ത് വായിലിട്ട് വെള്ളം കൊണ്ടു.

ലോട്ടയിലെ പാൽ കുടിക്കാതെ നനഞ്ഞ വിറകുകൊള്ളിപോലെ പൊട്ടിച്ചീറ്റിക്കിടക്കുന്ന ഭർത്താവിനെ അഹല്യ ഓർമിപ്പിച്ചു:

"പാല് ചൂടാറീന്നാ തോന്നണ്."

"പാല് വയറിന് പിടിക്കാത്ത സാധനാ. നിക്കത് തീരെ ഇഷ്ടോല്ല." ധർമ്മപാലൻ പറഞ്ഞു.

പാലും മുട്ടയപ്പവും കഴിച്ച് ശക്തി പെരുത്ത പെരിയ കുപ്പനായിരുന്നു അപ്പോഴവളുടെ മനസിൽ. കിടപ്പറയിൽ പന്നിയെപ്പോലെ അമറി, മൂക്കുകൊണ്ട് ഇണയെ കിളച്ചു മറിക്കുന്നവൻ.

"വീശറീട്ത്ത് ഞാൻ വീശിത്തരാം. തണുത്ത കാറ്റ് കിട്ട്യാ ഒറങ്ങാൻ സുഖായിരിക്കും" അഹല്യ ഭർത്താവിനെ ആശ്വസിപ്പിച്ചു.

പ്രണയമധുരം നിറഞ്ഞ അഹല്യയുടെ വാക്കുകളിൽ ധർമ്മപാലന്റെ മനസയഞ്ഞു. അഹല്യയിലേക്ക് ചാഞ്ഞ ധർമ്മപാലൻ ഓലപ്പടക്കം പോലെ വേഗത്തിൽ പൊട്ടിയമർന്നു. മുറിക്കുള്ളിൽ ഒരു പുതുസുഗന്ധം നിറഞ്ഞു.

ഉടുവസ്ത്രം മലിനമാക്കി യാത്രപോലും പറയാതെ പിൻവാങ്ങുന്ന ലജ്ജാലുവാണ് തന്റെ കൂട്ടുകാരനെന്ന് അഹല്യയറിഞ്ഞു! കൈയിൽ കിട്ടിയ കളിപ്പാട്ടം എത്ര പെട്ടെന്നാണാ കുട്ടി നിലത്തിട്ട് പൊട്ടിച്ചത്!

കാമസുഗന്ധിയായ അംഗവടിവുകളിൽ ഒച്ചിനെപോലെ ഇഴഞ്ഞും ഇക്കിളിപ്പെടുത്തിയും അതിരക്തവർണനായ ലഗ്നാധിപൻ തന്നെ പരീക്ഷിക്കുകയാണോ?

മുലക്കണ്ണിൽ കടിച്ച് രക്തം പൊടിപ്പിച്ചിട്ടുള്ള കുപ്പനെ അഹല്യക്ക് ഓർമവന്നു. വേഷാലങ്കാരങ്ങളിൽ കുപ്പൻമുതലാളിക്ക് അമിതശ്രദ്ധയായിരുന്നു. കുടന്ത ചുറ്റി വരിയാൻ വീതിയുള്ള കസവ് മിന്നുന്ന തഞ്ചാവൂർ വേഷ്ടി. സിൽക്ക് ജുബ്ബ. നാഗപട്ടണത്തിലെ പേരുകേട്ട തങ്ങൾമാർ മന്ത്രിച്ചു നൽകിയ ഏലസുകൾ അരയിലും കഴുത്തിലും. മീനാക്ഷി കോവിലിലെ ചന്ദനം മെഴുകിയ നെറ്റി!

കുടുംബസ്വത്ത് ഭാഗം വെക്കാത്തതിൽ അമർഷംപൂണ്ട മക്കളെ ചോദ്യം ചെയ്ത് അടക്കി നിർത്താനുള്ള ഒരു ഒട്ടുവിദ്യയായിരുന്നു ധർമ്മപാലന് രണ്ടാം വേളി.

"സ്വത്ത് മക്കൾക്ക് ഭാഗം വച്ച് കൊടുത്താ അച്ഛന്റെ ഭാരം കൊറയും. അപ്പോപ്പിന്നെ ഗുരുവായൂരും പഴനീലും രാമേശ്വരത്തും പോയി തൊഴുതും, *ഗീതേം നാരായണീയോം* വായിച്ചും പുണ്യം നേടാം. അതല്ലാതെ ഇപ്രായത്തില് അച്ഛൻ നിധികാക്കുന്ന ഭൂതം ആകണതെന്തിനാ?" ബോംബെയിൽ നിന്ന് ഇളയമകൻ ചോദിച്ചു.

ഗൾഫിലും ദില്ലിയിലും താമസിക്കുന്ന മക്കളും നാട്ടിൽ താമസിക്കുന്ന മൂത്തമകളും ഇളയവന്റെ വാക്കുകൾക്ക് ഇന്ധനം നൽകി.

ആൺമക്കൾ വീണ്ടും വീണ്ടും ഫോണിലൂടെ ശല്യം ചെയ്തപ്പോൾ ഭാഗാധാരം തീർപ്പിക്കാൻ തന്നെ ധർമ്മപാലൻ തീരുമാനിച്ചു. ഇളയമകന് കൊട്ടാരം പോലുള്ള വീടും വിശാലമായുള്ള പറമ്പും, ബാക്കിയുള്ളവർക്കു നീതിപൂർവം പറമ്പും കണ്ടങ്ങളും കെട്ടിടങ്ങളും വീതിച്ചു.

ആധാരം രജിസ്റ്റർ ചെയ്യുന്നതിനു മുമ്പ് രണ്ട് നിബന്ധനകൾ വച്ചു.

ആൺമക്കൾ മൂന്നുപേരും അച്ഛന്റെ പേരിൽ മൂന്നുലക്ഷം രൂപ വീതം ബാങ്കിൽ നിക്ഷേപിക്കണം. അച്ഛന്റെ കാലശേഷം അതവർക്കു തന്നെ തിരിച്ചെടുക്കാം.

മറ്റൊന്ന്–

വേണ്ടി വന്നാൽ ആധാരം തിരുത്താനും ദുർബ്ബലപ്പെടുത്താനും അച്ഛന് അധികാരം ഉണ്ടായിരിക്കും.

മക്കൾ എതിർത്തു.

രാമനാമം ജപിച്ച് കിടപ്പുമുറിയിൽ ഒതുങ്ങിക്കഴിയേണ്ട അച്ഛനെന്തിനാണ് ബാങ്ക് ഡിപ്പോസിറ്റ്? പുനർവിവാഹം ചെയ്ത് സുഖിക്കാമെന്നാണോ മനസിലിരിപ്പ്? ആധാരം തിരുത്തിയെഴുതാൻ അവകാശമുണ്ട് എന്നതിനർഥം രണ്ടാം വിവാഹത്തിന് കോപ്പുകൂട്ടുന്നു എന്നല്ലേ?

ബോംബെക്കാരന് ഭാഗസ്വത്ത് വിറ്റ് കാശാക്കണം. മഹാനഗരത്തിലെ ഫ്ളാറ്റ് ബിസിനസിലിറക്കാൻ മില്യണുകൾ തേടുന്ന പ്രവാസി.

സ്വത്തിനു വേണ്ടി തന്തയുടെ മനസിനെ മുറിവേൽപ്പിക്കാൻ മടിക്കാത്ത മക്കൾ. തീർഥാടനത്തിന് പോകേണ്ട പ്രായമായില്ലേ എന്നാണ് ചോദ്യം. അച്ഛൻ ജീവിച്ചിരിക്കുമ്പോൾത്തനെ ഭാഗസ്വത്ത് സ്വതന്ത്രമായി വിനിമയം ചെയ്യാനുള്ള മോഹം കൊണ്ട് അന്ധരായിത്തീർന്നവർ.

ധർമ്മപാലന് വാശിയായി. തനിക്ക് അറുപത്തഞ്ചായപ്പഴാ വീട് ഭരിച്ചിരുന്ന കല്യാണിയെ തെക്കോട്ടെടുത്തത്. ഇപ്പോ എഴുപത് തുടങ്ങുന്നു. മനസിലിപ്പോഴും ഇത്തിരി മോഹമുണ്ട്. സിരകൾക്ക് ചെറുചൂടുണ്ട്. ആരുമതറിയുന്നില്ലാ എന്നുമാത്രം.

മടിയിലെ പണത്തിന്റെ കരുത്തും നെഞ്ചിലെ ഊക്കും ഇടഞ്ഞു നിൽക്കുന്ന മക്കളെ കാണിച്ചു കൊടുക്കണം. അച്ഛനെ തോൽപ്പിക്കാൻ കഴിയില്ല എന്നവരറിയണം.

താലിയും പൂമാലയും ചൂടിച്ച് ഒരു ചെറുപ്പക്കാരിയെ വീട്ടിൽ കൊണ്ടുവന്നാൽ മക്കൾ വിലക്കുമോ? ആരെങ്കിലും എതിർത്തു പറയുമോ?

ഇനിയും ഈ വലിയ മാളികപ്പുരയുടെ അകത്തളങ്ങളിൽ പെണ്ണൊരുത്തിയുടെ ചൂടും ചൂരും നിറയണം. അവളുടെ ഉടുപുടവകളുലയുന്ന ശബ്ദം കേൾക്കണം. കല്യാണിയേക്കാളും സുന്ദരിയായ ഒരുത്തിയെയാണ് പഴയ അബ്കാരി ധർമ്മപാലൻ തണ്ടിലേറ്റി കൊണ്ടുവരാൻ പോകുന്നത്! വച്ചു വാഴിക്കാൻ. ധർമ്മപാലന്റെ ആയുസ്സ് ദൈവം ബലപ്പെടുത്തി നീട്ടിത്തന്നിരിക്കുന്നു എന്നു ലോകരറിയട്ടെ!

മിണ്ടിയപ്പോഴേക്കും കല്യാണ ബ്രോക്കർമാർ ഓടിവന്നു. ഒരുപാട് സുന്ദരിമാരുടെ ചിത്രങ്ങൾ. സിനിമാനടിയെപ്പോലുള്ളവരൊന്നും വേണ്ട! പിന്നെയത് പാടാ. അവള്മാർക്ക് കാവലിരിക്കേണ്ടി വരും. വയസ്സുകാലത്ത് അത്രയ്ക്കൊന്നും പോവേണ്ട!

പ്രായമിത്തിരി കുറഞ്ഞവളായിരുന്നാൽ നന്ന്!

അൻപതും അറുപതും കഴിഞ്ഞവളെ കൊണ്ടുവന്നിട്ടെന്തു കാര്യം? മുഖശ്രീ ഉള്ളവളായിരിക്കണം, വെളുത്ത നിറം. അതാ ഐശ്വര്യം. തറ

വാട്ടു മഹിമ മൊഖോം നെറോം കണ്ടാലറിയാം. അസുരന്മാരെയും ദേവന്മാരെയും നോക്ക്, ചേലും ചെത്തവും ആർക്കാ അധികം?

ദല്ലാളിനോടൊപ്പമായിരുന്നു ധർമ്മപാലൻ പെണ്ണുകാണാനിറങ്ങിയത്. ആദ്യത്തെ യാത്ര. മഞ്ഞവെയിലേറ്റ് തിളങ്ങുന്ന കോളാമ്പിപ്പൂക്കൾ വിരിഞ്ഞു കിടക്കുന്ന വേലികൾ കടന്ന് നാണം രാമന്റെ വീട്ടിലേക്ക്.

ബ്രോക്കറും നാണവും കൂടി ആദ്യമേ തന്നെ എന്തൊക്കെയോ രഹസ്യധാരണയുണ്ടായിരുന്നു. അതാവാം ഇരുവരുടെയും മുഖത്ത് നല്ല കോള് വരുന്നുണ്ടേയെന്ന സന്തോഷം.

"ആദ്യൊക്കെ ഈ ഭാഗത്ത് ഞാനെപ്പോഴും വര്യായിര്ന്ന്. മുണ്ടകപ്പാടത്ത് പണീടിപ്പിക്കാനും കൊയ്യിക്കാനും. പണിക്കാര് കൂലി കൂടുതലിന് വേണ്ടി സമരം ചെയ്തപ്പോ കൊറെയേക്കറ് കണ്ടങ്ങള് ഞാൻ കിട്ട്യേ വെലയ്ക്ക് വിറ്റ് കൈയൊഴിച്ചു." നാണത്തിന്റെ വീട്ടുമ്മറത്തിരുന്ന് ധർമ്മപാലൻ പ്രഭുത്വത്തിന്റെ പൊടിപിടിച്ച മാറാപ്പഴിച്ചു.

"നിക്കറ്യാം അന്നൊക്കെ കൊയ്ത്തു കാലായാ എങ്ങും ഒച്ചേം ബഹളോം തന്നേര്ന്ന്. ഇന്നിപ്പൊ പാടങ്ങളൊക്കെ നെകന്ന് പറമ്പുകളായി." മകളെ കാണാൻ വന്ന മാന്യന്റെ ആഢ്യത്തം അംഗീകരിച്ചുകൊണ്ട് നാണം പറഞ്ഞു.

"ഈ ഭാഗത്ത്ന്നാണെന്ന് തോന്നുന്നു രണ്ട് പെണ്ണ്ങ്ങള് എന്റെ വീട്ടില് നെല്ല് കുത്താൻ വന്നീരുന്നത്."

"ഉവ്വ്വ് നിക്കറ്യാം. കമലൂനേം കനകനേം. അവര് രണ്ട് പേരേം ഒര്ത്തനാ കെട്ടീത്. ചെത്തുകാരൻ ചാത്തക്കുട്ടി. അവരിപ്പോ കാര കടപ്പൊറത്താ പാർക്ക്ണത്."

"ഇവിടട്ത്തല്ലേ വഞ്ചിപ്പണിക്കാരൻ വള്ളോന്റെ വീട്?"

"അട്ത്തന്ന്യാ. അയാള്പ്പോ പണിക്കൊന്നും പോണില്ല, വാതക്കോള്."

"വള്ളോനാ എന്റെ പറമ്പിൽക്ക് സ്ഥിരായി മണ്ണെറക്കിത്തരാറ്. ഒറച്ച തടിയായിര്ന്ന്."

"നല്ലകാലത്ത് ഉപ്പ് വെള്ളത്തീന്ന് കേറീര്ന്നില്ല പഹേൻ! എപ്പനോക്ക്യാലും മണ്ണും ചളീം വാരല് തന്നെ. അമ്പതാവണേന് മുൻപ് ആള് വീണു. ഞരമ്പിൽക്ക് വാതം പെടഞ്ഞ് കേറി." നാണം പറഞ്ഞു.

അഹല്യയെ ധർമ്മപാലനിഷ്ടപ്പെട്ടു എന്നറിഞ്ഞ ദിവസം ബാറിലെ അരണ്ട വെട്ടത്തിലിരുന്ന് ദല്ലാളുമായി റം നുണയുമ്പോൾ നാണം ഒരൊടക്ക് വർത്താനം പറഞ്ഞു:

"കാര്യം ശരിയാ, പച്ചനോട്ടിന്റെ പൊറത്ത് കെടന്നൊറങ്ങ്ന്നോൻ തന്നെയാ ധർമ്മപാലൻ! എന്നാലും അയാൾടെ പ്രായത്തെപ്പറ്റി ഓർക്കുമ്പോ മനസില് തോന്നണത് ഇക്കാര്യം വേണ്ടാന്നാ."

"ഒന്ന് പുളുവടിക്കാതിരിക്ക് രാമചേട്ടാ. പുള്ളിക്കാരൻ രഹസ്യായി വലിയൊരു തൊകയാ തരാമ്പോണത്. അത് മതില്ലോ മറ്റൊര് മോളെ കെട്ടിച്ചയക്കാൻ!" ദല്ലാൾ പറഞ്ഞു.

വിൽസിന്റെ പുകയിലും ഒ പി ആറിന്റെ ലഹരിയിലും മുങ്ങിയ നാണം ആലോചനയിലാണ്ടു.

ചോഴവന്താനിൽ നിന്നും അഹല്യ പോന്നതിനു ശേഷം ലാഭക്കച്ച വടത്തിന്റെ മറ്റൊരു വാതിലാണ് തുറന്നു കിട്ടിയിരിക്കുന്നത്. മുറുക്കിപ്പിടി ക്കണം. അതാ ബുദ്ധി!

“അങ്ങേർടെ കാലം കഴിഞ്ഞാ അഹല്യ ആ വീട്ടീന്ന് മൂടുംതട്ടി എറ ങ്ങിപ്പോരേണ്ടി വരുല്ലേന്നാ ഞാനോർക്ക്ണ്.” മനസിലെ ആഹ്ലാദം മറച്ചുവച്ച് നാണം രാമൻ മറ്റൊരസ്ത്രം ദല്ലാളിന്റെ നേരെ തൊടുത്തു.

“അതിന്റേടേല് അഹല്യക്ക് മക്കളിണ്ടാവാണ്ടിരിക്ക്യോ രാമച്ചേട്ടാ? മക്കളിണ്ടായാപ്പിന്നെ സ്വത്തിനും മൊതലിനും അവകാശിയായില്ലേ?”

അത് ശരിയാണ്.

ആലോചനയില്ലാതെ ഓരോന്ന് പറയരുത്.

നാണം ഒരു പെഗ്ഗ് കൂടി നുണഞ്ഞ് മൂളിപ്പാട്ടും പാടി വീട്ടിലേക്ക് നടന്നു.

അഞ്ച്

മരണത്തിന് കീഴ്പ്പെടുന്നതിനുമുമ്പ് സിലോണിൽ അരിക്കച്ചവടം ചെയ്തും, നാട്ടിൽ വൻകിട അബ്കാരി ലേലത്തിലും സമ്പാദിച്ചതൊക്കെ അനുസരണയില്ലാത്ത സന്തതികൾക്ക് വീതിച്ചുകൊടുത്ത് ശിഷ്ടകാലം ഒരടിമയെപ്പോലെ ഒതുങ്ങിക്കൂടണമെന്നാണോ?

പിതൃസ്വത്ത് സമമായി കിട്ടണമെന്ന് ഒരേ തൂവൽപ്പക്ഷികളെപ്പോലെ നേരിലും ഫോണിലൂടെയും കലപില കൂട്ടുന്ന മക്കളെ വരുതിയിൽ നിർത്തിക്കൊണ്ടുവേണം ആയുസ്സിന്റെ പടികളിറങ്ങാൻ!

കുവൈറ്റിൽ നല്ല നിലയിൽ കഴിയുന്ന മൂത്ത ആൺമക്കളുടെ നില പാടുകളാണ് ധർമ്മപാലനെ ഈറ പിടിപ്പിച്ചത്. രണ്ടാംകെട്ടുംകെട്ടി സമ്പാദ്യം പെട്ടിയിലൊതുക്കിവച്ച് സുഖിച്ചു വാഴാന്നാണോ മീശനരച്ച അച്ഛന്റെ മനസിലിരിപ്പ്?

അവിവേകികളായ പിള്ളേര്! പിതാവിന്റെ ഏകാന്തവ്യഥകളറി യാതെ, നിധികാക്കുന്ന ഭൂതമാകരുത്, സമ്പാദ്യം കെട്ടിപ്പിടിച്ചിരിക്കരുത് എന്നൊക്കെ വിളിച്ചു കൂവുന്നവർ!

ധർമ്മപാലന് വാശിമൂത്തു.

മക്കൾ സംശയിക്കുന്നത് നടപ്പാക്കിയാലെന്താ കുഴപ്പം?

വളർന്ന് കൊമ്പന്മാരായ മക്കളുടെ മുന്നിൽ എന്തിനു തോൽക്കണം? എന്തിന് മുട്ട് മടക്കണം? പണമുള്ളപ്പോൾ പണക്കാരനെപ്പോലെ ജീവി ക്കണം. പല്ലുള്ളപ്പോൾ തിന്നും കണ്ണുള്ളപ്പോൾ കണ്ടും ജീവിതം ആസ്വ ദിക്കണം!

അഹല്യയുടെ സാന്നിധ്യം ധർമ്മപാലന് പുതിയൊരു കരുത്തും ഉന്മേഷവും നൽകി. സ്വർഗസ്ഥയായ കല്യാണിയെ അയാൾ മറന്നു.

ചാമുണ്ടിയാണ് തറവാട്ടിലെ പരദേവത. ധർമ്മപാലനെ കാക്കുന്ന ഉപാസനാമൂർത്തി. ദുരിതനിവാരിണി.

പുഴക്കരയിലാണ് കാവുപുര. തൊട്ടടുത്ത് മാർക്കറ്റും മാടക്കടകളും. കന്യാമറിയത്തിന്റെ പള്ളി. സെമിത്തേരി.

നടക്കാനിറങ്ങുമ്പോൾ ആത്മാവുകളെ കുടിവെച്ച സെമിത്തേരിയിലേക്ക് ധർമ്മപാലൻ പാളിനോക്കും. വെണ്ണക്കല്ലിലും വെട്ടുകല്ലിലും പണിത ശവക്കല്ലറകൾ കാണുമ്പോൾ അയാളോർക്കും; അതുപോലൊന്ന് അച്ഛനു വേണ്ടി പണിയിപ്പിക്കാൻ തന്റെ മക്കൾക്ക് തോന്നുമോ?

വിശാലമായ പറമ്പിലാണ് ഇരുട്ടും പഴമയും മണക്കുന്ന ധർമ്മപാലന്റെ മാളികവീട്. അതിൽ തനിച്ചാവുമ്പോൾ അഹല്യ ഗതകാലസ്മരണകളിൽ മുഴുകും. അജ്ഞാതരായ ഏതെല്ലാം കൈവഴികളിലൂടെയാണ് തന്റെ ജീവിതം ഒഴുകുന്നതെന്നോർക്കും.

ഇഷ്ടഭോജ്യങ്ങൾ മതിവരുവോളം തന്നാണ് ധർമ്മപാലൻ തന്നെ വളർത്തുന്നത്! ഉടുത്തൊരുങ്ങാൻ വിലകൂടിയ സാരിത്തരങ്ങൾ. മെത്ത വിരിച്ച കട്ടിൽ. കൊതുകുവല. കൂർക്കം വലിക്കുന്ന ഭർത്താവിന്റെ ഉടഞ്ഞു തുടങ്ങിയ നെഞ്ചോടൊട്ടിയുള്ള കിടപ്പ്.

പയ്യാരം പറയാൻ ഇടയ്ക്ക് വള്ളിയമ്മ വരും. പ്രസവത്തിന് പെണ്ണുങ്ങൾ ആസ്പത്രിയെ ശരണം തേടി പോകാൻ തുടങ്ങിയപ്പോൾ പണിമുട്ടിപ്പോയ വയറ്റാട്ടി.

പേറ്റു മുറികളിലെ അവരുടെ അനുഭവങ്ങൾ കേട്ടാൽ ചിരിവരും.

നോവ് സഹിക്കാതെ വലിയ വായാലെ കരഞ്ഞ കടിഞ്ഞൂൽക്കാരികളുടെ വായ പൊത്തിപ്പിടിച്ചത്, നോവ് തുടങ്ങി യാമങ്ങൾ കടന്നുപോയിട്ടും പ്രസവിക്കാത്തവരിൽ ചെയ്ത കൈക്രിയകൾ........

"അഹല്യക്ക് കൂട്ടിനാരും വരാറായില്ലേ? അതോ വയറും മാറും ശുദ്ധാക്കി വച്ച് കഴ്യാന്നാണോ വിചാരം?" അർഥം വെച്ച് ഒരിക്കൽ വള്ളിയമ്മ ചോദിച്ചു.

"എന്തിനും ദൈവം കനിയണ്ടേ വള്ളിയമ്മേ? ദൈവത്തിന് നമ്മളേക്കാളും സ്നേഹോള്ളോര് ചെലപ്പോ വേറെണ്ടായിരിക്കും" അഹല്യ പറഞ്ഞു.

"ഓരോന്നും അതാതിന്റെ കാലത്ത് നടക്വോന്നല്ലേ പറയാറ്. കാലം ഇനീംണ്ട്. വെതച്ചാ ഒടനെ കൊയ്യാനൊക്ക്വോ?" ജീവിതം ഒരുപാട് കണ്ട വള്ളിയമ്മ അഹല്യയെ സമാധാനിപ്പിച്ചു.

മധുവിധു നാളുകളിൽ ധർമ്മപാലൻ അഹല്യയുടെ ചെവിയിൽ പറഞ്ഞുറപ്പിച്ച ഒരു കാര്യമുണ്ട്. ഗർഭം ധരിക്കാതിരിക്കാൻ ശ്രദ്ധിക്കണം. ഒന്നിച്ചു കഴിയുവോളം അക്കാര്യത്തിൽ കരുതലോടെ വേണം പെരുമാറാൻ!

ഏഴെട്ടു പേരക്കുട്ടികളുള്ള അപ്പൂപ്പന്റെ ചെറുപ്പക്കാരിയായ രണ്ടാം ഭാര്യ ഗർഭിണിയാവുന്നത് നാണക്കേടാണെന്നു തോന്നുന്നുണ്ടാവും! ഇളയ മകനേക്കാളും പ്രായക്കുറവുള്ള രണ്ടാം ഭാര്യയിലൊരു കുഞ്ഞുണ്ടായാൽ ജനം കുസൃതിത്തരം പറഞ്ഞു ചിരിച്ചാലോ?

ചോഴവന്താനിലെ പെരിയകുപ്പനിൽ തനിക്കൊരു കുഞ്ഞ് പിറന്നിരുന്നെങ്കിൽ! അഹല്യ ഓർത്തു: എങ്കിൽ ചേച്ചിയെപ്പോലെ തനിക്കും

തമിഴ്മണ്ണിൽ വേരുറപ്പിച്ച് നിൽക്കാമായിരുന്നു. ഭർത്താവിന്റെ തുരുമ്പു പടർന്ന ലോറികൾക്കും മുട്ടക്കോഴികൾക്കും വെള്ളവലിക്കാത്ത കൂറ്റൻ പെട്ടിപോലുള്ള ഇഷ്ടികവീടിനും അവകാശം സ്ഥാപിക്കാമായിരുന്നു.

നാട്ടുകഥകളും വീട്ടുകഥകളും പറഞ്ഞ് തളർന്ന വള്ളിയമ്മയ്ക്ക് അഹല്യ ചായയും അരിമുറുക്കും കൊടുത്തു.

നാഴിയരിക്കും തീ കത്തിക്കാനിത്തിരി ചൂട്ടിനും വെറ്റില വാങ്ങാൻ ചില്ലറയ്ക്കുമാണ് തള്ളയുടെ വരവെന്ന് അഹല്യക്കറിയാം.

“പൊടമുറി കഴിഞ്ഞു നാലാം കൊല്ലത്തിലാ കല്യാണിയമ്മ പെറ്റത്. മരുമോള് പെറാത്തേന് ഇവിടത്തെ അമ്മക്കാർന്നോത്തിക്കിത്തിരി കെറുവും ചൊറിച്ചിലും ഒക്കെയായിര്ന്ന്. ഒക്കേത്തിനും ഒര് കാലോണ്ടെന്ന് സമാധാനിക്ക്യല്ലേ നമ്മ വേണ്ടത്?” അരിമുറുക്കു കടിച്ചു പൊട്ടിച്ചുകൊണ്ട് വള്ളിയമ്മ പറഞ്ഞു.

“ദൈവല്ലേ വള്ള്യമ്മേ ഓരോന്ന് നടത്ത്ണത്. നമക്ക് മനസില് ആശിക്കാനല്ലേ കഴ്യൂ?” അഹല്യ നെടുവീർപ്പിട്ടു.

ചൂട്ടിന്റെ ചെറിയൊരു കെട്ടും അരിക്കിഴിയുമായി വള്ളിയമ്മ പോയി. അൽപ്പം കഴിഞ്ഞപ്പോൾ വിചാരിക്കാതെ മറ്റൊരാൾ പ്രത്യക്ഷപ്പെട്ടു.

ദേവൻ!

ഭർത്താവില്ലാത്ത നേരങ്ങളിലാണ് ദേവന്റെ വരവ്. ചുണ്ടിൽ ചിരി, കണ്ണുകളിൽ ദാഹം.

ദേവന്റെ നിഴൽ കാണുമ്പോഴേ മനസ്സ് പിടയ്ക്കാൻ തുടങ്ങും, തൊണ്ട വരളും. ശാന്തമൂകമായ അകമുറിയിലേക്ക് തന്നെയയാൾ കോരിയെടുത്തു കൊണ്ടുപോകുമോ എന്ന ഭയം!

ദേവന്റെ ഭാര്യക്കും അച്ഛന്റെ രോഗം തന്നെയായിരുന്നു. പ്രമേഹം.

പഥ്യങ്ങൾ. വെളുപ്പിന് നടത്തം. തഴുതാമ. വാഴപ്പിണ്ടി. കൈപ്പയ്ക്ക വാട്ടിയത്. തിളപ്പിച്ചൂറ്റിയ ചോറ് ഒരു കപ്പ്, രണ്ടു ചപ്പാത്തി, സലാഡ്.

കിടപ്പറയിൽ തന്നെപ്പോലെത്തന്നെ ചെറുപ്പക്കാരിയായ ഇളയമ്മയ്ക്കും നെടുവീർപ്പുകളും വിഷാദമൗനങ്ങളും മാത്രമാണ് ബാക്കി എന്നാവുമോ ദേവന്റെ മനസിൽ!

മുൻപൊരാൾ അഹല്യയുടെ വീട്ടിൽ കള്ളു ചെത്താൻ വന്നിരുന്നു. ചെറുപ്പക്കാരൻ. നേതാവ്, ചെത്തുതൊഴിലാളി സംഘടനയുടെ മണ്ഡലം സെക്രട്ടറി.

അധരങ്ങളിൽ ഇൻക്വിലാബിന്റെ ഗീതം. ആദർശത്തിന്റെ അഗ്നി.

മനസിൽ ഇത്തിരി പ്രണയം മുളപ്പിച്ച ചെത്തുകാരൻ പാലക്കാട്ടേക്ക് കത്തിയും കൂടുമായി തൊഴിൽതേടി യാത്രയായി. പിന്നെ അയാളെ കണ്ടിട്ടില്ല. കാതിലൊരു കമ്മലുപോലുമില്ലാത്ത പ്രാരാബ്ധക്കാരിയെ പ്രേമിച്ചതുകൊണ്ടെന്തു കാര്യം എന്ന് കഴുത്തിൽ മണിമാലയിട്ട് വിലസിനടന്നിരുന്ന അയാൾക്ക് തോന്നിയിട്ടുണ്ടാവും!

വിലപിടിച്ച ക്യാമറയുമായി വന്നുകയറിയ ദേവൻ ആർഭാടമായ പുഞ്ചിരിയോടെ പറഞ്ഞു.

"മൊഖത്തൽപ്പം പൗഡറിട്ട് ഒരുങ്ങി വാ ഏളേമ്മേ! രണ്ടുമൂന്ന് രസികൻ ഫോട്ടോകളെടുക്കാം. ക്യാമറയ്ക്ക് നന്നായെണങ്ങണ മൊഖാ എളേമ്മടേത്."

ക്യാമറയുമായി പിന്നാലെ നടക്കുന്ന ദേവനെ ഒഴിവാക്കാനായി ലേശം പരുക്കൻ സ്വരത്തിൽ അഹല്യ പറഞ്ഞു:

"ക്യാമറേം പിടിച്ചിങ്ങനെ കണ്ടോർടെ പിന്നാലെ നടന്നാ ബോറടിക്കൂലേ ദേവന്? ആഴ്ച്ചേലാഴ്ച്ചേല് വന്ന് ഫോട്ടോയെടുക്കാൻ ന്തൂട്ടാപ്പൊ വിടെ വിശേഷണ്ടായത്?"

"വിശേഷം എളേമ്മേടെ ഈ കാണാൻ ഭംഗീള്ള മൊഖം തന്നെയാ! കല്യാണത്തിന്റന്ന് ഞാനെടുത്ത ഫോട്ടോകള് എളേമ്മ കണ്ടതല്ലേ? സ്റ്റൈലൻ! ഇപ്പൊട്ക്കണത് അതിലും സ്റ്റൈലായിരിക്കും! പുഞ്ചിരി നിറഞ്ഞ മൊഖത്തോടെ എളേമ്മ നിന്ന് തന്നാ മതി!"

"പെണ്ണ്ങ്ങൾടെ ഫോട്ടോയെട്ക്കാനാ കമ്പാന്ന്ണ്ടെങ്കി സ്വന്തം പെണ്ണുംപിള്ളേടെ ഫോട്ടോടുത്തൂടെ ദേവന്?"

"ആ മോന്ത ആർക്ക് കാണണം എളേമ്മേ? ക്യാമറേല് പിടിക്ക്ണ ഫോട്ടോ നന്നാവണോങ്കി നമ്മടെ കണ്ണും കവിളും എന്തിന് മൊഖമാകെ ചന്തൊള്ളതായിരിക്കണം." താലികെട്ടിയ പെണ്ണിനെ വെടക്കാക്കി മോഹിക്കുന്നവളുടെ മനസിൽ കുടിയേറാനുള്ള ചെകുത്താന്റെ അടവ് ദേവൻ പുറത്തെടുത്തു.

അഹല്യ ഓർത്തു:

മുട്ടക്കോഴികളുടെ അരശനായിരുന്ന പെരിയകുപ്പന്റെ അനിയൻ കുളന്തവേലു. അയാളും ദേവനെപ്പോലെ ഒരു കാമഭിക്ഷുവായിരുന്നില്ലേ?

അണ്ണന്റെ കണ്ണിൽപ്പെടാതെ പാത്തും പതുങ്ങിയുമായിരുന്നു കുളന്തവേലുവിന്റെ വരവ്. അണ്ണിയെ ആകർഷിക്കാനായി ആനച്ചങ്ങലയുടെ മുഴുപ്പുള്ള സ്വർണഹാരം മിന്നുന്ന നെഞ്ച് വിരിച്ചുള്ള നിൽപ്പ്. മൈസൂർ പാക്കിന്റെയും തിരുപ്പതി ലഡുവിന്റെയും പൊതിയഴിച്ചു സമർപ്പിക്കൽ.

ശൃംഗാരലഹരിയിൽ അയാളൊരിക്കൽ ചുവന്നകല്ലു വച്ചു പണിത പാളമോതിരമൂരി വിരലിലണിയിക്കാൻ ശ്രമിച്ചു.

അഴകിയായ മലയാളി അണ്ണിക്ക് തമ്പിയുടെ ഒരു രഹസ്യ സമ്മാനം!

പട്ടുചേല വേണോ വൈരക്കമ്മൽ വേണോ?

ചോദ്യങ്ങൾ,

നാടകത്തിലഭിനയിക്കാൻ മോഹമുണ്ടെങ്കിൽ *കോവിലൻ ചരിത*ത്തിലെ കണ്ണകിയാക്കാം. *രാമകഥ*യിലെ സീതയാക്കാം. ദേവദാസിന്റെ ചന്ദ്രമുഖിയാക്കാം. മുഗൾ കഥയിലെ അനാർക്കലിയും ഭക്തമീരയും ഇന്ദ്രസദസിലെ നർത്തകി മേനകയുമാക്കാം.

രഹസ്യത്തിനു വന്ന നാടകമുതലാളിയെ അഹല്യ ആട്ടി! മോതിരവും പലഹാരങ്ങളുമായി ഇനിയും വന്നാൽ അരിവാളെടുത്ത് കൊത്തിയരിയുമെന്ന് ശുദ്ധ നാടൻ മലയാളത്തിൽ താക്കീത് ചെയ്തു!

ആ വങ്കൻ തമിഴനെപ്പോലെയാണ് ദേവനും.

കള്ളച്ചിരിയും കവിതയും ചുണ്ടിൽ പുരട്ടി നടക്കുന്ന സുന്ദരൻ.

"നേരം കറുത്തു തൊടങ്ങുമ്പോ കാവില് തൊഴാൻ പോയ നിങ്ങടെ അമ്മായിയച്ഛൻ വരും. അങ്ങേര്ടെ മുന്നില് വച്ച് മതി ഫോട്ടോയെട്പ്പും പെണ്ണങ്ങള്ടെ കണ്ണും കവിളും വർണിക്കലും" അഹല്യ ദേവനോട് അറുത്തു മുറിച്ചു പറഞ്ഞു.

സാധുവെന്നു കരുതിയ അഹല്യയുടെ മുഖം ഇത്ര പെട്ടെന്ന് കറുക്കുമെന്ന് ഗോപ്യമായൊരു കാമോത്സവത്തിന് കോപ്പ് കൂട്ടി നടക്കുന്ന ദേവൻ കരുതിയില്ല. അതുകൊണ്ടാവണം, വളിച്ച ചിരിയും ക്യാമറയുമായി അയാൾ വേഗം പടിയിറങ്ങിപ്പോയത്!

ആറ്

ധർമ്മപാലന്റെ ഇളയമകൻ മുരളിയുടെ എഞ്ചിനീയറിങ് പഠനം പൂനയിലായിരുന്നു. അച്ഛന്റെ ചെല്ലക്കുട്ടിയുടെ ധൂർത്തനാളുകൾ.

ബിരുദമെടുത്ത് എം ബി എ യും കഴിഞ്ഞ് ബോംബെ മഹാനഗരത്തിലേക്ക്. അവിടെ "ശിൽപ്പ" എന്നൊരു കൺസ്ട്രക്ഷൻ കമ്പനിയിൽ ലാവണം.

ശിൽപ്പ വിട്ട് മുരളി സുഹൃത്തുക്കളോടൊപ്പം മറ്റൊരു കമ്പനി തുടങ്ങി. ഷെയ്പ് എന്ന പേരിൽ. മിടുക്കന്മാരുടെ സംരംഭം.

ഇടയ്ക്കുവെച്ച് എഞ്ചിനീയറുടെ ഹൃദയമൊരു പ്രണയത്തിൽ കുരുങ്ങി.

ഹോട്ടൽ വിക്രമിന്റെ റിസപ്ഷനിസ്റ്റ്. ഗോവൻ സാഗരതീരങ്ങളിലെ പഞ്ചാരമണലിൽ കളിച്ചുനടന്ന പെൺകുട്ടി. നാഗരികതയിൽ വാർത്തെടുത്ത സുന്ദരി.

ലളിതമായി നടന്ന വിവാഹം.

അഞ്ചും ഏഴും വയസായ രണ്ട് കുട്ടികളുണ്ട് മുരളിക്ക്. ഊട്ടിയിലെ കോൺവെന്റ് ഹോസ്റ്റലിൽ താമസിച്ച് പഠിക്കുന്നവർ.

ഹോട്ടൽ വിക്രമിൽ വെറും പത്തായിരുന്നു മിസിസ്സ് മുരളിയുടെ ശമ്പളം. ദുബായിലും ബഹ്റിനിലും ഹോട്ടൽ ശൃംഖലയുള്ള ലാൽവാനി ഗ്രൂപ്പുകാർ ഗോവൻ സുന്ദരിയെ മരുഭൂമിയിലേക്ക് ക്ഷണിച്ചു. ശമ്പളത്തിന്റെ തിളക്കത്തിൽ മുരളി സമ്മതം മൂളി. പ്രിയസഖിക്കു ബോംബെയിലെ പതിനായിരത്തിനു പകരം വിദേശത്ത് അതിന്റെ മൂന്നോ നാലോ ഇരട്ടി കിട്ടിയാൽ അതല്ലേ മെച്ചം?

വിദ്യാസമ്പന്നനായ മുരളി ഫോണിൽ സംസാരിക്കുകയല്ല ശൃംഗരിക്കുകയാണെന്നാണ് അഹല്യക്ക് തോന്നിയിട്ടുള്ളത്. ഇളയമ്മയുടെ ശബ്ദംപോലെ തന്നെ മുഖവും സുന്ദരമായിരിക്കുമല്ലോ എന്നു കേൾക്കുമ്പോൾ ശപ്പന്റെ പല്ല് അടിച്ച് കൊഴിക്കാൻ തോന്നും!

ഒരേ നുകത്തിൽ കെട്ടാവുന്ന കാളകളാണ് രണ്ടുപേരും. മുരളിയും അവന്റെ അളിയൻ ദേവനും.

പ്രായമേറെയായ കാലത്ത് അച്ഛൻ തേടിപ്പിടിച്ച രസികൻ കളിപ്പാട്ട മായാവണം അഹല്യയെ മുരളിയും ദേവനും കാണുന്നത്. ആദരവോടെ കാണേണ്ട കുടുംബനാഥയായല്ല, ശക്തി ക്ഷയിച്ച പിതാവിന്റെ കിടക്ക പങ്കിടാനെത്തിയ ഒരു തെരുവ്പെണ്ണിനോടെന്ന പോലെയാണവരുടെ വാക്കും നോക്കും!

തിളയ്ക്കുന്ന യൗവനാഭിലാഷങ്ങളല്ല, സിരാപടലങ്ങളിൽ പൂക്കുന്ന കിന്നാരമല്ല, മുന്നോട്ടു പോകാൻ ഇരുണ്ട മഹാവനങ്ങളിനിയും ഒരുപാട് ബാക്കിയാണെന്ന വ്യസനമാണ് അഹല്യയെ നയിക്കുന്നതെന്നറിയാതെ ഉയരങ്ങളിൽ പറന്നുനടക്കുന്ന കഴുകന്മാർ.

മറ്റന്നാളാണ് മുരളിയുടെ അമ്മയുടെ പതിനാറാം ചരമവാർഷികം. ശ്രാദ്ധമൂട്ടാൻ ദില്ലിയിലുള്ള പെൺമക്കളും ഗൾഫിൽ ബിസിനസുകാരായ മൂത്ത രണ്ടാൺമക്കളും ഇന്നലെത്തന്നെയെത്തി. ബോംബെവാല വന്നി റങ്ങിയത് ഇന്നു കാലത്തും.

വന്നപാടെ മുകളിലേക്ക് കയറിപ്പോകവെ മധുരമധികം ചേർക്കാത്ത ചായ വേഗം വേണം എന്ന് മുരളി സഹോദരിമാരോട് കൽപ്പിക്കുന്നതു കേട്ടു.

ശബ്ദം കേട്ട് അടുക്കളയിൽനിന്നും വന്ന അഹല്യ മുരളിയെ കണ്ടു. നഗരവാസിയുടെ കണ്ണുകളിലെ വന്യമായ തിളക്കവും കള്ളച്ചിരിയും കണ്ടില്ലെന്ന് നടിച്ച് പിന്നിലേക്ക് വലിഞ്ഞു.

നിശിതമായ ചില തീരുമാനങ്ങളുമായാണ് മുരളിയുടെ വരവെന്ന് പിന്നീട് പറഞ്ഞു കേട്ടു. അച്ഛന്റെ സമ്മതത്തോടെ വീടും പറമ്പും നല്ല വിലയ്ക്ക് വിൽക്കണം. അച്ഛനെ ഇളയമ്മയോടൊപ്പം മഹാനഗരത്തി ലേക്ക് പറിച്ചു നടണം. മറ്റുള്ളവരുമായി പങ്കുചേർന്ന് നടത്തുന്ന ഫ്ളാറ്റു നിർമാണ ബിസിനസിൽ കോടികൾ മുടക്കി ലാഭം കൊയ്യാനുള്ള മോഹം.

ബോംബെയിൽ കടൽക്കരയിലാണ് മുരളിയുടെ ഫ്ളാറ്റ്. ഫ്ളാറ്റിനു മുന്നിൽ ഗുൽമോഹറുകളുടെ നീണ്ടനിര. ഇളയമ്മയ്ക്കും അച്ഛനും സ്വർഗസൗകര്യങ്ങളോടെ അന്തിപാർക്കാവുന്ന നഗരഗൃഹം.

“അച്ഛനേം ഇളയമ്മനേം ഞാൻ ബോംബേല് കൊണ്ടോയി കണ്ണിലെ കൃഷ്ണമണികളെപ്പോലെ നോക്കിക്കോളാം. കേരളം പോലെ തന്ന്യാ ബോംബേ നഗരം. ഇതേ മഞ്ഞും മഴേം വെയിലും.” ജ്യേഷ്ഠാനുജന്മാർ ഒന്നിച്ചു കൂടിയപ്പോൾ മുരളി പറഞ്ഞു.

“അക്കാര്യൊക്കെ അച്ഛനും മൂത്തപെങ്ങളും അള്യനും കൂടിരുന്ന് ആലോചിച്ച് തീരുമാനിച്ചാ മതി. കണ്ണെത്താദൂരത്ത് അങ്ങ് അറബീനാ ട്ടീക്കെടക്ക്ണ ഞങ്ങക്ക് അതേപ്പറ്റി അഭിപ്രായൊന്നും പറയാനില്ല.” ധർമ്മ പാലന്റെ മൂത്തമകൻ പറഞ്ഞു.

“നിക്കും ചേട്ടൻ പറഞ്ഞതേ പറയാനൊള്ളൂ” രണ്ടാമത്തവൻ ജ്യേഷ്ഠനെ പിന്താങ്ങി.

“പൊറത്തൊരാൾക്ക് വീടും പറമ്പും വിക്കണത് ശരിയല്ല. എന്നാ അറ്റകൈക്ക് അങ്ങനെ ചെയ്യാണ്ട് പറ്റില്ലേനും. ഗൾഫില് ഹോട്ടൽ ബിസി

നസ്സ്കാരായ നിങ്ങക്ക് തനിച്ചോ ഷെയറായോ ഈ വീടും പറമ്പും വാങ്ങിക്കൂടെ?" മുരളി ജ്യേഷ്ഠന്മാരോട് ചോദിച്ചു.

"അതുപറ്റില്ല മുരളി, ഞങ്ങൾക്ക് കുവൈറ്റിലോ അല്ലെങ്കി ബോംബേലോ ഹോട്ടൽ ബിസിനസുമായി സെറ്റിൽ ചെയ്യാനാ ഉദ്ദേശ്യം. ഇതിന്റെടേല് പഴയൊരു വീടും കേട് പിടിച്ച കൊറെ തെങ്ങും ഞങ്ങക്കെന്തിനാ?"

"എന്നെങ്കിലും ഒരിക്കല് കുവൈറ്റും ബോംബേം ഉപേക്ഷിച്ച് എന്റാങ്ങളമാര് നാട്ടിൽക്ക് വരില്ലാന്നാണോ നിശ്ചയിച്ചിരിക്ക്ണത്?" ദേവന്റെ ഭാര്യ ആനന്ദു ചോദിച്ചു.

"ബിസിനസീപ്പെട്ടാ പിന്നെ അതീന്ന് ഊരിപ്പോരാൻ പ്രയാസാ ചേച്ചീ."

"നമ്മുടെ നാട് ഹരിതസുന്ദരം എന്നൊക്കെ പറയാന്നേള്ളൂ. ടൂറിസ്റ്റായി ചുറ്റിയടിച്ച് അമ്പലങ്ങളും കുടക്കല്ലും കണ്ടും പൂരം കണ്ടും പൂവ്വാം. നാല് കാശ്ണ്ടാക്ക്ണോങ്കി പൊറന്നാട്ടീത്തന്നെ പോണം."

"ബോംബെത്തന്നെ സെറ്റിൽ ചെയ്യാനാ എന്റെ പ്ലാൻ. പത്ത്നെലകളൊള്ള രണ്ട് വമ്പൻ ഫ്ളാറ്റുകളാ ലാൽവാനി ഗ്രൂപ്പിനു വേണ്ടി ഞങ്ങടെ കമ്പനീപ്പോ പണിയണ്ത്. ആറേഴുകൊല്ലം കൊണ്ട് നഗരത്തിന്റെ കണ്ണായ സ്ഥലത്ത് അരക്കോടി വെലയൊള്ള ഫ്ളാറ്റും ടാറ്റാ കമ്പനീല് കനത്ത ഷെയറും വാങ്ങാൻ ഈ നാട്ടിമ്പൊറത്ത് കഴ്യേണെങ്കി പറ്റ്വോന്ന് തോന്ന്ണ്ണ്ടോ ദേവനളിയന്?"

"മുരളീനെപ്പോലെ അച്ഛന്റെ ഭാരം ഏറ്റെട്ക്കാൻ ഞാനും ഒര്ക്കാ. വയസായോരെ നോക്കാൻ ഹോം നേഴ്സിനെ വെയ്ക്കണ്താണല്ലോ ഇപ്പഴത്തെ ഏർപ്പാട്. അച്ഛനൊരെണ്ണത്തിനെ തേടിപ്പിടിച്ച് കൊണ്ടന്നതോണ്ട് അക്കാര്യത്തിനൊരാളായീന്ന എന്റെ സമാധാനം. അല്ലെങ്കി മാസാമാസം നാലായിരോം തീറ്റേം പിന്നെ ഉടുക്കാനും കൊടുക്കണ്ടെ ഒര് ഹോം നേഴ്സിനെ? അപ്പപ്പിന്നെ അച്ഛൻ ചെയ്തത് ലാഭക്കച്ചോടായീന്ന് പറയാം." എളേമ്മേന്ന് വിളിക്കണമെങ്കിലും അഹല്യ വന്നു കയറിയതുകൊണ്ട് അച്ഛന്റെ കാര്യം നോക്കാൻ ഒരാളായി എന്ന ആശ്വാസത്തോടെ ആനന്ദു പറഞ്ഞു.

"ഇക്കാര്യം തന്ന്യാ അച്ഛൻ രണ്ടാമത് കെട്ടാമ്പോണ്ന്നറിഞ്ഞ് മൊഖം കറ്പ്പിച്ച ഇവളോട് ഞാമ്പറഞ്ഞത്. ഇല്ലെങ്കി അച്ഛന് കയ്പക്ക നീര്ണ്ടാക്കാനും പിണ്ടിര്യാനും ചപ്പാത്തി ചുടാനും ഇവള്ന്നെ വേണ്ടി വരൂലായിര്ന്നോ?" അച്ഛനു വേണ്ടി മകൾ സഹിക്കേണ്ടി വരുമായിരുന്ന നിത്യദുരിതങ്ങളെ ആനന്ദുവിന്റെ പ്രിയഭർത്താവ് ദേവൻ എടുത്തു കാണിച്ചു.

അച്ഛനേയും, ആനന്ദുചേച്ചി ഹോം നേഴ്സായി കാണുന്ന അച്ഛന്റെ പുത്തൻ ഭാര്യയേയും ബോംബെ നഗരത്തിലേയ്ക്ക് പറിച്ചു നടുന്നത് സുഖവാസത്തിനാണെന്ന് പറയുന്ന മുരളിയുടെ മനസിൽ ചില ഗൂഢ സങ്കൽപ്പങ്ങളുണ്ട്.

അച്ഛനും ഇളയമ്മയുമായി ചൗപ്പാത്തിയിലെ മണലിലിരുന്ന് കാറ്റ് കൊള്ളുന്ന ഒഴിവ്ദിനസായാഹനങ്ങൾ! അച്ഛനെക്കൂടാതെയും ഇളയമ്മ യുമായി നഗരം കാണാനിറങ്ങൽ. ബ്രിട്ടീഷ് ചക്രവർത്തി വന്നിറങ്ങിയ കടൽക്കരയിലെ കൽപ്പടവുകളിൽ തൊട്ടുതൊട്ടിരിക്കൽ ഇടയ്ക്ക് ബോട്ട് യാത്ര. ഇളം ചൂടുള്ള കപ്പലണ്ടി കൊറിച്ചും കുറുകുന്ന പ്രാവുകൾക്ക് തീറ്റകൊടുത്തും നാടൻ മാജിക്കുകാരുടെ കളിവേലകൾ കണ്ടും അൽപ്പ നേരം. ഹോട്ടൽ ദില്ലി ദർബാറിൽ നിന്ന് ചൂടൻ സമോസയും കാപ്പിയും കഴിച്ച് നിയോൺ വെളിച്ചത്തിലൂടെ കാറിൽ മടക്കം. ചുവന്ന റോസു കൾ പൂവിട്ടുനിൽക്കുന്ന കളിമൺ പാത്രങ്ങൾ നിരത്തി വച്ച നീണ്ട ബാൽക്കണിയും കടന്ന് കാശ്മീർ പരവതാനി വിരിച്ച ഏഴാം നമ്പർ ഫ്ളാറ്റിലേ അകമുറിയിലേക്ക്......

പുലർച്ചയോടെ ശ്രാദ്ധകർമങ്ങൾക്കായി നെറ്റി നിറയെ ചന്ദനം പൂശിയ ശാന്തിക്കാരൻ വന്നു. അയാൾ പുതച്ച കാവി ഷാളിന്റെ അതി രുകളിൽ ഓം ഓം എന്നെഴുതിയിരുന്നു.

വന്നപാടെ ശാന്തിക്കാരൻ അഞ്ചു തിരിയിട്ട നിലവിളക്ക് തെളിയിച്ചു. തെക്കെമുറ്റത്തെ ചാണകവൃത്തത്തിൽ തൂശനില വെച്ച് വിളക്കുവെച്ചു. മന്ത്രങ്ങളും അംഗവിക്ഷേപങ്ങളും. ധൂമകാഴ്ചയും ദീപകാഴ്ചയും. ഒപ്പം പതിഞ്ഞ മണിയടി.

ശ്രാദ്ധമൂട്ടേണ്ടവർ കുളത്തിൽ മുങ്ങി ഈറനോടെ വന്നു. നറുക്കി ലയിൽ മുട്ടുകുത്തിയിരുന്ന് അവർ അമ്മയുടെ ആത്മശാന്തിക്കു വേണ്ടി പ്രാർഥിച്ചു. പാതിവെന്ത ഉപ്പിടാത്ത ഉരുളചോറ് നിവേദിച്ചു. പൂവും ജലവും വീഴ്ത്തി.

ശുദ്ധമനസോടെ നമിച്ച്, ഉദിക്കുന്ന സൂര്യനെ തൊഴുത് ഈറൻ കൈകൾ കൊട്ടി കാക്കകളെ ശ്രാദ്ധമുണ്ണാൻ ക്ഷണിച്ചു.

നാലുപാടുനിന്നും കാറിവിളിച്ചുകൊണ്ട് കാക്കകൾ പറന്നെത്തി.

ധർമ്മപാലന്റെ പെൺമക്കൾ ഈറൻ മാറുന്നതിനിടയിൽ അടുക്കള ഭരിക്കുന്ന പുത്തനച്ചിയെപ്പറ്റി പറഞ്ഞു:

"കീറപ്പായേല് കിടന്നവൾക്ക് പട്ടുമെത്ത നീർത്തിക്കൊടുത്ത അച്ഛനെ വേണം പറയാൻ!"

"എന്തും ചേരുംപടിയെ ചേർക്കാവൂ! തറവാടിത്തം അങ്ങാടീന്ന് കിട്ട്വോ? വയസു കാലത്ത് അച്ഛനീപ്പോഴത്തം കാട്ടാൻ തോന്നീലോ ദൈവമേ! കഷ്ടം!"

മൂത്തവൾ ആനന്ദുവിന് മാത്രമായിരുന്നു അഹല്യയോട് എള്ളോളം സഹതാപം. അതും പ്രായമായ അച്ഛന്റെ കാര്യങ്ങൾ നോക്കാൻ ഒരാളാ യല്ലോ എന്നതുകൊണ്ട്.

മുരളി ദേവനളിയനോട് ചോദിച്ചു:

"പ്രാതലിനുമുമ്പ് ഓരോ പെഗ്ഗ് നുണയണോ? സായിപ്പിന്റെ നാട്ടില് വാറ്റ്യേ സാധനൊണ്ട്. സാക്ഷാൽ തറവാടി. ജോണിവാക്കർ."

ശ്രാദ്ധച്ചടങ്ങുകൾ കഴിഞ്ഞു.

ഇനിയാണ് ആഘോഷം. അത് ഫോറിൻ നുണഞ്ഞുകൊണ്ടാവാം എന്നാവാം മുരളിക്ക്.

"സത്യം പറയാലോ, ഇപ്പഴത്തെ എന്റെ ബ്രാന്റ് നാടനാ. ചെത്തി ക്കിട്ടുന്ന അമൃത്!" ദേവൻ പറഞ്ഞു.

"എന്നാലതു മതി. എന്നും ബിലാത്തിയല്ലേ മോന്ത്ണ്. ചെത്ത് കള്ള് രുചിച്ചിട്ട് ഒരുപാട് നാളായി" അറബിപ്പൊന്ന് വാരുന്ന ധർമ്മപാലന്റെ മൂത്തമകൻ പറഞ്ഞു.

"രണ്ട് നേരോം കള്ള് മോന്തീട്ടാ ഇങ്ങേർടെ വയറ് ചാടീത്" ആനന്ദു ഭർത്താവിനെ കളിയാക്കി..

"അതിന് ചേച്ചിക്കും ഒരേഴുമാസക്കാരീടെ വയറുണ്ടല്ലോ. അളിയ നെപ്പോലെ ചേച്ചീം നിത്യോം കള്ളുകുടിക്കിണ്ണ്ടോ?" മൂത്ത സഹോദ രൻ ആനന്ദുവിനേയും കളിയാക്കി.

"ചേച്ചിക്കും അളിയനും കുടന്ത നൽകിയ ഈശോ മിശിഹാക്ക് സ്തുതിയായിരിക്കട്ടെ" മുരളി പ്രാർഥിച്ചു.

രംഗം കൊഴുത്തു.

മക്കളുടെ കുടുകുടെയുള്ള ചിരികേട്ട് അസ്ഥിമാടത്തിൽനിന്ന് അവ രുടെ അമ്മ തലപൊക്കി നോക്കി!

പുറത്തൊരു വിളികേട്ടു. ചൂണ്ടക്കാരൻ. വലിയൊരു മീൻ കോർമ്പ യാണ് കാഴ്ച. മുഴുത്ത കരിമീൻ.

പരദേശങ്ങളിൽനിന്നും ധർമ്മപാലന്റെ ആൺമക്കൾ വന്നിട്ടുള്ളതു കൊണ്ട് മോഹവില കിട്ടുമെന്ന് ചൂണ്ടക്കാരൻ ഊഹിച്ചുകാണും.

ഊഹം തെറ്റിയില്ല. പറഞ്ഞ രൂപ കൊടുത്ത് വാങ്ങിയ മീൻകോർമ്പ അടുക്കളയിൽ കൊണ്ടുവന്ന് അഹല്യയെയേൽപ്പിച്ചിട്ട് മുരളി പറഞ്ഞു:

"ലേശം ഉപ്പുചേർത്ത് ആവിയിൽ പുഴുങ്ങ്യാമതി. ചൂടാറ്യാല് കുരു മുളക് പൊടി വിതറണം. ചെറുനാരങ്ങ നീര് പുരട്ടണം. അതാ സ്വാദ്. സ്റ്റാർ ഹോട്ടലിലെ രീതിയതാ."

"ഇന്ന് അമ്മേടെ ചാത്തായിട്ട് മീനും എറച്ചീം വേണ്ടാന്ന് വെക്ക്യാ യിര്ന്ന് നല്ലത്." അഹല്യ ഓർമിപ്പിച്ചു.

"അതൊക്കെ കുഗ്രാമത്തീപ്പാർക്ക്ണ നിങ്ങടെ വിശ്വാസങ്ങളാ. ബംഗാളികളെ നോക്ക്. ചത്താലും ജീവിച്ചാലും അവർക്ക് മീൻ വേണം. അല്ലെങ്കിത്തന്നെ ഭക്ഷണകാര്യത്തിലെന്തിനാ ഈ ആചാരങ്ങള്? ജീവ നുള്ളതോണ്ടല്ലേ മണ്ണില് പച്ചക്കറികള് വളര്ണത്? അവക്കും മനുഷ്യ രെപ്പോലെ ശ്വസിക്കാൻ കഴ്യൂന്നല്ലേ അതിനർഥം? അട്ക്കള കാര്യത്തില് ചാവും ചാത്തോം ഒന്നും നോക്കണ്ട!" മുരളി പറഞ്ഞു.

മുരളി പറഞ്ഞതുപോലെ മീൻ തയാറാക്കിക്കഴിഞ്ഞ് അഹല്യ ഭർത്താവിന് വേണ്ടി ചോറെടുത്ത് രണ്ട് പ്രാവശ്യം വെള്ളത്തിലിട്ട് തിള പ്പിച്ച് ഊറ്റിവെച്ചു. കോവയ്ക്ക വേവിച്ചു. നെല്ലിക്കച്ചമ്മന്തിയുണ്ടാക്കി.

കണിശക്കാരനാണ് ധർമ്മപാലൻ. ഊണിന്റെ നേരം തെറ്റിയാൽ കോപം വരും.

കാറ്റു കൊള്ളാനും വിജനതയിലിരുന്ന് സുര നുണയാനും മക്കളും പരിവാരങ്ങളും പുഴവക്കത്തേക്ക് പുറപ്പെട്ടത് ധർമ്മപാലൻ അറിഞ്ഞില്ല.

വീട്ടിലിരുന്ന് മദ്യപിക്കുമ്പോൾ പൊട്ടിച്ചിരികളും ബഹളങ്ങളും അതിരു കടന്നാലോ? അച്ഛനെങ്ങാനും അറിഞ്ഞാൽ ബഹളമുണ്ടാക്കാൻ അതുമതി. പുഴവക്കത്ത് തെങ്ങിൻ തണലിലായാൽ ആഘോഷം പൊടി പൊടിക്കാം.

ഭക്ഷണത്തിനു ശേഷം ഗുളിക വിഴുങ്ങുന്ന ഭർത്താവിനോട് അഹല്യ പറഞ്ഞു:

“വീടും പറമ്പും വിറ്റുകിട്ടിയ പണവുമായി അച്ഛനേം കൊണ്ട് ബോംബെക്ക് പോകാനാണെന്ന് തോന്നുന്നു ഇളയമോന്റെ പുറപ്പാട്.”

ധർമ്മപാലന്റെ കാലിൽ മുളച്ച ഒരു കുരു ചീർത്ത് പൊട്ടിയെങ്കിലും വ്യണം കരിഞ്ഞിരുന്നില്ല.

ഭക്ഷണത്തിന് താൽപ്പര്യം കൂടുതലാണെങ്കിലും സ്വാദില്ല, ഉപ്പില്ല, എരിവില്ല, എന്നൊക്കെ പരാതിയായിരുന്നു ധർമ്മപാലന് ഡോക്ടറുടെ ഉപദേശങ്ങളോടുള്ള മടുപ്പ്.

കോവയ്ക്കേം ചീരേം പിണ്ടീം തിന്ന് തിന്ന് വെറുത്തു എന്നു പരാതി പറയാൻ തുനിയുകയായിരുന്ന ധർമ്മപാലൻ ഭാര്യയുടെ വാക്കുകൾ ശ്രദ്ധിച്ചു കേട്ടു:

“മൂത്തമോളും ഭർത്താവും അച്ഛനെ നോക്കിക്കോളാന്നും പറഞ്ഞു കേൾക്കുന്നുണ്ട്.”

“എന്റെ അച്ഛൻ പണിയിപ്പിച്ച വീടാദ്. സ്വത്ത് ഭാഗം വെച്ചപ്പൊ ഇനിക്ക് കിട്ടീത്. കാലം മാറീന്നൊക്കെ പറയാറില്ലെ, ആ മാറ്റത്തിൽ ഈ വീടും പറമ്പും മറ്റാർടേങ്കിലും കയ്യീപ്പെടാനാവും യോഗം.”

അഹല്യ ഭർത്താവിന്റെ വിഷാദം പുരണ്ട വാക്കുകൾ കേട്ടു.

ഉയരങ്ങൾ തേടി അകലങ്ങളിലേക്ക് പറന്നുപോയ ഇളംതലമുറ ബന്ധങ്ങളും ശീലങ്ങളും അറുത്തു മുറിക്കാൻ ശാഠ്യം പിടിക്കുമ്പോൾ കാരണവന്മാർക്ക് എന്തു ചെയ്യാനൊക്കും?

ദേവനും അളിയന്മാരും പുഴക്കരയിലെ തണുത്ത പുല്ലിൽ ഇരുന്നു.

കരയിൽ പാൽനുര വിരിയിച്ച് കളിക്കുന്ന പുഴയോളങ്ങളിൽ ചവിട്ടി നടക്കാനായിരുന്നു കുട്ടികൾക്കിഷ്ടം. ചെറുമാളങ്ങളിൽ ഒളിച്ചുകളിക്കുന്ന ഞണ്ടുകളെ പിടിച്ചും നനമണ്ണിൽ കളിവീടുണ്ടാക്കിയും, പുഴയിൽക്കൂടി കടന്നുപോകുന്ന മൺവഞ്ചിക്കാരുടെ പാട്ടുകൾ കേട്ടും അവർ കളിയും ചിരിയുമായി മദിക്കുകയായിരുന്നു.

ദേവന്റെ വളപ്പിലെ ചെത്തുകാരൻ നിറജാറുമായെത്തി.

ബലിഷ്ഠങ്ങളായ തുടകൾ പകുതിയും കാണാവുന്ന ചെത്തുവേഷം. പനന്തടി. വീതുളിപോലെ കൃതാവ്. തമിഴ് സിനിമയിലെ വില്ലനെപ്പോലെ ഉഗ്രൻ മീശ.

ആനന്ദുവിനും അനിയത്തിമാർക്കും മുക്കാലും നഗ്നനായ ചെത്തിനെ കണ്ട് ലജ്ജനിറഞ്ഞ ചിരിപൊട്ടി.

നേരിയ ചവർപ്പും മധുരവുമുള്ള അമൃത് മോന്തി ആൺപ്രജകൾ ആമോദം പൂണ്ടു. ആമാശയത്തിൽ കുളുകുളു നാദം. പഴുത്ത വെയിലിന് കുളിർമയും കാറ്റിന് സുഗന്ധവും!

"എനിക്കാ സാധനത്തിന്റെ മോന്ത കാണുമ്പോ ഓക്കാനാ വര്ണത്. നമ്മടെ തറവാട്ടിലെ പെണ്ണ്ങ്ങൾടെ നെറോം ചന്തോം ഒന്നൂല്ല, പിന്നെ ഒറ്റക്കല്ലിന്റെ കമ്മലും അച്ഛൻ കെട്ട്യേ താലീം അല്ലാതെ എന്തുണ്ട് അതിന്റെ മേത്ത്?" ധർമ്മപാലന്റെ രണ്ടാമത്തെ മകൾ ദില്ലിക്കാരി ചോദിച്ചു.

ആ പറഞ്ഞവൾ ഒരു സുന്ദരി തന്നെയായിരുന്നു. ചന്ദനനിറമുള്ള കൈത്തണ്ടയിൽ സ്വർണക്കാപ്പുകളും കഴുത്തിൽ പതക്കവും. ഭർത്താവ് കേന്ദ്ര കൃഷി വകുപ്പിൽ ഉയർന്ന ഉദ്യോഗസ്ഥനാണെന്ന അഭിമാനം വാക്കിലും നോക്കിലും.

അഹല്യയെ മുഷിഞ്ഞ സ്വരത്തിൽ 'സാധനം' എന്നു വിശേഷിപ്പിച്ചത് ആനന്ദുവിനും അനിയത്തിമാർക്കും ഇഷ്ടപ്പെട്ടു.

"ഇത്തറവാട്ടിലെ ഏളേമ്മ ചമയാൻ എന്തൂട്ടു വകയാ അവര്ടെ വീട്ടിലൊള്ളത്? വയസായപ്പോ അച്ഛൻ പന്തീം തരോം മറന്നൂന്നല്ലേ പറയേണ്ടൂ!" ഇളയമകൾ ചേച്ചിയുടെ എരിയുന്ന വാക്കുകളിൽ എണ്ണയൊഴിച്ചു.

അനിയത്തിമാരുടെ വാക്കുകൾക്കൊപ്പം നിന്നെങ്കിലും സാധനം വന്നതുകൊണ്ട് ചെറിയൊരു ഗുണമുണ്ടായി എന്ന് ആനന്ദു പറഞ്ഞു.

"അച്ഛന്റെ തുണി തിരുമ്മാനും വെള്ളം ചൂടാക്കാനും പിണ്ട്യര്യാനും ഉമ്മറോം പെരേം അടിച്ചുവാരാനും ഒരാളായല്ലോന്ന് കൂടി നമ്മളോർക്കണം. കെടപ്പായ അച്ഛന്റെ തീട്ടോം മൂത്രോം കോരേണ്ടി വന്നാല് അതിനും വേണ്ടേ ഹോം നേഴ്സ് പോലൊരുത്തി?"

"ന്തെങ്കിലും ലാക്കില്ലാണ്ട് പ്രായം കുറഞ്ഞൊരുത്തിത്രേം പ്രായൊള്ളൊരാളെ കെട്ടാൻ സമ്മതിക്കോന്നാ എന്റെ ചോദ്യം?"

"അവരുടെ തന്തേനെ പണം കൊടുത്ത് നമ്മടച്ഛൻ വലേലാക്കീന്നാ തോന്നണ്. കൊറേ റുപ്പ്യല്ലേ അവളാരത്തീടെ പേരില് അച്ഛൻ ബാങ്കിലിട്ടിരിക്ക്ണത്."

"അച്ഛന്റെ കാലം കഴിഞ്ഞ് പടിയെറങ്ങുമ്പോ എടുത്തോട്ടേന്ന് വച്ചിട്ടാവും."

"എത്ര റുപ്യാണന്നറ്യോ?"

"ത്രാന്ന് അച്ഛനും അച്ഛന്റെ ഭാര്യക്കും മാത്രേ അറ്യൂ."

"അച്ഛന്റെ ചെവി തിന്ന് തിന്ന് അവളൊരത്തി വീടും പറമ്പും സ്വന്തം പേരിൽക്ക് എഴുതി മേടിക്ക്യാവോ?"

"നിനക്ക് ഭ്രാന്താ! ഭാഗാധാരം പുത്തനച്ചിക്കു വേണ്ടി അച്ഛൻ മാറ്റിയെഴ്‌ദേ? ന്നാ അസ്സലായി!" അനിയത്തിമാരുടെ വാക്കുകൾ കേട്ട ആനന്ദു അവരെ അലസമായി ശാസിച്ചു.

"ഇനീപ്പോ എന്തെങ്കിലും വിശേഷൊണ്ടാക്ക്യാലും അവൾക്കീത്തറവാട്ടില് ഒരു സ്ഥാനായില്ലേ?"

"ഒന്നു മിണ്ടാണ്ടിരിക്ക്! ആലോചിച്ചാ നമക്കറിഞ്ഞൂടേ ഇപ്രായത്തില് അച്ഛന് അതിനൊന്നും യോഗൊണ്ടാവൂല്ലാന്ന്!"

"ഞാനും അക്കാര്യം ഓർത്തതാ. പിന്നെ വള്ളിയമ്മയാ കാര്യം പറഞ്ഞു തന്നത്. ഈ വക അങ്കലാപ്പൊന്നും വേണ്ടാന്ന്. ഒരുപാട് വയറും പേറും കണ്ട പെണ്ണാ അവര്. ഈ വക കാര്യങ്ങളെപ്പറ്റി വള്ളിയമ്മയ്ക്ക് നല്ല പിടിപാടാ" സ്വരം താഴ്ത്തി ആണുങ്ങൾ കേൾക്കാതെ ആനന്ദു പറഞ്ഞു.

മഹാനഗരത്തിന്റെ ചടുലവേഗങ്ങളിലും ഭ്രാന്തൻ താളങ്ങളിലും നീന്തുന്നവനാണ് മുരളി. കൊയ്തു കൂട്ടിയ നേട്ടങ്ങളുടെ ഭാരമാണവനെ നയിക്കുന്നത്. ഗൾഫ് ജോലിക്കാരിയായ പ്രിയതമയുടെ ഗന്ധം തങ്ങി നിൽക്കുന്ന ഫ്ളാറ്റിൽ പ്രായമായ അച്ഛനോടും ലേശം സുന്ദരിയും ചെറുപ്പക്കാരിയുമായ ഇളയമ്മയോടുമൊപ്പം കഴിയുന്ന നഗരവാഴ്വിന്റെ ലഹരിയിൽ നഷ്ടപ്പെട്ടവൻ.

നഗരത്തിലെത്തിയാലുടനെ ഇളയമ്മയെ ബ്യൂട്ടിപാർലറിൽ കൊണ്ടുപോയി പുരികവും മുടിയും മിനുക്കണം. ഒഴിവു നേരങ്ങളിൽ ഹിന്ദി പഠിപ്പിക്കണം. വർണക്കാഴ്ചകളിൽ കുളിപ്പിച്ച് നക്കിത്തോർത്തിയെടുക്കണം!

പ്രമേഹം ഞരമ്പുകളെ തളർത്തും, തണുപ്പിക്കും എന്നറിയുന്ന ദേവന്റെ ഭാവനയിൽ ലൈംഗികാവേശങ്ങളിൽ ഓടാനൊരുങ്ങുമ്പോൾ തന്നെ കിതച്ചു വീഴുന്ന ഒരു വയസന്റെ ചിത്രമാണുള്ളത്. സ്വർഗത്തിന്റെ താക്കോൽ നഷ്ടപ്പെട്ട ഒരാളിൽനിന്നും അഹല്യയെ മോചിപ്പിക്കാനുള്ള ഉപായം തേടുന്ന കുറുക്കൻ!

ധർമ്മപാലനപ്പോഴും ശിശുസഹജമായ ശാഠ്യങ്ങളിലായിരുന്നു. ആചാരം പോലെ തുടരുന്ന പഥ്യങ്ങളുടെ തടവുജന്മം.

ദൈവത്തിന്റെ സ്നേഹം ഒരുപാട് ലഭിച്ചവനാണയാൾ. ധനം, കർമോത്സുകരായ മക്കൾ, സുഖാനുഭവങ്ങൾ എല്ലാം.

യുവത്വം വിടാത്ത ഒരുത്തിയെ പ്രായമേറിയ ദശയിൽ രണ്ടാം ഭാര്യയായി കിട്ടിയപ്പോൾ പണം കൊടുത്താൽ കിട്ടാത്തതായി ആകാശത്തിനു കീഴെ യാതൊന്നുമില്ലെന്നയാൾ ഉറപ്പിച്ചു

അഹല്യയുടെ സാന്നിധ്യത്തിൽ ധർമ്മപാലൻ സംതൃപ്തനും ഉന്മേഷവാനുമായിരുന്നു. പുതുഭാര്യയുടെ ഗന്ധവും സ്പർശവും മയക്കത്തിലാണ്ടു കിടന്നിരുന്ന സിരകളെ ഉണർത്തി. ബാഹുക്കളിൽ ആവേശം പുളഞ്ഞു!

മുൻകോപിയും പരുക്കനുമായ ഭർത്താവിനെ വിശുദ്ധഹൃദയത്തോടെ അഹല്യ പരിചരിച്ചു.

ഉടഞ്ഞ കവിളുകളെന്നും അയാൾ ക്ഷൗരം ചെയ്തു മിനുക്കി. സമയാസമയങ്ങളിൽ മുടി കറുപ്പിച്ച് വയസനായിട്ടില്ലെന്ന് കണ്ണാടിയിൽ നോക്കി ഉറപ്പുവരുത്തി. മോതിരക്കൈകൾ വീശി വൈകുന്നേരങ്ങളിൽ കാവ്പുരയ്ക്കുചുറ്റും പ്രാർഥനയോടെ നടന്നു.

ബലമുള്ള ചിറകുകളിൽ പറന്നുപോയ മക്കളെപ്പറ്റിയോ സ്വർഗത്തിലേക്ക് യാത്രയായ മുൻഭാര്യയെപ്പറ്റിയോ ധർമ്മപാലൻ ഓർത്തില്ല.

അഹല്യയായിരുന്നു മണ്ണിൽ അയാൾക്കഭയം. ഹൃദയം അവളിലാണ് അയാൾ സമർപ്പിച്ചത്. ശിശുവിനെയെന്നപോലെ തന്നെ പരിചരിക്കുന്നവൾ.

അഹല്യയോടൊത്തു കഴിയവേ പാപപുണ്യങ്ങളെപ്പറ്റിയോ സ്വർഗനരകങ്ങളെപ്പറ്റിയോ അയാളോർത്തില്ല. ആരോടും പക തോന്നിയില്ല. ആരേയും വെറുത്തില്ല.

ജീവിതം പൂർണമായില്ലല്ലോ, മുഴുവനായി അനുഭവിച്ചു തീർന്നില്ലല്ലോ എന്ന പരാതിയായിരുന്നു ദൈവത്തോട് ധർമ്മപാലന്.

അത്യുന്നതനെ ഓരോ കാൽവയ്പിലും സ്മരിച്ചുകൊണ്ട് അഹല്യ ഭർത്താവിനെ പരിചരിച്ചു. കുളിച്ചു വരുമ്പോൾ ശിരസ്സിൽ രാസ്നാദിപ്പൊടി തിരുമ്മി. പിണ്ടിനീരും കയ്പ്പയ്ക്ക നീരും കുടിക്കാൻ കൊടുത്തു. എണ്ണ ചേർക്കാതെ മീൻപൊരിച്ചു വിളമ്പി. കനിവും ക്ഷമയും അവളിൽ നിറഞ്ഞുനിന്നു.

പൂർണമായി തന്നെ അറിയുന്ന ഒരു യുവാവിനോടൊത്ത് കഴിയാനുള്ള ഭാഗ്യം അടുത്ത ജന്മത്തിൽ തനിക്കുണ്ടാവുമെന്നവൾ ആശ്വസിച്ചു. ജനപ്രവാഹത്തിൽ നിന്ന് ഇന്നയാളെ ഭർത്താവായി തെരഞ്ഞെടുത്ത് തരുന്നത് ദൈവമാണ്. ഇയാളുമായി നീ ശരീരവും മനസ്സും പങ്കിട്ടാൽ മതി എന്ന ദൈവവരം ഏതൊരാൾക്കും പിറവിയോടൊപ്പം ലഭിക്കുന്നതാണ്.

3

ഭസ്മാന്തം ശരീരം

ഒന്ന്

“**ആ**യുസ്സിന്റെ കടവേരുകളിൽ അണപ്പല്ലുകളാഴ്ത്താൻ പതുങ്ങിയെത്തുന്ന രോഗങ്ങളെ ആത്മധൈര്യത്തോടെ നേരിടുന്നവർക്ക് ഭൂമിയിൽ സമാധാനം.....” ഡോക്ടറിരിക്കുന്ന മുറിയുടെ വരാന്തയിലേക്ക് മകളോടൊപ്പം കയറിച്ചെന്ന പരമുമ്മാൻ ഏതോ മരുന്നു കമ്പനിക്കാർ സിൽക്ക് ചീന്തിൽ എഴുതി പുറം ചുമരിൽ കോർത്തിട്ട കവിതയിലേക്ക് കണ്ണോടിച്ചു:.

പഞ്ചേന്ദ്രിയങ്ങളുടെ പണിത്തരം എന്നൊക്കെ പഴയവർ പറഞ്ഞു വച്ച ജീവന്റെ വാസഗൃഹത്തിലെ മാറ്റങ്ങൾ തൊട്ടും കണ്ടും ചോദിച്ചും അറിയുന്ന ജ്ഞാനിയായ വൈദ്യന് രോഗപീഡകളുമായെത്തുന്നവർക്ക് സാന്ത്വനം നൽകാൻ ഇത്തിരി കവിതകൂടിയാവാം എന്നു തോന്നുന്നുണ്ടാവാം. ഭൂമിജീവിതം ധന്യമാവുന്നത് മോഹങ്ങൾക്ക് കടിഞ്ഞാണിട്ട്, പ്രതികൂല സാഹചര്യങ്ങളെ കരുത്തോടെ നേരിടുമ്പോഴാണെന്നുകൂടി തൊങ്ങലിട്ട സിൽക്കു തുണിയിൽ മരുന്നു കമ്പനിക്കാർക്ക് എഴുതിവയ്ക്കാമായിരുന്നു! പരമുമ്മാൻ ഓർത്തു.

സുന്ദരമായ കൊച്ചുവരിയാണ് ആയുസ്സിന്റെ കടവേരുകൾ എന്നൊക്കെ തമാശയ്ക്ക് ഓർത്തുകൊണ്ടിരിക്കവേ ഡോക്ടർ പരമുമ്മാന്റെ പേരു വിളിച്ചു. തുറന്നിട്ട ജനലിലൂടെ ഇളവെയിലൊഴുകി വീഴുന്ന മുറിയിലേക്ക് മകളോടൊപ്പം കടന്നു ചെന്നു.

“എന്താണസുഖം?” സ്റ്റൂളിലിരിക്കാൻ ആംഗ്യം കാണിച്ചുകൊണ്ട് ഡോക്ടർ ചോദിച്ചു.

“അച്ഛനു കുറെ നാളായി വയറ്റിലൊരസ്വസ്ഥത. എന്തോ കനച്ചു കിടക്കുന്നതുപോലെ. വെശപ്പും ദഹനവും കുറവ്. ക്ഷീണം”പരമുമ്മാന്റെ മകൾ ഡോക്ടറോട് പറഞ്ഞു.

ഡോക്ടറുടെ മുറിയിലെ ചുമരിൽ നീണ്ടൊരു കളർച്ചിത്രം. വെളുത്ത സോഫയിൽ നിരനിരയായി ചാരിയിരിക്കുന്ന ഒരുപാട് ശിശുക്കളാണതിൽ. കറമ്പന്മാരും വെളുമ്പന്മാരും. കരയുന്നവരും ചിരിക്കുന്നവരും. പരമുമ്മാന്റെ മിഴികൾ ഞൊടിനേരം അവനിവാഴ്‌വിൽ നീന്തിക്കടക്കേണ്ട ദുരിതക്കടലിനെക്കുറിച്ചറിയാത്ത ആ കുരുന്നുകളുടെ തുടുത്ത മുഖങ്ങളിൽ മൃദുവായി തലോടി നിന്നു.

"ആ മേശപ്പുറത്തൊന്നു കിടന്നേ" പറഞ്ഞു.

ഡോക്ടർ പ്രഷർ പരിശോധിച്ചു. കൺപോളകൾ വിടർത്തി നോക്കി. നെഞ്ചിലും വയറ്റിലും സ്റ്റെതസ്ക്കോപ്പ് അൽപ്പം അമർത്തിവച്ച് അന്തരാവയവങ്ങളുടെ ചലനമറിഞ്ഞു.

എത്രയാണാവോ രക്തസമ്മർദത്തിന്റെ അളവുകൾ?

എന്നും കാക്ക കരയുന്ന നേരത്ത് കിടക്ക വിട്ടുണരുന്ന ശീലമാണ് പരമുമ്മാന്. ഉണർന്നാലുടനെ വേണം ദേഹശുദ്ധി. രാത്രിമഞ്ഞ് വീണു കിടക്കുന്ന കുളത്തിൽ മുങ്ങി നിവരുമ്പോൾ ആകെയൊരു സുഖം. മുറ്റത്തെത്തി തൊഴുതു പ്രാർഥിക്കുമ്പോൾ കിഴക്ക് അരുണകിരണങ്ങൾ പൊട്ടിവിടരുന്ന കാഴ്ച. അൽപ്പനേരം പ്രാണായാമം.

അപ്പോഴേക്കും പത്രക്കാരനും പാൽക്കാരനുമെത്തും. പാൽക്കുപ്പി അടുക്കളയിൽവച്ച് പത്രമെടുത്ത് ഓടിച്ചു നോക്കി, കുടവുമെടുത്ത് നടക്കും നേന്ത്രവാഴകൾക്ക് വെള്ളമൊഴിക്കാൻ.

നന കഴിഞ്ഞ് ചായ. വിസ്തരിച്ച് പത്രം വായന.

ശ്വശുരനിൽനിന്നു കിട്ടിയതും സ്വയം വാങ്ങിയതുമായ വലിയൊരു ഗ്രന്ഥശേഖരം പരമുമ്മാനുണ്ട്. പുത്തൻ എഴുത്തുകാരുടെ രചനകളാണധികം. *രാമായണം ഭഗവദ്ഗീത, മഹാഭാരതം, ബൈബിൾ, തിരുക്കുറൽ,* നാരായണഗുരുവിന്റെയും ആശാന്റെയും കാവ്യങ്ങൾ.

കവിതയോടാണ് കൂടുതൽ ചായ്‌വ്. *ബൈബിളിലെ* സങ്കീർത്തനങ്ങളിലും ഗുരുവിന്റെ രചനകളിലും ആവർത്തിച്ചാവർത്തിച്ച് മുഴുകും. ആശാന്റെ *നളിനി*യോടാണേറ്റം താൽപ്പര്യം. പരപ്പല്ല ആഴമാണിഷ്ടം.

ഗുരുവിന്റെ *ദൈവദശകം* നുണയാത്ത സന്ധ്യകളില്ല. മനസിലെ അന്ധകാരം തൂത്തുകളയുന്ന പ്രാർഥന. നാലു മക്കളും സന്ധ്യാവന്ദനത്തിന് ദശകം ചൊല്ലുമായിരുന്നു. ഒരേ സ്ഥായിയിലുള്ള അവരുടെ ഈണം കേൾക്കുമ്പോൾ മിഴികൾ ഈറനാവും. ആത്മീയാനുഭൂതിയിൽ ഹൃദയം ലയിക്കും.

"എന്താണ് കാർന്നോരുടെ പേര്?" ഡോക്ടർ ചോദിച്ചു.

"പരമേശ്വരൻ."

"വയസ്സ്?"

"എഴുപത്."

കഴിഞ്ഞ ഞായറാഴ്ചയായിരുന്നു പരമുമ്മാന്റെ പിറന്നാൾ. ഉത്രാടം നക്ഷത്രം. അന്നുവന്ന വാരാന്തപ്പതിപ്പിൽ ഏതോ ഒരു ജോത്സ്യൻ ഉത്രാടക്കാരന്റെ നേരെ കുറിച്ചിട്ടത് വായിച്ചപ്പോൾ ചിരിക്കാനാണ് തോന്നി

യത്. ഉദ്യോഗക്കയറ്റം, ധനലാഭം, വിദേശയാത്ര, ലോട്ടറിപോലുള്ള സമ്മാന ലബ്ധി, ക്ഷേത്രദർശനം, പുത്രന് അസുഖം, അതുകൊണ്ടുണ്ടാകുന്ന മനക്ലേശങ്ങൾ, ഇരുചക്രവാഹനം വാങ്ങാനുള്ള യോഗം, ഒടുവിൽ നാല്, ഏഴ്, ഒമ്പത് എന്നീ തീയതികളിൽ വാഹനം ഓടിക്കരുതെന്നൊരു താക്കീതും!

നാൽപ്പത്തിരണ്ട് വർഷങ്ങൾ ഗുരുദേവ സമാജത്തിൽ ജോലി ചെയ്ത് അറുപതാം വയസിൽ പിരിഞ്ഞ് വായനയിലും വാഴകൃഷിയിലും മുഴുകി കഴിയുന്ന ഒരാൾക്കാണ് ജോത്സ്യൻ ഇത്തരം വങ്കത്തരങ്ങൾ വിധിച്ചിരിക്കുന്നത്.

പത്രത്തിലെ നക്ഷത്രഫലം വായിച്ച് അൽപ്പം ഉറക്കെത്തന്നെ ചിരിക്കുമ്പോഴാണ് അപരിചിതനായൊരു കഷണ്ടിക്കാരൻ മുന്നിൽ പ്രത്യക്ഷപ്പെട്ടു പറഞ്ഞത്:

"ഇവിടത്തെ പറമ്പിലെ മുരുക്ക്മരം കണ്ടതോണ്ട് കേറിവന്നതാ. അമ്പലപ്പറമ്പിലെ കളിപ്പാട്ടങ്ങള് ചെലവാവ്ണ സീസണാ വര്ണത്. കളിവണ്ടീണ്ടാക്കാൻ മുരുക്ക് പഷ്ട് മരാ."

ഒരു ഗുസ്തിക്കാരന്റെ തടിമിടുക്കുള്ള ഇവനേതെടാ എന്ന ഭാവേന പരമുമ്മാൻ കഷണ്ടിക്കാരനെ ഒന്നു നോക്കി.

"അടുത്ത മാസാ തൃശൂർ പൂരം...." വന്നയാൾ പൂരപ്പറമ്പിലെ കച്ചവടവിശേഷങ്ങളെപ്പറ്റി വിസ്തരിക്കാൻ തുടങ്ങി.

ശുദ്ധനായ പരമുമ്മാന് മുന്നിൽ നിൽക്കുന്നവൻ അധ്വാനശീലനാണെന്ന് തോന്നി. വിശ്രമമറിയാതെ പണിയെടുത്ത്, പണിത്തരങ്ങളുമായി നാടു തോറും അലഞ്ഞ് അന്നം തേടുന്നവൻ. തനിക്കറിയാവുന്ന വേല ചെയ്ത് അതിൽ നിന്നും കിട്ടുന്ന ലാഭത്തിൽ ഊറ്റംകൊള്ളുന്ന പരിശ്രമി!

"ഇവിടെ മുരുക്ക് മരം കൊടുക്കാനുണ്ടെന്ന് തന്നോടാരാ പറഞ്ഞെ?" പരമുമ്മാൻ ചോദിച്ചു.

"തെങ്ങുകേറ്റക്കാരൻ ദാമു. അവനാ മുരിക്ക് വേണോങ്കി അമ്മാനെ കാണാൻ പറഞ്ഞത്."

കാര്യം ശരിയാണ്. ഏണിയും തളപ്പും വാക്കത്തിയുമായി കൃത്യം നാൽപ്പതാം പക്കം തേങ്ങയിടാൻ ദാമു വരാറുണ്ട്. കായ്ഫലമോ തണലോ തരാതെ പറമ്പിന്റെ അതിരിൽ നിൽക്കുന്ന വലിയ രണ്ട് മുരിക്ക് മരങ്ങൾ ആർക്കെങ്കിലും വിറ്റ് കയ്യൊഴിച്ചൂടെ എന്നവൻ ഒരിക്കൽ ചോദിക്കുകയും ചെയ്തിരുന്നു.

"അപ്പോ ഞാനതങ്ങ് വെട്ടിയെടുത്തോട്ടെ?" കളിപ്പാട്ടക്കാരന്റെ താഴ്മയോടെയുള്ള ചോദ്യം വീണ്ടും.

വന്നവന്റെ ധൃതിയോടെയുള്ള ചോദ്യം പരമുമ്മാന് അത്രയ്ക്ക് പിടിച്ചില്ല. ആറ്റിൽക്കളഞ്ഞാലും അളന്ന് കളയണമെന്നല്ലേ ചൊല്ല്. മുള്ള് നിറഞ്ഞ പാഴ്ത്തടിയാണെങ്കിലും തഴച്ചുനിൽക്കുന്ന രണ്ട് മരങ്ങൾ ചുമ്മാതങ്ങ് കൈയൊഴിക്കാൻ പറ്റുമോ?

"താൻ എന്തു വില കണ്ടിട്ടുണ്ട് ആ മരങ്ങൾക്ക്?" പരമുമ്മാൻ ചോദിച്ചു.

കളിപ്പാട്ടക്കാരൻ പറഞ്ഞു:

“ഞാനൊരു ഇരുന്നൂറു രൂപ മനസീക്കണ്ടിട്ടുണ്ട്. പതിനഞ്ചുറുപ്യാ അഡ്വാൻസായിപ്പൊ തരാം. ബാക്കി കാശ് നാളെ അല്ലെങ്കി മറ്റന്നാള് എത്തിച്ചേക്കാം.”

കൂടുതലൊന്നും ആലോചിക്കാതെ കളിപ്പാട്ടക്കാരന് മരം വെട്ടിയെടുക്കാൻ പരമുമ്മാൻ സമ്മതം മൂളി.

കോടാലിയും കയറുമായി വന്ന് നാഴികനേരം കൊണ്ട് അയാൾ രണ്ട് മുരിക്കുകളും വെട്ടി നിലത്തിട്ടു. പറമ്പാകെ പരന്നു കിടക്കുന്ന ചില്ലകൾ വാരിയടുക്കിവയ്ക്കാതെ ഉപകാരപ്പെടാവുന്ന തടികൾ കൈവണ്ടിയിൽ കയറ്റി വേഗം സ്ഥലം വിട്ടു.

മുരിക്ക് വെട്ടിയപ്പോൾ ശൂന്യമായിത്തീർന്ന സ്ഥലം പരമുമ്മാൻ ആളെ നിർത്തി വൃത്തിയാക്കിപ്പിച്ചു. കുഴിയെടുപ്പിച്ച് തെങ്ങിൻതൈകൾ നട്ടിട്ട് മാസം രണ്ടായി. എന്നിട്ടും കളിപ്പാട്ടക്കാരന് ആ വഴി വരാൻ തോന്നിയില്ല!

തെങ്ങിൻതൈകൾക്ക് വെള്ളമൊഴിക്കുമ്പോഴൊക്കെ കപടബഹുമാനക്കാരനായ ആ കഷണ്ടിക്കാരൻ വാക്കു പാലിക്കാതെ ഒളിച്ചു നടന്ന് അഷ്ടിക്ക് വക തേടിക്കോട്ടെ എന്ന് പരമുമ്മാൻ സമാധാനിച്ചു...

“വയറ് സ്കാൻ ചെയ്യണം. അതിന് മുമ്പ് രക്തവും മൂത്രവും പരിശോധിക്കണം. ഇ സി ജി എടുക്കണം. എന്നിട്ടാവാം നമുക്ക് ചികിത്സയെപ്പറ്റി ആലോചിക്കാൻ” ഡോക്ടർ പറഞ്ഞു. ഒപ്പം കുറിപ്പും തന്നു.

ശാസ്താവിന്റെ ക്ഷേത്രത്തിനും ധർമ്മാസ്പത്രിക്കും അപ്പുറത്താണ് ലാബറട്ടറി. മൂന്നുനാല് വിളിപ്പാടകലെ.

“രക്തോം മൂത്രോം പരിശോധിക്കുന്ന ലാബിൽക്ക് നമുക്ക് ഓട്ടോയീപ്പോവാ അച്ഛാ” പരമുമ്മാൻ ചക്കരയെന്നു വിളിക്കുന്ന രുഗ്മിണി പറഞ്ഞു.

“വേണ്ട മോളെ! വെയില് അത്ര മൂത്തിട്ടില്ല. ഇത്തിരി നടക്കുന്നതാ നല്ലത്.”

“ഈ അച്ഛന് ശാഠ്യം കൊറേ കൂടുതലാ. അഞ്ചും പത്തും രൂപ പോകുന്നേടത്ത് എന്തൊരു പിശുക്കാ!” ചക്കര മൃദുല പരിഭവത്തോടെ പറഞ്ഞു.

ആൽമരങ്ങളും വയസൻ പയനവും മഞ്ഞവാകകളും തണൽ വിരിക്കുന്ന നിരത്തിലൂടെ ഓരോരോ കാഴ്ചകൾ കണ്ട് അച്ഛന്റെ പിന്നാലെ പരിഭവമലിഞ്ഞ മനസുമായി നടന്നെത്തിയ ചക്കര ഡോക്ടറുടെ കുറിപ്പ് ലാബിൽ കാണിച്ചു.

രക്തമെടുത്തു. മൂത്രം കൊടുക്കാൻ ചെറിയൊരു കുപ്പിയും തന്നു.

ഒരുമണിക്കൂറോളം കാത്തിരിക്കേണ്ടിവന്നു പരിശോധനയുടെ ഫലമറിയാൻ.

ഇടയ്ക്ക് പരമുമ്മാൻ മകളോട് പറഞ്ഞു:

“ഷുഗറും കൊളസ്ട്രോളും മറ്റും എന്റെ രക്തത്തില് കൂടുതലൊന്നുംണ്ടാവില്ല മോളെ.”

"എന്നാലും പരിശോധിക്കുന്നത് നല്ലതാ. അതിന്റെയൊക്കെ അളവറിഞ്ഞാലല്ലേ ഡോക്ടർക്ക് മരുന്നിന് കുറിക്കാനൊക്കൂ."

"വൈദ്യര് മിടുക്കനൊണെങ്കി നാഡിമിടിപ്പിന്റെ താളത്തീന്ന് രോഗം നിർണയിക്കാനൊക്കും. താരാശങ്കരന്റെ ആരോഗ്യനികേതനം നീ വായിച്ചിട്ടില്ലേ? അതിലെ വൈദ്യൻ ജീവൻ മശായി ചില്ലറക്കാരനായിരുന്നോ? സാക്ഷാൽ ധന്വന്തരിയുടെ കൈപ്പുണ്യം കിട്ട്യെ ആളായിരുന്നില്ലെ ആ ചികിത്സകൻ?"

"ജീവൻ മശായി സ്വന്തം മകന്റെ മരണമുഹൂർത്തം നാഡിമിടിപ്പിലൂടെ അറിഞ്ഞ മഹാവൈദ്യനാണെന്ന് വായിച്ചിട്ടുണ്ട്. ആ കഥാപാത്രം എഴുത്തുകാരന്റെ ഭാവന സൃഷ്ടിച്ചതാവാനും മതീന്നാ എനിക്ക് തോന്നുന്നത്."

"അത് ജീവിതപരിചയം കൊറവായതോണ്ട് നെനക്ക് തോന്ന്ണ്താ. ദൈവം പ്രത്യേകം അനുഗ്രഹിച്ച ചെല മനുഷ്യപ്രതിഭകള് ഈ മണ്ണിലുണ്ടായിരുന്നു. യേശുക്രിസ്തുവും മുഹമ്മദ് നബിയും തിരുവള്ളുവരും ശ്രീകൃഷ്ണനും മഹാത്മാഗാന്ധിയും കബീറും വ്യാസനും വാത്മീകിയും ശ്രീനാരായണഗുരുവും അത്തരത്തീപ്പെട്ട സൃഷ്ടികളായിരുന്നു. ഇനീം അത്തരക്കാര് ഭൂമീല് പെറക്കാണ്ടിരിക്കില്ല. അതാ ലോക നീതി."

റിസൽറ്റ് കിട്ടാറായോ എന്നറിയാനായി ചക്കര അകത്തേക്ക് ചെന്നു. ഇല്ല. ഇനിയും അരമണിക്കൂർ കൂടി കഴിയണം.

"കാലത്ത് ഒന്നും കഴിക്കാത്തതല്ലേ. അച്ഛന് നല്ല വെശപ്പ് കാണും. കടേന്ന് ഇഡലിയോ പഴം പുഴുങ്ങിയതോ എന്തെങ്കിലും കഴിച്ചാലോ?" ചക്കര ചോദിച്ചു.

"കടേന്നൊന്നും കഴിക്കണ്ട മോളെ. അച്ഛനത് മനസീപ്പിടിക്കൂല." പരമുമ്മാൻ പറഞ്ഞു.

അച്ഛന്റെ ശീലങ്ങളറിയുന്ന ചക്കര നിർബന്ധിച്ചില്ല.

ചേച്ചിമാരെപ്പോലെയല്ല, ഏതുകാര്യവും പരസ്പരം ആലോചിക്കുന്ന, മനസ്സ് തുറന്ന് സംസാരിക്കുന്ന സുഹൃത്തുക്കളെപ്പോലെയാണ് പരമുമ്മാനും ചക്കരയും. അച്ഛനാണ് ചക്കരയുടെ ശക്തിയും ദൗർബല്യവും.

ലാബിൽ നിന്നും റിസൽറ്റ് കിട്ടി. രക്തത്തിൽ പഞ്ചസാര അളവിലും ഇത്തിരി കൂടുതലാണ്. ശ്വേതാണുക്കൾ വളരെ കുറവും.

"ഇനി അച്ഛൻ മധുരം തീരെ ഉപയോഗിക്കേണ്ടന്നാ പരിശോധനയിൽ കാണുന്നത്" ചക്കര അച്ഛനോട് കാര്യം വെളിപ്പെടുത്തി.

"വയസായപ്പോ നാവിന് പിടിച്ചതെന്തെങ്കിലും കഴിക്കരുതെന്ന് പറഞ്ഞാ അത് വല്ല്യെ സങ്കടം തന്നെയാ."

"ശീലങ്ങള് ചെലപ്പോ മാറ്റേണ്ടീം മറക്കേണ്ടീം വരൂന്ന് അച്ഛനല്ലേ പറയാറ്?"

കമ്പോളവും ചരൽ റോഡും പാടവരമ്പും കടന്ന് ഇരുവരും വീട്ടിലെത്തി. വേഗമൊരു മധുരം ചേർക്കാത്ത ചായയുണ്ടാക്കി അച്ഛന് കൊടുത്തിട്ട് ചക്കര പറഞ്ഞു:

"ഷുഗറ് വേഗം നമുക്ക് നോർമലാക്കണം. കൃത്യമായി മരുന്ന് കഴിക്കണം. പത്ഥ്യോം അനുസരിക്കണം. ഇല്ലെങ്കി പിടിച്ചാപ്പിടികിട്ടില്ല."

മകൾ കൊണ്ടുതന്ന ചായ നുണഞ്ഞിരിക്കവേ ഇത്തിരിയിത്തിരി അസുഖങ്ങളില്ലാത്ത മനുഷ്യരാരെങ്കിലും ഭൂമുഖത്തുണ്ടാവുമോ എന്ന് പരമുമ്മാൻ ഓർത്തു.

ഏത്തപ്പഴം പുഴുങ്ങിയത് നിത്യാഹാരമാണ്. അതൊഴിവാക്കണം. ചക്കര ഓർമിപ്പിച്ചതുപോലെ ശീലങ്ങൾ ഇനിയുള്ള കാലം വഴിമാറിത്തന്നെ സഞ്ചരിക്കട്ടെ! ഗോതമ്പ് കഞ്ഞി, ചീര, പിണ്ടി, വാഴക്കുടപ്പൻ, കോവയ്ക്ക എന്നിവയുടെ പുഴുക്ക്. ഒരുനേരം രണ്ട് ചപ്പാത്തി. നെല്ലിക്ക ചമ്മന്തി. ഇതൊക്കെത്തന്നെ ആരോഗ്യം നിലനിർത്താൻ ധാരാളം.

"അച്ഛന് ഏറ്റവും നല്ലത് ഗോതമ്പ് കഞ്ഞിയാ. നെല്ലിക്കേം അൽപ്പം ഇഞ്ചീം തേങ്ങേം കൂട്ടി നല്ല ചമ്മന്തിണ്ടാക്കിത്തരാം" ഡോക്ടറെ കാണുന്നതിനുമുമ്പേ ചക്കര മെനു കാർഡിറക്കി.

"അതാ നല്ലതെങ്കി അതുമതി. ചമ്മന്തീയില് വേപ്പിലേം നല്ലോണം ചേർത്തോ."

പരമുമ്മാൻ ഷർട്ടൂരി അയയിലിട്ടു. വെയിലേറ്റ് ഒന്നൊന്നര കല്ലോളം നടന്നതിനാലാവാം വല്ലാത്ത ക്ഷീണം.

പുല്ലുപായയെടുത്ത് കാറ്റ് വീശുന്ന ഇറയത്ത് വിരിച്ചു. രോഗങ്ങളെ ആത്മധൈര്യത്തോടെ നേരിടുന്നവർക്കാണ് ഭൂമിയിൽ സമാധാനം എന്നോർത്തുകൊണ്ട് കിടന്നു. പതുക്കെപ്പതുക്കെ മയക്കത്തിലേക്ക് ചാഞ്ഞു.

ചമ്മന്തിയരയ്ക്കാൻ നെല്ലിക്കയും അനുസാരികളുമായി അമ്മിക്കല്ലിനടുത്തേക്ക് വന്ന ചക്കര ശ്വാസവേഗത്തോടൊപ്പം ഉയർന്നു താഴുന്ന അച്ഛനെ വയറിന്റെ ഇടതുഭാഗം മുഴച്ചു നിൽക്കുന്നത് കണ്ട് ശ്രദ്ധിച്ചു.

മലർന്നു കിടക്കുമ്പോഴാണ് മുഴ ദൃശ്യമാവുന്നത്. അവിടെയാണ് ഡോക്ടറുടെ സ്റ്റെതസ്കോപ്പ് അധികനേരം പരതി നിന്നത്. വയറിന്റെ പാർശ്വഭാഗങ്ങളിലെല്ലാം അദ്ദേഹം കൊട്ടി നോക്കി. വിരലുകൊണ്ടമർത്തി വേദനിക്കുന്നുണ്ടോ, ശ്വാസം വിടാൻ പ്രയാസമുണ്ടോ, വയറ്റിലോ നെഞ്ചിലോ കോച്ചിവലിക്കുന്നുണ്ടോ എന്നൊക്കെ ചോദിച്ചു.

മയങ്ങുന്ന അച്ഛനെ നോക്കി നിന്ന ചക്കരയെ ആകാംക്ഷയും വ്യാകുലതകളും വലയം ചെയ്തു. ആമാശയത്തിനു മേലെ വളർന്നുകൊണ്ടിരിക്കുന്ന മാംസപിണ്ഡം ഓപ്പറേറ്റ് ചെയ്ത് നീക്കുന്നത് റിസ്കാണെന്ന് കരുതി കത്തി വയ്ക്കാതിരിക്കാനൊക്കുമോ? ഡോക്ടർ ഒരു രഹസ്യം പോലെ ചോദിച്ചത് ചക്കര ഓർത്തു.

ഈറൻമിഴികളോടെ ചക്കര, രോഗങ്ങളിൽനിന്ന് മുക്തി നൽകി അച്ഛനെ കാക്കണേയെന്ന് അരൂപിയായ മഹാശക്തനോട് പ്രാർഥിച്ചു.

നാളെ കാലത്ത് തൃശൂർ മോഡേൺ ആസ്പത്രിയിലെത്തണം. സ്കാൻ മെഷീനുള്ളതവിടെയാണ്. രൂപ കുറെ വേണ്ടി വരും. ചേച്ചിമാരോട് വിവരം പറയണം.

തടിമില്ലുടമയാണ് മാളുച്ചേച്ചിയുടെ ഭർത്താവ്. തടി വലിക്കുന്നത് വലിയൊരു കൊമ്പൻ. ആനക്കാരൻ ബാലനെന്നു നാട്ടുകാരുടെ വിളിപ്പേര്.

മാളുച്ചേച്ചിയുടെ വീട്ടിൽ പോയാൽ അവിടെനിന്ന് മറ്റു രണ്ടു ചേച്ചിമാരോടും ഫോണിൽ വിവരം പറയാം.

"അച്ഛാ കഞ്ഞി ചൂടാറും" അച്ഛനെ മെല്ലെ തൊട്ടുണർത്തിക്കൊണ്ട് ചക്കര പറഞ്ഞു.

പരമുമ്മാൻ ഏതോ കിനാവിന്റെ ലോകത്തായിരുന്നു. അനന്തനന്തമായ മരുഭൂമിയിൽ, കാറ്റിന്റെ സീൽക്കാരങ്ങൾ കേട്ട് നടക്കുന്ന ഏകാന്തപഥികൻ. കൂട്ടിനാരുമില്ലാതെ, ഒരു ചെറുകിളിയുടെ സാന്നിധ്യം പോലുമില്ലാതെ യുഗങ്ങളായി വരണ്ട മണ്ണിലൂടെ സഞ്ചരിക്കുന്ന യാത്രക്കാരൻ. പൊള്ളുന്ന വെയിൽ. ആവി ഗന്ധമുള്ള കാറ്റ്. എത്രകാലം, എത്രയുഗങ്ങൾ താനീ യാത്ര തുടരണം....

ചക്കരയുടെ വിളികേട്ടുണർന്ന പരമുമ്മാൻ ചില കാലങ്ങളിൽ ചില സ്വപ്നങ്ങൾ ഫലിച്ചിടാം എന്ന പഴമൊഴിയോർത്തു.

ഉണർന്നപ്പോൾ ഒരു ലോകമാണ്. സ്വപ്നത്തിൽ മറ്റൊരു ലോകവും. ദേഹം നശിച്ചാലും സ്വപ്നങ്ങളുമായി ദേഹി സഞ്ചരിച്ചുകൊണ്ടിരിക്കും എന്നാണ് വേദാന്തസാരം.

മഹാശൂന്യതയെപ്പറ്റിയുള്ള സങ്കൽപ്പം അനന്തമായ കാലത്തെപ്പറ്റി ദൈവം തന്ന മുന്നറിയിപ്പാണെന്ന് പരമുമ്മാൻ ഓർത്തു. ജീവശരീരത്തിലേക്ക് അസ്ഥികളിലെ കഴപ്പായും, അന്നപദാർഥങ്ങളോട് വെറുപ്പായും മൃത്യു ദൂതന്മാരെത്തുന്നു എന്നാണ് *ബൈബിളി*ലും എഴുതിയിരിക്കുന്നത്.

സാന്ത്വനിയായിരുന്നു തന്റെ ഭാര്യാപിതാവ്. ശ്രീനാരായണ വചനങ്ങളിലും കാവ്യങ്ങളിലും നിഷ്ണാതൻ. സമുദ്രത്തിന്റെയും കാറ്റിന്റെയും ഉറവിടങ്ങളെപ്പറ്റി അറിയാത്തതുപോലെ, ജീവന്റെയും മൃതുവിന്റേയും ഗതാഗതങ്ങളെപ്പറ്റിയും ആർക്കുമറിയില്ലെന്ന് പറയാറുണ്ട് അദ്ദേഹം. ഒന്നുമറിയില്ല എന്ന അറിവോടെ ജീവിച്ച ഗൃഹസ്ഥയോഗി!

ചെറുചൂടുള്ള ഗോതമ്പ് കഞ്ഞി നാലഞ്ച് പ്ലാവില കുടിച്ചപ്പോഴേക്കും പരമുമ്മാന് വയർ നിറഞ്ഞതുപോലെ തോന്നി.

വീണ്ടും പുല്ലുപായിലേക്ക് ചായാൻ തുടങ്ങുമ്പോഴാണ് വാഴകൾക്കും ചീരയ്ക്കും ചെടികൾക്കും നനച്ചില്ലല്ലോ എന്നോർത്തത്.

"ഞാൻ മാളുച്ചേച്ചീടടുത്ത് പോയിട്ട് വരാം" ചക്കര അച്ഛനോട് പറഞ്ഞു.

"വെയില് മൂത്ത് നിക്ക്ണ ഇന്നേരത്തെന്തിനാ മോളേ പോണത്? വൈകീട്ടെങ്ങാനും പോയാപ്പോരെ?" പരമുമ്മാൻ ചോദിച്ചു.

"വെയിലൊന്നും സാരില്ല്യച്ഛ. സൂര്യൻ താഴ്ണതും കാത്തുനിന്നാ ഒരു കാര്യോം നടക്കില്ല."

അച്ഛന്റെ വയറ്റിലെന്തോ കാര്യമായ തകരാറുണ്ട്, സ്കാൻ ചെയ്യാനുള്ള കുറിപ്പടി ഡോക്ടർ തന്നിട്ടുണ്ട് എന്നോ മറ്റോ ചേച്ചിമാരോട് പറയാനാവുമോ ചക്കരയുടെ പുറപ്പാട്?

ദൈവത്തിലേക്കുള്ള ദൂരം അളന്നു തീരാറായ ഒരാൾക്ക് ഔഷധങ്ങൾ കൊണ്ടെന്തു കാര്യം എന്നു ചോദിച്ചാൽ മക്കൾക്ക് സങ്കടം തോന്നിയാലോ? അസുഖങ്ങളുടെ മൂലാധാരങ്ങൾ ത്രിദോഷങ്ങളാണെന്ന് ശാസ്ത്രം. ത്രിദോഷങ്ങളെന്നാൽ വാതം, പിത്തം, കഫം. അവ ദുഷിക്കുമ്പോൾ ദൂഷ്യങ്ങൾ ഉണ്ടാവുന്നു. ആയുസ്സ് ജീർണിക്കാൻ തുടങ്ങുന്നു. അത് അവനിവാഴ്വിന്റെ നീക്കുപോക്കില്ലാത്ത നിയമം. രാവും പകലും അവിരാമം സംസാരിച്ചുകൊണ്ടിരിക്കുന്ന ഈ ഭൂമിയിൽ പിറന്നു വീഴുന്ന മുഹൂർത്തത്തിൽ എഴുതപ്പെട്ട ദൈവവചനം.

വിനീതയും സൗമ്യയുമാണ് ചക്കര മോളെന്ന് പരമുമ്മാന്റെ മനസെപ്പോഴും ഓർക്കും. അച്ഛന്റെ വായനാശീലം പകർന്നു കിട്ടിയവൾ. വിശാലമായ ചിന്തയും കാഴ്ചപ്പാടും. അവളുടെ മൂന്ന് ചേച്ചിമാർക്കും അത്രയും ഗുണം പോരെന്നാണനുഭവം. അമ്മയെപ്പോലെ ഗർവാണവർക്ക്. അംഗലാവണ്യത്തിൽ മദിക്കുന്നവർ. വാക്കിലും നോക്കിലും ഞാനെന്ന ഭാവം.

ദൈവമേ ദൈവമേ എന്ന് മനസ്സ് തുറന്ന് വിളിക്കുന്ന ശീലമല്ല അവരുടേത്. ആയുസ്സ് മുഴുവനെടുത്താലും ശ്രീനാരായണ ഗുരു രചിച്ച *ദൈവദശക*ത്തിന്റെ ആഴത്തിലേക്കിറങ്ങാൻ കഴിയാത്ത അരുമസന്തതികൾ!

മന്ത്രകോടിയുടെ സുഗന്ധവുമായി ജീവിതത്തിലേക്ക് കടന്നുവന്ന അവരുടെ അമ്മ ശകുന്തള ദൈവത്തിന്റെ സന്നിധിയിൽ ഹൃദയം സമർപ്പിച്ചവളായിരുന്നില്ല എന്ന വിഷാദം പരമുമ്മാവനിൽ ഇന്നും ചാരം മൂടിക്കിടപ്പുണ്ട്. സൃഷ്ടിജാലങ്ങളെ ഭരിക്കുന്ന ഒരുത്തൻ എല്ലാം കാണുന്നുണ്ട്, കേൾക്കുന്നുണ്ട് എന്നോർക്കാൻ മറന്നുപോയ ശിലാഹൃദയം.

പാതി തന്നിലും പാതി ഈശ്വരനിലും വിശ്വസിക്കണമെന്ന് ജീവിതാരംഭനാളുകളിൽത്തന്നെ പരമുമ്മാൻ സഹധർമ്മിണിയെ ഉപദേശിച്ചു. അവരത് ചെവിക്കൊണ്ടില്ല. ജീവിതം തന്റെ വരുതിയിലാണെന്ന് കരുതിയ സുഭഗയായ ഗുരുപുത്രി.

പ്രൗഢഗംഭീരമായ വിവാഹമന്ദിരവും ഹൈസ്കൂളും ആർട്സ്കോളേജും പടർന്നു പന്തലിച്ച കുറിയിടപാടുകളും ഉള്ള ആല ദേശത്തെ ശ്രീനാരായണ സഭയിലെ ക്ലാർക്കായിരുന്നു അക്കാലത്ത് പരമേശ്വരൻ.

ഗുരു പ്രതിഷ്ഠിച്ച വേൽമുരുകന്റെ ക്ഷേത്രം തൊട്ടടുത്ത് കായലിന്റെ കരയിൽ. ക്ഷേത്രസ്വത്തായി ഒരുപാട് തെങ്ങിൻപറമ്പുകൾ. ഏഴുനാൾ നീണ്ടുനിൽക്കുന്ന ആണ്ടുത്സവം. കേളികേട്ട കലാകാരന്മാരുടെ സാന്നിധ്യം.

ഹൃദയം ഗുരുദേവനിലേക്ക് തിരിച്ചുവച്ച ഭരതൻസ്വാമി സഭയിലെ സെക്രട്ടറിയായിരുന്നു. സ്വയം പരിശോധിച്ച് അറിവും വിവേകവും കൊണ്ട് തന്നെത്തന്നെ തൂക്കിനോക്കിയിരുന്ന അദ്ദേഹത്തെ ചിലർ ആശാനെന്നും വിളിച്ചു.

ശകുന്തളയ്ക്കു വേണ്ടി യോഗ്യനായ ഒരു യുവാവിനെ അന്വേഷിച്ച സ്വാമി സഹപ്രവർത്തകനായ പരമേശ്വരനെ ജാമാതാവായി ദീർഘദർശനം ചെയ്തു.

വിവാഹച്ചടങ്ങുകൾ ലളിതമായിരുന്നു. ഗുരുസന്ദേശം പോലെ ലഘു സദസ്സ്.

കോഴിക്കൂടുപോലുള്ള ഭർതൃഗൃഹം ശകുന്തളയ്ക്ക് വേഗം മുഷിഞ്ഞു. അഭിമാനിക്കാനൊന്നുമില്ലാത്ത ദാമ്പത്യബന്ധത്തെയോർത്ത് മനസ്സ് നിരാശാഭരിതമായി. അല്ലലുള്ളവളല്ല, അധികം ആഗ്രഹിക്കുന്നവളാണ് ദരിദ്രയെന്നറിയാത്ത വിഷാദഹൃദയം.

പണവും പ്രതാപവും കുറവാണെന്ന കുറ്റം ചുമത്തി ഭർത്താവിനോട് അപ്രിയം കാണിക്കരുതെന്ന് ഭരതൻസ്വാമി മകളെ ഉപദേശിച്ചു. ബിരുദങ്ങളും ധനസമ്പാദ്യവുമല്ല, മനസിന്റെ ഐക്യമാണ് ദാമ്പത്യത്തിൽ പ്രധാനം. ചെയ്ത നന്മകളുടെയും ചൊരിഞ്ഞ സ്നേഹത്തിന്റെയും കണക്കുകൾ ദൈവം ഒത്തുനോക്കുന്ന കാലം വരും! അതാണോർത്തുവയ്ക്കേണ്ടത്!

ബാങ്കിൽ ജോലി കിട്ടിയപ്പോൾ ശകുന്തളയുടെ ശിരസ്സ് കുറെക്കൂടി ഉയർന്നു. അടുക്കളയുടെ പുകയിലും ചൂടിലും നിന്ന് മോചനം കിട്ടിയതിന്റെ ആഹ്ലാദം. അഭിമാനം.

ആദ്യനിയമനം വീട്ടിൽ നിന്നും ദൂരെ ഒരുൾനാട്ടിലായിരുന്നു. താമസം വാടക വീട്ടിൽ. തൊട്ടടുത്ത് ബാങ്കിലെ പ്യൂണിന്റെ പാർപ്പ്. അവരാണ് വാടക വീട് ഏർപ്പാടാക്കിയത്.

വീടിന്റെ വടക്കെഭാഗത്ത് ചെറിയൊരു ശിവക്ഷേത്രം. ചാരെ ആമ്പലുകൾ പൂത്തുനിൽക്കുന്ന വലിയൊരു കുളം. മുന്നിൽ നെൽപ്പാടങ്ങളുടെ ഹരിതകാന്തി. വരമ്പത്ത് തെങ്ങും വാഴകളും. ഒരുപാട് പൂമ്പാറ്റകളും തുമ്പികളും. കലപില കൂട്ടാൻ അണ്ണാനും കിളികളും. ഇളംകാറ്റിന്റെ സീൽക്കാരം എപ്പോഴും.

പരമേശ്വരന്റെ അമ്മയായിരുന്നു ശകുന്തളക്കും കൊച്ചുമകൾ മാലതിക്കും കൂട്ട്.

ഇടയ്ക്ക് ബാങ്കിലെ കൂട്ടുകാരികൾ വരും. സ്വർണവരകളുള്ള വെണ്ണക്കപ്പിൽ ശകുന്തള അവർക്ക് ചായ വിളമ്പും. സൊറ പറച്ചിലും കളിചിരികളും. ഉല്ലാസയാത്രകളുടെ വിശേഷങ്ങൾ. മൈസൂർ സിൽക്ക്. കൊട്ടാരക്കാഴ്ചകൾ. മുത്തുമാലകൾ. പഴയ പ്രണയകഥകൾ....

"ആരാ ശകുന്തളേടെ കൂടെ നിക്ക്ണ കരുവാളിച്ച മുഖക്കാരി തള്ള? വേലക്കാര്യാ?'' ഷിഫോൺ സാരിക്കാരിയൊരുത്തി ശകുന്തളയോട് ചോദിച്ചു.

മറുപടിയെന്നോണം ശകുന്തള പതുക്കെ മൂളി. പരമേശ്വരന്റെ അമ്മ മരുമകളുടെ മൂളൽ കേട്ടു. ചമയാൻ സ്വർണക്കാപ്പുകളും മാലയും കസവുമുണ്ടുകളുമില്ലാത്ത ഭർത്തൃമാതാവിനെ വേലക്കാരിയായി കാണാനേ ശകുന്തളയ്ക്ക് കഴിയുന്നുള്ളൂ എന്നായിരിക്കും.

പ്രാരാബ്ധക്കാരിയാണ് ബാങ്കിലെ പ്യൂൺ. മദ്യപാനവും ചീട്ടുകളിയുമായി നടക്കുന്ന അലസൻ ഭർത്താവ്. എന്നും കശപിശ.

"തല്ലും വഴക്കുമായി കഴിയുന്ന പ്യൂൺ പെണ്ണിന്റെ ചുറ്റുവട്ടത്ത്ന്ന്

മാറിപ്പാർക്കാനാ എനിക്കിഷ്ടം. നാലഞ്ച് മൈലിനപ്പുറത്തുള്ള ചേലക്കര ടൗണിലേക്ക് മാറുന്നതാ നല്ലത്."

"അയൽപക്കത്ത് എന്തും നടന്നോട്ടെ, നമുക്ക് നമ്മടെപാട്, അവർക്ക് അവരുടെ പാട്ന്ന് കരുതി ജീവിച്ചാപ്പോരേ ശകുന്തളേ?" വിശാലമായ നെൽവയലുകളുടെ കാഴ്ചേം ക്ഷേത്രോം കൊളോം തണുത്ത കാറ്റും ഒക്കെ വേണ്ടാന്ന് വച്ച് കെട്ട്കെട്ടണോ ഇവിടന്ന് നമക്ക്?" പരമേശ്വരൻ ഭാര്യയോട് ചോദിച്ചു.

"നിങ്ങക്കത് പറയാം ഇത്തിരി കൾച്ചറൊള്ള ആളേൾടെ എടേല് പാർക്കാനാ എനിക്കിഷ്ടം. ഇവിടെ ചാണാത്തിന്റേം കള്ളിന്റേം ചൂരാ. അതെനിക്ക് തീരെ പിടിക്കണില്ല!."

ഇത്തവണയും ശകുന്തളയുടെ ശാഠ്യവും വാക്കുകളും തന്നെ ജയിച്ചു. കെട്ടും മാറാപ്പുകളുമായി ചേലക്കരയിലെത്തി.

മാളുവിന് രണ്ടുവയസ്സ് തികഞ്ഞപ്പോൾ ശകുന്തള രേവതിയെ പ്രസവിച്ചു. രേവതിക്കൊരു ചെല്ലപ്പേരിട്ടു. തത്ത!

തത്ത പിച്ചവയ്ക്കാൻ തുടങ്ങിയപ്പോൾ ശകുന്തളയ്ക്ക് വീട്ടിൽനിന്ന് ആറേഴ് മൈൽ ദൂരത്തുള്ള വേളൂർക്കര സ്റ്റേറ്റ് ബാങ്കിലേക്ക് സ്ഥലം മാറ്റം കിട്ടി.

മാതൃകാപരമായ എന്തു ഗുണങ്ങളാണ്, സുഭഗയായ മകളെ വരിക്കാനുള്ള എന്തു യോഗ്യതയാണ്, പുണ്യഹൃദയനായ ഭരതൻസാമി തന്നിൽ കണ്ടത്? നാലുപതിറ്റാണ്ടുകൾക്ക് ശേഷവും, ചിലനേരങ്ങളിൽ പരമുമ്മാൻ ഓർക്കാറുണ്ട്.

പിതൃസ്വത്തിനെച്ചൊല്ലി രഹസ്യമായി ഭരതൻ സ്വാമിയുടെ മൂന്നു പെൺമക്കളും തർക്കം തുടങ്ങിയിരുന്നു.

ഇളയവളാണ് ശകുന്തള. മൂത്ത സഹോദരിമാരുടെ ഭർത്താക്കന്മാരിൽ ഒരാൾക്ക് സിമന്റ് വ്യാപാരം. മറ്റൊരാൾ ജ്വല്ലറി..

ശകുന്തളയ്ക്കായിരുന്നു സ്വത്തിനോട് ആർത്തി.

"വീട് എന്തായാലും എനിക്ക് കിട്ടണം. ഒരു കോഴിക്കൂട്ടിൽക്ക്യാ അച്ഛനെന്നെ കല്യാണം കഴിപ്പിച്ച് വിട്ടത്. പിന്നെ, ജോലി. അതെന്റെ പഠിപ്പും സാമർത്ഥ്യോം കൊണ്ട് കിട്ടീതാ. അതിലാരും പങ്കുപറ്റാൻ വരണ്ട!"

സമുദായത്തിനും സമൂഹത്തിനും മാതൃകയാവേണ്ട തന്റെ പെൺമക്കൾ പൈതൃകസ്വത്തിനുവേണ്ടി നായ്ക്കളെപ്പോലെ കടികൂടുന്നത് കണ്ട് ഭരതൻസാമിയുടെ മനം നൊന്തു. നല്ലത് തോന്നിപ്പിക്കണേയെന്ന പ്രാർഥനയോടെ അദ്ദേഹം മക്കളെ ഉപദേശിച്ചു:

പാഴ്വാക്കുകൾ പറയരുത്. തിന്മകളുടെ മർമ്മരത്തിന് ചെവി ചായ്ച്ച് കൊടുക്കരുത്. ഭോഗങ്ങൾ നമ്മെ ഭുജിക്കയല്ലാതെ ഒരിക്കലും മനുഷ്യന് അനുഭവിച്ച് തൃപ്തി വരില്ല.!

വിശിഷ്ട ഗ്രന്ഥങ്ങളുടെ വലിയൊരു ശേഖരം ഭരതൻസാമിക്കുണ്ടായിരുന്നു. അതുമതി, അതുമാത്രം മതി നമുക്ക് ഓഹരിയായിട്ട്! പരമേശ്വരൻ ഭാര്യയെ ഉപദേശിച്ചു.

അതൊന്നും കേൾക്കാതെ ശകുന്തള വാശിപിടിച്ചു. ചേച്ചിമാരെ മുട്ടുകുത്തിച്ചു. വീടും വീടിരിക്കുന്ന മുക്കാലേക്കറും അവൾ നേടിയെടുത്തു.

അയൽപ്പക്കത്തെ കൂലിപ്പണിക്കാരുടെ കുട്ടികളുമായി തന്റെ മക്കൾ കളിക്കാൻ കൂടുന്നത് ശകുന്തള ഇഷ്ടപ്പെട്ടില്ല. വിളർപ്പും ചൊറിയും ചിരങ്ങും വിട്ടുമാറാത്ത കൂട്ടരാണവർ. അവരെ തൊടരുത്. അവരുമായി ഇടപഴകരുത്.

രണ്ട്

കുളത്തിൽനിന്ന് രണ്ടു കുടങ്ങളിൽ വെള്ളം കോരി നാലഞ്ച് വാഴകൾക്ക് നനച്ചപ്പോഴേക്കും പതിവ് വിട്ട് പരമുമ്മാൻ ക്ഷീണം തോന്നി. ചുമരോട് ചേർന്ന് വരാന്തയുടെ തണുപ്പിൽ ദേഹം ചായ്ച്ച് അൽപ്പനേരം കിടന്നു.

ഇനിയും എത്ര പ്രഭാതങ്ങൾ തനിക്കീ ഭൂമിജീവിതത്തിൽ ബാക്കിയുണ്ട്? പതിഞ്ഞു വീശുന്ന കാറ്റിനോട് പരമുമ്മാൻ ചോദിച്ചു. അമ്മയുടെ ഗർഭപാത്രത്തിൽ ജീവന്റെ മുള പൊട്ടുമ്പോൾത്തന്നെ ആയുസ്സിന്റെ ദൂരവും ഇത്രയെന്ന് സ്രഷ്ടാവ് ശിരസ്സിൽ കുറിക്കുന്നു എന്നെവിടെയോ വായിച്ചതോർമവന്നു. മരണഗൃഹത്തിലേക്കുള്ള പ്രവേശമാണ് ലക്ഷ്യമെങ്കിൽ ആകാശത്തിനു കീഴെ ദൈവം അനുവദിച്ചുതന്ന നരജന്മം കൊണ്ട് പിന്നെന്താണ് കാര്യം?

ക്ഷീണമൊട്ടകന്നപ്പോൾ പരമുമ്മാൻ തിണ്ണയിൽനിന്നെഴുന്നേറ്റ് മുഖം കഴുകി.

ചാരുകസേരയിൽ വന്നിരുന്നു. ഫ്ളാസ്ക് തുറന്ന് ഇളംചൂടുള്ള ജീരകവെള്ളം പകർന്നു കുടിച്ചു. മേശപ്പുറത്തുനിന്ന് ഒരു ഗ്രന്ഥമെടുത്ത് നിവർത്തി. ഒരുപാടാവർത്തി വായിച്ചിട്ടുള്ള കുമാരനാശാന്റെ *സീതാകാവ്യം.*

പരിത്യക്തയായൊരു സാധാരണ സ്ത്രീയല്ല പരമുമ്മാന് സീത. ഭൂമിയെപ്പോലെ ക്ഷമിച്ചവൾ. ഹിമകണം പോലെ വിശുദ്ധ. അഗ്നിയിൽ കുളിച്ചുവന്ന മാതൃഭാവം!

പുസ്തകങ്ങളാണ് പരമുമ്മാന്റെ ചങ്ങാതികൾ. മഹാകവികൾ സൃഷ്ടിച്ച കഥാപാത്രങ്ങളുമായാണ് വർത്തമാനം. അക്ഷരങ്ങൾ രൂപങ്ങളാണ്. അവയ്ക്ക് നാവുണ്ട് എന്നറിയുന്ന മനസ്സ്.

അച്ഛനെപ്പോലെ നല്ലൊരു വായനക്കാരിയാണ് ചക്കരമോളും. നോവലുകളാണവൾക്കിഷ്ടം. *ചെമ്മീനി*ലെ കറുത്തമ്മ ഇഷ്ടകഥാപാത്രം. കടലിനും പ്രണയത്തിനുമിടയിൽ ജീവിച്ച പെണ്ണ്. മനസ്സ് കാമുകന്. ശരീരം ഭർത്താവിന്. തീയാണ് അവൾ തിന്നത്. കാലിലും മനസിലും ചങ്ങല. ബന്ധനം പൊട്ടിച്ചാണവൾ കാമുകനോടൊപ്പം മരണത്തിന്റെ കൊട്ടാരത്തിലേക്ക് യാത്രയായത്.

അച്ഛന്റെ വയറ്റിൽ കല്ലിച്ച് മുഴപോലെ എന്തോ വളരുന്നുണ്ടെന്ന് പറയാനാവണം ചക്കര ചേച്ചിമാരുടെ വീട്ടിലേക്ക് പോയതെന്ന് പരമു

മ്മാനറിയാം. രോഗത്തിനിരയായ അച്ഛന്റെ ജീവനെ അപഹരിക്കാൻ മരണദേവൻ വരാറായി എന്ന് ഭയക്കുന്ന പെൺകുട്ടി!

എന്താണ് മരണം?

മണ്ണിനോട് ലയിച്ചു ചേർന്ന ഒരാളുടെ സ്മരണകൾ കാലം എത്ര നാൾ മനസിൽ ഓർത്തുവയ്ക്കും?

അമ്മയുടെ ലാളന തീരെ കിട്ടാൻ ഭാഗ്യമില്ലാതെ പോയ പെൺകുട്ടിയാണ് ചക്കര. ബാലാരിഷ്ടതകളിൽ നിന്ന് അവളെ ശ്രദ്ധയോടെ പോറ്റിയെടുത്തു. അവൾക്കുവേണ്ടി ഒരുപാട് ഉറക്കമൊഴിച്ചു. മക്കളെ പിരിഞ്ഞ് ദൈവത്തിന്റെ നാട്ടിലേക്ക് പോയ അമ്മയുടെ അഭാവം അറിയിക്കാതെ വളർത്താൻ ശ്രമിച്ചു.

ബാങ്കിലെ സഹപ്രവർത്തകയുടെ വിവാഹമായിരുന്നു.

കുങ്കുമനിറമുള്ള പട്ടുപുടവ ചുറ്റി കാശുമാലയണിഞ്ഞ്, മുടിയിൽ മുല്ലഞാത്തുകൾ കൊരുത്തിട്ട് മണവാട്ടിയെപ്പോലെ ചമഞ്ഞുപോയ ശകുന്തളയുടെ മരണവാർത്തയറിഞ്ഞ് ശ്വാസമടക്കി നിന്നുപോയ മുഹൂർത്തം!

വിവാഹപാർട്ടിയിൽ കൂട്ടുകാരികളോടൊപ്പമായിരുന്ന് ചിരിച്ചും രസിച്ചും ഐസക്രീം നുണഞ്ഞിരുന്ന ശകുന്തള പെട്ടെന്ന് എക്കിൾ വന്ന് കുഴഞ്ഞു വീഴുകയായിരുന്നു!

പൊട്ടിച്ചിരികൾ പൊട്ടിക്കരച്ചിലായി മാറിയ നിമിഷം!

ജനിച്ചവന് മരണവും മരിച്ചവന് ജനനവും നിശ്ചിതമാണെന്നാണ് *ഗീത*വാക്യം. ജലത്തിന് നനയ്ക്കാനും ആയുധത്തിന് മുറിക്കാനും കാറ്റിന് ശോഷിപ്പിക്കാനും അഗ്നിക്ക് ദഹിപ്പിക്കാനും കഴിയാത്ത ആത്മാവ് പുതിയ ശരീരം സ്വീകരിച്ച് അനശ്വരയാവുന്നു!

ശ്വസിച്ചു വളരുന്നതെല്ലാം ജീർണിച്ചില്ലാതാവുമെന്ന മഹാസത്യത്തിനപ്പുറം, സ്വർഗവും നരകവും വിശ്വാസിയായ മനുഷ്യന്റെ ഭാവനാവിലാസങ്ങളല്ലേ എന്നു പരമുമ്മാൻ ആലോചിച്ചു പോകാറുണ്ട്.

വേദഗ്രന്ഥങ്ങളുടെ ചുവടുപിടിച്ചാവണം, ജ്ഞാനികൾ അനിവാര്യവും സത്യവുമായ മരണത്തെ ആഴമറിയാത്ത കറുത്ത ശൂന്യതയിലേക്കുള്ള ജീവന്റെ പ്രയാണം, വേഷം ആടിക്കഴിഞ്ഞ് നടൻ അരങ്ങൊഴിയുന്നു, ഹൃദയപഞ്ജരത്തിലൊളിച്ചിരുന്ന കിളി പറന്നുപോയി എന്നൊക്കെ പറയുന്നത്.

വ്യർഥവും വിധികൽപ്പിതവുമായ അവനിവാഴ്‌വിനെപ്പറ്റി മഹാകവി ആശാൻ പാടിയതാണെപ്പോഴും മനസ്സ് നുണയാറുള്ളത്. "ഹാ! സുഖങ്ങൾ വെറും ജാലം, ആരറിവൂ നിയതിതൻ ത്രാസ്സു പൊങ്ങുന്നതും താനേ താണുപോവതും" എന്ന വരികൾ പുതിയ ഉൾക്കാഴ്ച തരുന്നു. മനസ്സ് ശുദ്ധനിസ്സംഗമാക്കുന്നു.

ശകുന്തള ദൈവഗൃഹത്തിലേക്ക് യാത്രയായി എന്നറിഞ്ഞ നിമിഷത്തിൽ കൂരമ്പേറ്റതുപോലെ കരളൊന്നു പിടഞ്ഞു. ദൈവമേ, ദൈവമേ നീയെന്തിനിത്ര ധൃതി കാണിച്ചു എന്ന ചോദ്യത്തോടെ ശിരസ്സ് കുനിഞ്ഞു.

പറക്കമുറ്റാത്ത മക്കളെ ലാളിച്ചും കൊഞ്ചിച്ചും കൊതി തീരുന്നതിനുമുമ്പേ ഇളംചൂടായി തള്ളക്കിളിയുടെ സിരകളിൽ ഒഴുകിനടന്ന പ്രാണനെ മരണദേവൻ എന്തിനിത്ര ധൃതിയോടെ തിരിച്ചു വിളിച്ചു? കുഞ്ഞുടുപ്പിട്ട പൂമ്പാറ്റകൾക്ക് എന്തിനീ ദുഃഖം നൽകി?

ശകുന്തളയുമായി പലപ്പോഴും ക്രൂരമായി പിണങ്ങേണ്ടി വന്നിട്ടുണ്ട്. ആഗ്രഹിച്ചതും അന്വേഷിച്ചതും കണ്ടെത്താത്തതിന്റെ നിരാശ. മനസിൽ അലിവുള്ള ഒരു സുഹൃത്തിനെ ലഭിച്ചില്ലല്ലോ, വന്ദ്യനായ ഗുരുനാഥന്റെ മകൾക്ക് അംഗലാവണ്യമല്ലാതെ മൃദുലഭാവങ്ങളൊന്നും ദൈവം കൊടുത്തില്ലല്ലോ എന്ന സങ്കടം.

ശകുന്തള വീട്ടിൽ വേണ്ടതിലേറെ ഗർവിഷ്ഠയായിരുന്നു. സ്രഷ്ടാവ് മിനുക്കുവേലകൾ ഒരുപാട് ചെയ്ത മേനിയാണ് തന്റേതെന്ന ഭാവം വാക്കിലും നോക്കിലുമുള്ളവൾ.

ഫണമുയർത്തി ചീറ്റുമെങ്കിലും ശാന്തനിശകളിൽ അഗ്നിനാളമായി തന്നിലേക്ക് പടർന്നു കയറിയിരുന്ന പ്രിയതമയുടെ ചന്ദനനിറമുള്ള ശരീരം ചിതയിൽ വെന്തെരിയുന്നത് കണ്ടുനിൽക്കാനുള്ള കരുത്ത് പരമുമ്മാനില്ലായിരുന്നു.

പുളഞ്ഞാടുന്ന ചിതാനാളങ്ങളോട് മനസ്സ് യാചിച്ചു:..... എന്റെ കുഞ്ഞുങ്ങളുടെ അമ്മയെ നോവിക്കാതെ, മെല്ലെ മെല്ലെ തഴുകാൻ കനിവുണ്ടാവണേ....

കനലിൽ വെന്തുവിണ്ട ശകുന്തളയുടെ അസ്ഥിശകലങ്ങൾ ജലചക്രവർത്തിനിയെന്നു വാഴ്ത്തുന്ന സമുദ്രത്തിന്റെ പതയുന്ന തിരകൾക്ക് സമർപ്പിച്ചിട്ട് ഇന്നേക്ക് മുപ്പതാണ്ടുകളായി! ഒരു പതിറ്റാണ്ടോളം മാത്രം നീണ്ടുനിന്ന ദാമ്പത്യത്തിന്റെ അറുതി. വ്യക്തിത്വങ്ങളുടെ ഉരസലിനും മൗനവ്രതങ്ങൾക്കും വിട.

പ്രിയനേ, വരൂ, നമുക്ക് ചെറുതിരകളിളകുന്ന പുഴയുടെ തീരങ്ങളിലെ തണുത്ത പുൽപ്പരപ്പിൽ പോയിരിക്കാം. വാനമ്പാടികളായി ആകാശങ്ങളിൽ പറന്ന് നടക്കാം. നറുമണമുള്ള ഇലഞ്ഞിപ്പൂക്കൾ പെറുക്കി മാലകൊരുക്കാം. പ്രണയമധുരം ആവോളം നുണയാം.... എന്നൊക്കെ പറയുന്ന മിഥുനങ്ങളെ *ബൈബിൾ*ക്കഥകളിൽ മാത്രമേ കാണൂ എന്ന് പരമുമ്മാൻ നെടുവീർപ്പോടെ ഓർത്തു.

പരസ്പരം പ്രണയധാര ചൊരിഞ്ഞ ദമ്പതികൾക്ക് സ്വർഗത്തിലിടമുണ്ടെന്നൊരു നാടൻപാട്ട് പണ്ടെങ്ങോ കേട്ടിട്ടുണ്ട്. സൗന്ദര്യവും ബുദ്ധിയും തികഞ്ഞ കൂട്ടുകാരി കൂടെയുള്ളവൻ സ്വർണഭണ്ഡാരം കിട്ടിയവനാണ്, അവനെ ആർക്കും കീഴ്പ്പെടുത്താൻ ഒക്കില്ല, വേദനാപൂർണമായ നെടുവീർപ്പുകൾ അവനെ അലട്ടുന്നില്ല....

പൊടിയും ചാരവുമായിത്തീരേണ്ട മനുഷ്യന് അഹങ്കരിക്കാൻ ഒന്നുമില്ല... ഒന്നുമില്ല എന്നല്ലേ ശകുന്തളയുടെ വേർപാട് തരുന്ന പാഠം?

"ആരാണ് ശേഷക്രിയയ്ക്ക്?" ശകുന്തളയുടെ മരണാനന്തര ചടങ്ങുകൾക്ക് വേണ്ടി നിയുക്തനായ ശാന്തിക്കാരന്റെ ചോദ്യം.

"പെൺമക്കളുണ്ട് ആ ചടങ്ങിന്" ആരോ മറുപടി പറഞ്ഞു.

"അതിന് പെൺകുട്ട്യോള് ഇത്തരം ചടങ്ങ് നടത്താറില്ലല്ലോ."

"എന്താ അവരായാല്?"

"അല്ല, അതിപ്പോ...."

"ആൺതരീണ്ടെങ്കി അതാ ഉചിതം" ശാന്തി ശാസ്ത്രം പറഞ്ഞു.

"മരിച്ചോർക്ക് ആൺതരീനെ ദൈവം കൊടുത്തില്ല. ആ കുറ്റം അങ്ങേര് തന്നെ സഹിക്കട്ടെ!"

ഭരതൻസാമി മാളുവിനെയും തത്തയെയും മുത്തിനെയും അരികിലേക്ക് വിളിച്ചു. പേരക്കുട്ടികൾ മൂന്നും വന്ന് മുത്തച്ഛനോടൊട്ടി നിന്നു.

ചക്കരയ്ക്കന്ന് രണ്ടുവയസായിരുന്നു. ആരുടെയോ തോളിൽ കിടന്ന് അവൾ ഉറങ്ങുകയായിരുന്നു. കുഞ്ഞുങ്ങളെ അപ്പൂപ്പൻ തന്നെ കുളിപ്പിച്ചു. ശിരസ്സ് നന്നായി തോർത്തി.

"എന്താ സാമീത്? ശേഷക്രിയ ചെയ്യണോര് ജലത്തില് മൂന്ന് തവണ മുങ്ങി ഈറനുടുത്തല്ലേ ചടങ്ങിന് വര്വാ?"

"ശാസ്ത്രൊന്നും ഇപ്പൊ നോക്കണ്ട. സന്നി ബാധിച്ച് കുട്ട്യോള് കിടപ്പിലായാ നന്നല്ല."

മൂന്നുപേരും ശാന്തിക്കാരന്റെ മുന്നിൽ വലത്തേമുട്ട് കുത്തിയിരുന്നു. ചൊല്ലിക്കൊടുത്തത് ഏറ്റുചൊല്ലി. പിണ്ഡച്ചോറ് ഉരുളയുരുട്ടി വച്ചതിനുമീതെ ജലവും ദീപവും എള്ളും ധൂപവും നേദിച്ചു.

ഒടുവിൽ കൈകൂപ്പി നിന്ന് ശാന്തി *ദൈവദശകം* ഈണത്തോടെ ചൊല്ലി:

ദൈവമെ! കാത്തുകൊൾകങ്ങു
കൈവിടാതിങ്ങു ഞങ്ങളെ;
നാവികൻ നീ ഭവാബ്ധിക്കൊ-
രാവിവൻ തോണി നിൻ പദം.
ഒന്നൊന്നായെണ്ണിയെണ്ണി
ത്തൊട്ടെണ്ണും പൊരുളടങ്ങിയാൽ
നിന്നിടും ദൃക്കുപോലുള്ളം
നിന്നിലസ്പന്ദമാകണം....

ബന്ധുക്കളും നാട്ടുകാരും സ്വന്തക്കാരും ഓരോരുത്തരായി പിരിഞ്ഞു പോയി. തീയണയാതിരിക്കാൻ ചിരട്ടയും വിറകിൻ ചീളുകളും വീണ്ടും വീണ്ടും ചിതയിൽ നിക്ഷേപിച്ച് കാവലിരിക്കുന്ന നാലഞ്ച് പേർ മാത്രം മുറ്റത്ത് അവശേഷിച്ചു.

ചിതയൊരുക്കി ജഡം കത്തിച്ചാമ്പലാകുന്നതുവരെ കാവലിരിക്കാമെന്നേറ്റവരാണവർ. നാടൻ വാറ്റിന്റെയും ചെറുബീഡിയുടെയും ഊർജത്തിൽ മരണഗാഥകൾ പറഞ്ഞും പാടിയും രാത്രികൾ ആഘോഷിക്കുന്ന വാടകസംഘം.

അച്ഛന്റെ ചൂടേറ്റ് കിടക്കണമെന്ന് ശാഠ്യമുള്ള ചക്കരയെ ചേർത്തുപിടിച്ച് ജനലോരത്ത്, എരിയുന്ന ചിതയിലേക്ക് നോക്കി ഇരിക്കുകയായിരുന്നു.

ശകുന്തളയുടെ സുഭഗശരീരം അഗ്നിയിൽ വെന്തു നീറുകയാണ്!. ഇളങ്കാറ്റിൽ തലയുയർത്തുന്ന തീനാളങ്ങൾ ഇത്തിരിനേരം കൂടി ജ്വലിച്ചു നിൽക്കും. പിന്നെ മങ്ങും. ചാരപ്പുതപ്പ് മെല്ലെ മെല്ലെ പ്രത്യക്ഷപ്പെടും.

ശകുന്തളയുമായി പങ്കിട്ട നിശായാമങ്ങളെക്കുറിച്ചോർക്കവെ കൂടിയല്ല പിറക്കുന്ന നേരത്തും കൂടിയല്ല മരിക്കുന്ന നേരത്തും.... എന്ന പൂന്താനത്തിന്റെ വരികൾ അയവിറക്കി.

നാവിനെ കയറൂരി വിടരുത്, വാക്കുകൾ നമ്മൾ സംഗീതം പോലെ ആസ്വദിക്കണം എന്നൊക്കെ പരമുമ്മാൻ ഭാര്യയെ ഉപദേശിച്ചിരുന്നു. അവനവനാത്മസുഖത്തിനാചരിക്കുന്നവയപരന്ന് സുഖത്തിനായി വരേണമെന്നാണ് ഗുരു വചനം. അത്തരം ജീവിതമാണ് പുണ്യം! സുന്ദരം! അതോർമവേണം.

ശകുന്തളയുടെ ആകസ്മികമായ നിര്യാണത്തോടെ മൗനപ്രാർഥനയ്ക്കും കുട്ടികളുടെ കളിചിരികൾക്കും പരമുമ്മാൻ ശിഷ്ടജീവിതം സമർപ്പിച്ചു.

കാലപ്രവാഹത്തോടൊപ്പം വിരഹദുഃഖം പതുക്കെപ്പതുക്കെ അലിയാൻ തുടങ്ങി. ഇഷ്ടന്മാർ വേർപിരിയുന്ന ലോകത്ത് ദുഃഖമാണ് ശാശ്വതമായ സത്യം എന്നോരോ കാൽവയ്പ്പിലും ഓർത്തുവച്ചു. കുട്ടികളുടെ പൊട്ടിച്ചിരികൾ തല്ലിക്കെടുത്തിയ സ്രഷ്ടാവിനെ വെറുക്കാതെ, ചത്തുപോംനേരം വസ്ത്രമതുപോലുമൊത്തിടാ കൊണ്ടുപോവാനൊരുത്തർക്കും എന്ന കവിവാക്യം സ്മൃതിയിൽ സൂക്ഷിച്ചു. സ്വപ്നങ്ങളുടെയും അഭിലാഷങ്ങളുടെയും ശ്മശാനമായ ഭൂമിയിൽ ജീവിക്കണമെങ്കിൽ മലപോലെ മുന്നിൽ ഉയർന്നുനിൽക്കുന്ന ഏകാന്തദുഃഖങ്ങളെ ക്ഷമയോടെ തിന്നു തീർക്കണമെന്നാരോ ഉള്ളിലിരുന്നു പിറുപിറുത്തു.

സുഹൃത്തുക്കളിൽ ചിലർ പരമുമ്മാന് വീണ്ടുമൊരു വിവാഹമായിക്കൂടെ എന്നൊരിക്കൽ അഭിപ്രായപ്പെട്ടു:

ഒരന്തിക്കൂട്ട്. വീട്ടിനൊരു വിളക്ക്. മക്കൾക്ക് സഹായി.

ഇല്ല. അത്തരം ആഗ്രഹങ്ങളൊന്നും മനസിൽ മുളപൊട്ടിയില്ല. നാല് പെൺമക്കളുടെ കുസൃതികളുടെയും കുതൂഹലങ്ങളുടെയും ഇടയിലേക്ക് ഒരപരിചിത വരാനിഷ്ടപ്പെട്ടില്ല.

മകളുടെ അകാലമരണം സൃഷ്ടിച്ച ദുഃഖം ഘനീഭവിച്ച മനസുമായി ഭരതൻസ്വാമി എപ്പോഴും പേരക്കുട്ടികളോടൊപ്പമുണ്ടായിരുന്നു. സാന്ത്വനിപ്പിച്ചും കഥകൾ പറഞ്ഞും കളിക്കാൻ കൂടിയും അവരുടെ ഏകാന്തമൗനങ്ങൾ ഒപ്പിയെടുത്തുകൊണ്ട്.

പതിനെട്ടാം വയസു മുതൽ ആരംഭിച്ചതാണ് ശകുന്തളയുടെ അച്ഛനുമായി സഹവാസം. സൂക്ഷ്മതയും പക്വതയുമുള്ള പഴമനസിന്റെ സാന്നിധ്യം.

ശ്രീനാരായണഗുരുവിന്റെ പാദസ്പർശംകൊണ്ട് ധന്യമായ കുടുംബമാണ് ഭരതൻസാമിയുടേത്. ആല ദേശത്തെ ക്ഷേത്രത്തിലെ പ്രതിഷ്ഠാകർമത്തിന് ഗുരു എത്തിയ പ്രഭാതമുഹൂർത്തം. ഗുരുദേവനെപ്പറ്റി

കേട്ടും കണ്ടും അറിഞ്ഞ നാൾതൊട്ടേ തുടങ്ങിയിരുന്നു സന്യസിക്കണമെന്ന ഭരതന്റെ മോഹം. ലോകസേവ ചെയ്യണം. ഗുരുകീർത്തനങ്ങൾ ഉരുക്കഴിച്ച് നാടുമുഴുവനും അലയണം. കുടുംബ ബന്ധങ്ങൾ വെടിഞ്ഞ് ഗുരുമഠങ്ങളിൽ അന്തേവാസിയാവണം.

അമ്മയ്ക്ക് ആധിയായി. ഏകസന്തതിയാണ് ഭരതൻ. കുടുംബം അന്യംനിന്ന് പോകുമോ എന്ന ആശങ്ക. വിവാഹശേഷവും ഗുരുശിഷ്യനായി സമുദായത്തെ സേവിച്ചുകൂടെ?

അമ്മയുടെ ആഗ്രഹത്തിന് ചെവികൊടുക്കാത്ത ഭരതനെപ്പറ്റി ഗുരുവറിഞ്ഞു. അദ്ദേഹം ഉപദേശിച്ചു: "അമ്മയുടെ മനസിനെ വേദനിപ്പിക്കരുത്. മാതാപിതാക്കളുടെ മനസുപോലെ സാധിച്ചുകൊടുക്കാൻ മക്കൾ ബാധ്യതപ്പെട്ടവരാണ്. ഗൃഹസ്ഥാശ്രമിയായാലും ഭരതന് സമുദായത്തെ സേവിക്കാമല്ലോ?"

ഗുരുവിന്റെ ഉപദേശം സ്വീകരിച്ച നാണു വിവാഹിതനായി. അമ്മ സംതൃപ്തയും...

അഗ്നിജ്വാലകൾക്ക് അന്നമായത്തീർന്ന ശകുന്തള ഓർക്കാപ്പുറത്ത് കടന്നുവന്ന ക്രൂരയായ മരണത്തെ എങ്ങനെയാവും നേരിട്ടിരിക്കുക? പ്രാണനെ കയറിട്ടു വലിച്ച മഹാശക്തനുമായി വാശിയാർന്നൊരു പിടിവലി തന്നെ അവൾ നടത്തിയിരിക്കുമോ?

സുഖദുഃഖങ്ങൾ പരസ്പരം പങ്കിടാമെന്ന വിവാഹ ഉടമ്പടിയിൽ ഒപ്പുവയ്ക്കുന്നവർ വേർപിരിയുന്നത് ലോകസഹജമാണെന്ന് പരമുമ്മാനറിയാം. ബന്ധങ്ങളൊന്നും ശ്വാശതമല്ല. നിയോഗങ്ങളിൽ നിന്ന് ആർക്കും ഒളിച്ചോടാനാവില്ല.

പ്രഭാതങ്ങളിൽ ഈറൻമുടി പിന്നിൽ വിടർത്തിയിട്ട് നിൽക്കുന്ന ശകുന്തള സുന്ദരികളിൽ സുന്ദരിയാണെന്ന് ഓർത്തുപോയിട്ടുണ്ട്! ഏതൊരു വൈരാഗിയിലും മോഹമുണർത്തുന്ന രൂപസൗഭഗം തന്റെ പ്രിയതമയ്ക്ക് നൽകിയ ദൈവത്തോട് നന്ദി തോന്നിയിട്ടുള്ള അഭിമാനനിമിഷങ്ങൾ.

ശകുന്തളയുള്ളപ്പോൾ പുഷ്പഹാരം ചൂടിയ മഴവില്ല് പോലെയായിരുന്നു വീട്. അകമുറികളിൽ രത്നം പോലെ ശോഭിച്ചിരുന്നവൾ.

വരാന്തയിൽ വന്നു കയറിയ ചക്കരയുടെ കാൽപ്പെരുമാറ്റം കേട്ട് ഗതകാലങ്ങളിൽനിന്ന് പരമുമ്മാൻ ഉണർന്നു.

"ഇന്നേരായിട്ടും അച്ഛൻ ഒറക്കം തന്നേണംന്ന് തോന്നുന്നൂ?" ചക്കര ചോദിച്ചു.

"ഓരോന്നോർത്തങ്ങനെ കെടക്കാൻ നല്ല സുഖാ മോളേ" പകൽമയക്കം ഇഷ്ടപ്പെടുന്ന പരമുമ്മാൻ പറഞ്ഞു.

വെയിലിൽ വാടി നിൽക്കുന്ന വാഴകളിലായിരുന്നു അപ്പോഴും പരമുമ്മാന്റെ കണ്ണുകൾ. ദാഹിച്ചിട്ടാവണം വാഴകൾ നെടുവീർപ്പിടുന്നുണ്ടോ എന്ന് പരമുമ്മാൻ ഓർത്തു. നിലനിൽക്കാൻ വെള്ളവും വായുവും കിട്ടണം അവയ്ക്ക്. അത്യുദാരയാണാജീവികൾ. കാഫലം തരുന്നതോടെ മരണവാറണ്ട് സ്വീകരിക്കുന്ന ദൈവത്തിന്റെ അരുമസൃഷ്ടികൾ.

ചേച്ചിമാരുമായി നാളെ ആസ്പത്രിയിൽ പോകേണ്ട കാര്യം ചർച്ച ചെയ്തിട്ടാവും ചക്കരയുടെ വരവ്.

സ്വത്ത് ഭാഗം വയ്ക്കാൻ വൈകുന്നതിന് ലേശം നീരസമുണ്ട് മൂത്തവരായ മാളുവിനും മുത്തുവിനും തത്തയ്ക്കും. മൂന്നുപേരും സാമാന്യം നല്ല നിലയിലാണ്. എന്നിട്ടും ഭാഗസ്വത്തിന് കണ്ണും നട്ടാണ് അവരുടെ നടപ്പ്. അമ്മയുടെ തൽസ്വരൂപങ്ങൾ.

തടിക്കച്ചവടക്കാരനായ മാളുവിന്റെ ഭർത്താവിന് പറമ്പിലെ അയനികളിലും പ്ലാവിലുമാണ് നോട്ടം. വെട്ടാറായ അത്തരം വൃക്ഷങ്ങൾ പത്തോപന്ത്രണ്ടോ കാണും. മരഉരുപ്പടിക്ക് മാർക്കറ്റിൽ പൊള്ളുന്ന വിലയാണെന്നാ കേൾവി.

തത്തയുടെ ഭർത്താവ് ദാസൻ ജ്വല്ലറി ഉടമയാണ്. അയാളാണ് പറമ്പിലെ നാളികേരം വെട്ടിക്കൊണ്ടുപോകുന്നത്, കണക്കും കാശും മുറയ്ക്ക് തരാതെ. നേരായ വഴിക്ക് നേടുന്ന പണമേ ഉപകരിക്കൂ എന്നറിയാത്ത ബിസിനസുകാരൻ.

രണ്ടു ചിറ്റിന്റെ മണിമാലയും സ്വർണ ബട്ടൺ പിടിപ്പിച്ച സിൽക്ക് ജുബ്ബയും ധരിച്ച് മണവാളനെപ്പോലെയാണ് ദാസൻ വരാറ്. അണിഞ്ഞൊരുങ്ങുന്നതിൽ കമ്പം. പണത്തിന്റെ മേലെയിരുന്ന് ചിരിക്കുന്നവൻ മൂഢനാണെന്ന് അയാൾ ഓർക്കുന്നില്ല!

ഗൾഫ് രാജ്യത്ത് ഏതോ ബിസിനസാണ് മുത്തിന്റെ ഭർത്താവ് കരംചന്ദ് ഗാന്ധിക്ക്. പുത്തൻ മട്ടിലുള്ള വീടും സൗകര്യങ്ങളും. എന്നിട്ടും മുത്തിനു തൃപ്തി കുറവാണ്. പോര പോര എന്ന മട്ട്. ദുരയും ഡംഭും കുറെ കൂടുതലാണാ മോൾക്ക്!

മഹാത്മാഗാന്ധിയോടുള്ള ആദരവ് കൊണ്ടാത്രേ കോൺഗ്രസ് നേതാവ് മകന് കരംചന്ദ് ഗാന്ധി എന്ന് പേരിട്ടത്! പേരിലേയുള്ളൂ ആദർശം. നേതാവിന്റെ കണ്ണ് ധനം സമ്പാദിക്കുന്നതിലാണ്. ചത്തുപോം നേരം വസ്ത്രമതുപോലുമൊത്തിടാ കൊണ്ടുപോവാനൊരുത്തർക്കും എന്നു വായിച്ചിട്ടില്ലാത്ത ഖദർധാരി!

ചക്കര ആദ്യം പോയത് മൂത്ത സഹോദരി മാളുവിന്റെ വീട്ടിലേക്കായിരുന്നു.

"അച്ഛന്റെ വയറ്റില് സാരമായെന്തോ അസുഖമുണ്ടെന്നാ ചേച്ചീ ഡോക്ടർ പറഞ്ഞത്. മുഴപോലെ എന്തോ ഒന്ന്. ഡോക്ടർ എന്നോടത് പറഞ്ഞപ്പോഴേ മനസില് ആധിയായി."

ചക്കര പറഞ്ഞതൊന്നും മാളു അത്ര കാര്യമായെടുത്തില്ല. അത് മുഖഭാവം കണ്ടാലറിയാം. പണം വല്ലതും ചെലവാക്കേണ്ടി വരുമോ എന്ന പേടിയാണ് മനസിൽ.

"എന്തിനാ നീയ്യിത്ര ഭയപ്പെടുന്നത് ചക്കരെ? ഇക്കാലത്ത് മൊഴേന്നും ഓപ്പറേഷനെന്നുമൊക്കെ പറഞ്ഞാ നിസ്സാര കാര്യങ്ങളാ." മാളു അനിയത്തിയെ സമാധാനിപ്പിച്ചു.

"അതല്ല ചേച്ചീ, ഇപ്രായത്തില് രോഗംകൊണ്ട് അച്ഛനെ വലയ്ക്കല്ലേ ദൈവമേന്നാ എന്റെ പ്രാർഥന" ചക്കര പറഞ്ഞു. അച്ഛനെച്ചൊല്ലി വ്യസ

നിക്കുന്ന മകൾ. മധ്യവയസിൽ ഭാര്യ നഷ്ടപ്പെട്ട അച്ഛൻ സഹിച്ച ഏകാന്തതയുടെ ആഴം എത്രയാണെന്നറിയുന്നവൾ!

"പ്രായമെത്ത്യാ ഓരോരോ സൂക്കേട് ആർക്കായാലും വരാണ്ടിരിക്കില്ല ചക്കരെ! മരുന്നും മന്ത്രോമായിട്ട് കൂട്ടിരിക്കാനല്ലേ നമക്ക് പറ്റൂ. അതല്ല, ഇത്രയൊക്കെയായിട്ടും പെരേം പറമ്പും കണ്ടങ്ങളും പെമ്മക്കക്ക് ഭാഗം വച്ചുതരാതെ അച്ഛനിനീം എന്തിനാ അതൊക്കെ കാത്തു വച്ചിരിക്ക്ണ്ത്ന്നാ നിക്ക് മനസിലാവാത്തത്?"

പരാതി പറയാൻ കണ്ട നേരം! മാളുവിനെക്കുറിച്ചോർത്ത് ചക്കരയ്ക്ക് പരിഭവവും സങ്കടവും തോന്നി. പുറത്ത് പ്രകടിപ്പിക്കാതെ അത് ഉള്ളിൽത്തന്നെ ഒതുക്കിവച്ചു. അച്ഛനെക്കൊണ്ട് ഇനി മക്കൾക്ക് എന്തു കാര്യം എന്നായിരിക്കുമോ മൂത്തചേച്ചിയുടെ മനസിൽ?

ദൈവം കുറവൊന്നും വരുത്തിയിട്ടില്ലെങ്കിലും തലയ്ക്ക് മൂത്ത മൂന്നു പേരും പിശുക്കികളാണെന്ന് ചക്കരയോർത്തു. സമ്പാദ്യക്കാരായ ഭർത്താക്കന്മാരെ നിലയ്ക്ക്നിർത്തുന്ന, അമ്മയുടെ നിറവും മുഖശ്രീയും പകർന്നു കിട്ടിയ മക്കൾ.

ചക്കരയുടെ ഭർത്താവ് സൈനികനാണ്. കച്ചവടക്കാരന്റെ പകിട്ടും പത്രാസുമില്ല. പണക്കാരന്റെ ചമയങ്ങളില്ല. പ്രണയിച്ച് വിവാഹിതരായ അവർക്ക് ഒരു ദുഃഖമേയുള്ളൂ. എട്ടൊമ്പതു വർഷമായിട്ടും അമ്മയാവാനുള്ള ഭാഗ്യം ചക്കരയ്ക്കുണ്ടായില്ല.

രണ്ട് വിളിപ്പാടകലെ ഭർത്തൃഗൃഹമായതുകൊണ്ട് ചക്കരയാണ് പരമുമ്മാന് തുണ. വയ്ക്കാനും വിളമ്പാനും തിരുമ്പാനും എല്ലാത്തിനും അവളെത്തും. അച്ഛന്റെ കാര്യങ്ങളിൽ പ്രത്യേകം ശ്രദ്ധചെലുത്തും.

അച്ഛനോടൊട്ടിനിന്ന്, അച്ഛന്റെ നിത്യനിദാനങ്ങൾ നിർവഹിച്ച് ചക്കര സ്വത്തധികം തട്ടിയെടുക്കുമോ? അങ്ങനെയൊരു സംശയം മൂത്തവരായ മൂന്നുപേർക്കും ഉണ്ടെന്ന് തോന്നുന്നു. ഒത്തുകൂടുമ്പോൾ പരസ്പരം ഗോപ്യമായി അവരത് പറയാറുണ്ട്. അതുകൊണ്ടാവണം മനസ്സ് മലർക്കെ തുറക്കാതെ മാളു അനിയത്തിയോട് അച്ഛനെയോർത്ത് നീ അധികം ബേജാറാവേണ്ട എന്നു പറഞ്ഞത്.

മാളുവിനും തത്തയ്ക്കും സ്വത്ത് വേഗം പങ്കുവെച്ച് കിട്ടണമെന്നുണ്ട്. ഫലഭൂയിഷ്ഠമായ തെങ്ങിൻപറമ്പുകളും വയലുകളും നാലായി മുറിച്ച് അച്ഛന് ഓരോരോ മക്കളുടെ കൂടെ മാറി മാറി രാപാർത്ത് കാലം കഴിക്കുന്നതല്ലേ ബുദ്ധി?

ചേച്ചിമാരുടെ മനസിലിരിപ്പ് ചക്കര വായിച്ചെടുത്തിട്ടുണ്ട്. അവൾക്കതിൽ മൗനമായ എതിർപ്പുണ്ട്. പുറത്തധികം കാണിക്കയില്ലെന്ന് മാത്രം.

അച്ഛന് തോന്നുമ്പോൾ മതി പറമ്പുകളും അമ്മയുടെ സ്മരണകൾ നിറഞ്ഞ വീടും വെട്ടിമുറിക്കാനെന്ന കാര്യത്തിൽ അവൾ ഉറച്ചുനിന്നു.

വർഷങ്ങൾക്ക് മുമ്പ് നാല് പെൺമക്കളും ഒന്നിച്ചുകൂടിയ സന്ദർഭത്തിൽ ചേച്ചിമാരറിയാനായി ചക്കര അൽപ്പം രഹസ്യമായി ഒരഭിപ്രായമെടുത്തിട്ടു:

“അച്ഛൻ ഒരെളേമ്മേനെ താലികെട്ടി കൊണ്ടരട്ടേന്നാ എന്റെ മനസ്സ് പറയണത്. നമക്കതോണ്ട് ന്തെങ്കിലും ഏനക്കേട്ണ്ടാവോന്ന് ചേച്ചിമാർക്ക് തോന്ന്ണ്ണ്ടോ? വെളക്ക് വെയ്ക്കാൻ വീട്ടിലൊരാളായി, നമ്മടെ അമ്മ യെപ്പോലെ അച്ഛന്റെ ടെയ്സ്റ്റ് നോക്കി വെയ്ക്കാനും വിളമ്പാനും പറ്റ്യാല് അത് നന്ന്. വീട്ടില് ഒച്ചേം വിളീം ഒക്കെണ്ടാവും. നമക്കും അച്ഛനെപ്പറ്റി ഓർത്ത് ഒറക്കം കളയേണ്ടി വരില്ല!”

മാളുവും തത്തയും മുത്തും ചക്കരയുടെ ബുദ്ധിശൂന്യമായ വായാ ടിത്തത്തെക്കുറിച്ചോർത്ത് കണ്ണിൽക്കണ്ണിൽ നോക്കി മൂകമായി ഇരുന്നു പോയി.

അറുപത് കഴിഞ്ഞ വിധുരനായ പിതാവിന് പെൺമക്കള് പുനർവി വാഹമാലോചിക്കാന്ന് വച്ചാൽ അതിൽപ്പരം വിഡ്ഢിത്തരവും നാണ ക്കേടും മറ്റെന്താണുള്ളത്? പെൺമക്കൾ പറയുന്നതിനോടൊപ്പിച്ച് തുള്ളാൻ അച്ഛനെന്താ ഒരു പാവയാണെന്നാണോ ഇവളുടെ വിചാരം!

“ഈ പൊട്ടിപ്പെണ്ണ് വരുംവരായ്കളെപ്പറ്റി എന്തോർത്തിട്ടാ അച്ഛനെ കല്യാണം കഴിപ്പിക്കണോന്നൊക്കെ കൽപ്പിക്കണത്! അച്ഛനത് ഇഷ്ടാ വ്വോന്ന് നിക്ക് തീരെ തോന്ന്ണില്ല. മുത്തൂനും തത്തയ്ക്കും അങ്ങനെല്ലേ തോന്നണത്?”

“മാളുച്ചേച്ചി പറയുന്നതാ ശരി. അച്ഛന്റെ മുണ്ട് തിര്മ്മണതും ചോറ് വീട്ടീന്ന് കൊണ്ടു കൊടുക്കണതും വെല്ല്യ ഭാരായിട്ട് ചക്കരയ്ക്ക് തോന്ന്ണ്ണ്ടാവും. അതിനിപ്പൊ കാശ് കൊട്ത്താലും വേലയ്ക്ക് ആളെ ക്കിട്ടൂലെ? ചക്കര അടുത്താണ്, കരയാനും പിഴ്യാനും കുട്ട്യോളൂല്ല, ഭർത്താവും അകലെയാണ്, അതോണ്ടല്ലേ നമ്മളൊക്കെ അച്ഛന്റടുത്ത് വന്ന് നിക്കാത്തത്! ഇവക്കറ്യൊ പുത്തനച്ചി വന്ന് കേറ്യാ എന്തെങ്കിലും വെലേം നെലേംണ്ടാവ്വോ നമക്കീ കുടുംബത്ത്?”

മൂന്നാമത്തവൾ സ്ത്രീസഹജമായി അൽപ്പം കൂടി കടന്ന് ചിന്തിച്ച് വലിയ അനുഭവജ്ഞാനിയെപ്പോലെ ചക്കര പ്രത്യേകം അറിയാനായി പറഞ്ഞു:

“നമ്മടെ സ്വത്തിനുള്ള അവകാശികൾടെ എണ്ണം ഇനീം കൂട്ടണോ ന്നാണോ നെന്റെ വിചാരം? ഇപ്പപ്പറഞ്ഞത് പറഞ്ഞു, ഇനി നീ ഇക്കാര്യം മിണ്ടിപ്പോവരുത്! എളേപെണ്ണ് മുത്തശ്ശിയെപ്പോലെയാ ഓരോന്ന് എഴ്ന്ന ള്ളിക്കണത്. മണ്ടിയാ ഇവള്! അച്ഛന്റെ സേവക്കാരി!”

“ഓ, ഈ ചേച്ചിമാർക്ക് അച്ഛന്റെ കാര്യം നോക്കാൻ ഒരാള് സ്ഥിരാ യിണ്ടാവണ കാര്യം പറഞ്ഞപ്പ കെറുവായി. അച്ഛന്റെ ജീവിതം അൽപ്പം സന്തോഷാവട്ടെ, മടുപ്പ് കൊറയട്ടേന്ന് കര്തിയാ ഞാനത് പറഞ്ഞത്. നിങ്ങക്ക് ഇഷ്ടംല്ലെങ്കി എനിക്ക് ഒന്നും പറയാനില്ല!” ചക്കര പറഞ്ഞു.

“സ്വത്ത് കിട്ട്യാ ആർക്കും കയ്ക്കില്ല ചക്കരെ! ദൈവം മക്കളേം തന്ന് വീട്ടാവശ്യങ്ങള് പെര്കുമ്പോ പണം എത്ര കിട്ട്യാലും പോരാന്ന് തോന്നണ കാലം നിനക്കും വരും.”

“സ്വത്തിന്റെ കാര്യല്ല പ്രധാനം. നമ്മടെ അമ്മേടെ സ്ഥാനത്ത് മറ്റൊരു സ്ത്രീ വന്നാപ്പിന്നെ അവര്ടെ കൈയിലായില്ലേ കടിഞ്ഞാണും

കണക്കും? നമ്മളായിട്ടെന്തിനാ ഈ പൊല്ലാപ്പൊക്കെ വലിച്ച് വയ്ക്കാൻ പോണത്?" അനിയത്തിമാരോട്, പ്രത്യേകിച്ച് കാര്യങ്ങൾ അകക്കണ്ണു കൊണ്ട് കാണാൻ കഴിയാത്ത ചക്കരയോട് മാളു പറഞ്ഞു. വിഡ്ഢിത്ത ങ്ങളൊന്നും എഴുന്നള്ളിക്കരുത് എന്നു കൂടി മൂന്നുചേച്ചിമാരും അനിയ ത്തിയെ ധരിപ്പിച്ചു.

ആരോഗ്യത്തിനൊന്നും വലിയ ഉടവും ചതവും പറ്റാത്ത അച്ഛന്റെ ഏകാന്തതകളെ കൊത്തിയുടയ്ക്കാൻ, കുളിർരാവുകൾക്ക് ഇത്തിരി ചൂടു നൽകാൻ സ്നേഹശീലയായൊരു കൂട്ടുകാരിക്ക് കഴിയുമെന്ന് ചിന്തിച്ചത് തെറ്റായോ?

ഗുരു, ചേച്ചിമാർക്ക് നേരായ വഴി കാട്ടണേയെന്ന് ചക്കര പ്രാർഥിച്ചു.

കുടിലവും സ്വാർഥവുമായ ചിന്തകളാണ് സ്ത്രീകളെ ഭരിക്കുന്നത് എന്ന ലോകധാരണ എത്ര ശരിയാണെന്ന് ചക്കരയോർത്തു. സ്വത്ത് പങ്കു വയ്ക്കുമ്പോൾ കുറയരുതെന്നും മറ്റൊരുത്തി വന്ന് വീട് ഭരിക്കരുതെന്നും ഉണ്ടാവും ചേച്ചിമാർക്ക്!

നാരായണഗുരുവിനെ മനസിൽ വച്ച് പൂജിക്കുന്ന ഒരാളുടെ മക്ക ളുടെ മനസ്സിൽ ഇത്രയും അഴുക്ക് എങ്ങനെ അടിഞ്ഞുകൂടി എന്നോർത്ത് ചക്കരയ്ക്ക് ദുഃഖം തോന്നി.

തന്നെ വിഡ്ഢിയായി മുദ്രകുത്തിയ മൂത്തവരെയോർത്ത് ചക്കര സഹതപിച്ചു. താൻ ചിന്തിക്കുന്ന രീതി ചൊവ്വല്ലെന്ന് കോപിക്കുന്ന സഹോദരികൾ!

മൂന്ന്

നേന്ത്രവാഴകൾക്കും ചെമ്പരത്തിച്ചെടികൾക്കും വെള്ളമൊഴിച്ച്, പേട്ടുതേങ്ങകളും വവ്വാലുകൾ ചപ്പിയിട്ട അടയ്ക്കകളും പെറുക്കിക്കഴി ഞ്ഞാൽ ഇഷ്ടഗ്രന്ഥങ്ങളുമായി സല്ലപിച്ചിരിക്കാനാണ് പരമുമ്മാനിഷ്ടം. വായനയിൽ മുഴുകുമ്പോൾ താൻ തനിച്ചല്ല എന്നു തോന്നും. കൂടെ തകഴിയുടെ പരീക്കുട്ടിയും കറുത്തമ്മയുമുണ്ട്, കേശവ്ദേവിന്റെ പപ്പുവും പരമുപിള്ളയുമുണ്ട്, സി വി രാമൻപിള്ള കഥപറഞ്ഞ കൊട്ടാരക്കെട്ടുക ളിലെ ഉടവാളിന്റെ പുളയലുണ്ട്, കുമാരനാശാന്റെ വാസവദത്തയും ഉപ ഗുപ്തനും ലീലയും സീതയും നളിനിയും ചാത്തനുമുണ്ട്. ശ്രീനാരായ ണഗുരുവുണ്ട്. എഴുത്തച്ഛന്റെ അയോധ്യയും ലങ്കയും *മഹാഭാരത*ത്തിലെ പാണ്ഡവരും കൗരവരും പാഞ്ചാലിയും അവളുടെ ചിരിയും, ആ ചിരി വരുത്തി വച്ച യുദ്ധക്കളവുമുണ്ട്. അക്ഷൗഹിണികളുടെ ചുര മാന്തലുണ്ട്, *ഗീത*യിലെ പാർഥനുണ്ട്, പൂന്താനം തന്ന വേദാന്തസാരങ്ങളുണ്ട്....

വായനയുടെ സുഖലഹരിയിൽ സൂര്യൻ മറഞ്ഞതും, സന്ധ്യ ഭൂമി യിലേക്കിറങ്ങി വന്നതും അറിയാതെ ചിലപ്പോൾ ചാരുകസേരയിൽ കിടന്ന് പരമുമ്മാൻ മയങ്ങിപ്പോകും.

ഏകാന്തരാത്രികളിൽ അസ്ഥിമാടങ്ങൾ തുറന്ന് പ്രിയപ്പെട്ടവരെ കാണാൻ വരുന്നവരുടെ കാലൊച്ചകൾ കേൾക്കുമെന്ന് വിശ്വസിക്കാ

നാണ് പരമുമ്മാനിഷ്ടം! നാലുമക്കൾക്ക് ജന്മം നൽകി സ്വർഗത്തിലേക്ക് പിരിഞ്ഞുപോയ ശകുന്തള ഭർത്താവിനെയും മക്കളെയും കാണാൻ പട്ടു സാരിയുടെ ഞൊറികളുമ്മവയ്ക്കുന്ന ചന്ദനനിറമുള്ള പാദങ്ങൾ മെല്ലെ നിലത്തൂന്നി, വാഴകൾക്കിടയിൽ ഓടിക്കളിക്കുന്ന മിന്നാമിനുങ്ങുകളുടെ ഇടയിലൂടെ, ഇരുട്ടിനെ രാവിമിനുക്കുന്ന ചീവീടുകളെ വകഞ്ഞുമാറ്റി, നട ന്നുവരുന്നതു കാണാൻ പരമുമ്മാന് കൊതിയായിരുന്നു.

നാല് മക്കൾക്ക് ജന്മം നൽകിയിട്ടും മങ്ങാതെ യൗവനദീപ്തമായി രുന്നു ശകുന്തളയുടെ ശരീരം. വീടിന്റെ അലങ്കാരം. അകത്തും പുറത്തും കാതരസ്വരം. അടുക്കളയിൽ വറവുമണങ്ങളുടെ മേളം!

പെൺമക്കൾ നാലും നാല് വഴിക്കായി. അവരിൽ മൂത്തവർക്ക് തന്റേ ടവും തലക്കനവും ഇത്തിരി കൂടും. അതിഥികളെപ്പോലെയാണവർ. വല്ല പ്പോഴും വരും പോകും. ഭർത്താക്കന്മാരുടെ സമ്പാദ്യത്തിന്റെ ഗമയും ഗർവും. വിവാഹവേഷമിട്ട വീട്ടിൽ നിന്ന് മന്ത്രകോടിയണിഞ്ഞ അവർ ഓരോരുത്തരായി പടിയിറങ്ങിപ്പോയപ്പോഴൊക്കെ ഈറൻ മനസ്സ് മന്ത്രിച്ചു: ശകുന്തളേ! ഇതാ നമ്മുടെ കടിഞ്ഞൂൽക്കനി മാളു സുമംഗലി യാവുന്നു! കുസൃതിക്കുടുക്കകളായ തത്ത, മുത്ത്, ഇപ്പോഴിതാ ചെല്ല ക്കുട്ടി ചക്കരമോളും പട്ടിന്റേയും പൂവിന്റേയും മണവുമായി ഭാവിജീവി തത്തിലേക്ക് നട കൊള്ളുന്നു....

എല്ലാത്തിനും ഓരോ കാലമുണ്ടെന്ന് പറയാറുണ്ട്: വിതയ്ക്കാനും മുളയ്ക്കാനും കൊയ്യാനും ഒരു കാലം. ജീർണിക്കാനൊരു കാലം. കൃമി യായും പുഴുവായും മണ്ണിൽ ലയിക്കാനൊരു കാലം!

മുപ്പത്തിരണ്ടാം വയസിൽ, യൗവനദീപ്തമായിരുന്ന ശകുന്തളയുടെ സുന്ദരശരീരം ചിതയിൽ കത്തിയമർന്നു. മോഹങ്ങളെല്ലാം നിഷ്പ്രഭമായി. മക്കളെ പട്ടുപാവാടകളിലും ആഭരണങ്ങളിലും അണിയിച്ചൊരുക്കിയി രുന്ന, പാലയ്ക്കാമാലയും കട്ടിപ്പവന്റെ കങ്കണങ്ങളുമണിഞ്ഞ് ആൾക്കൂ ട്ടത്തിൽ ശോഭിച്ചിരുന്ന ശകുന്തള ഓർമയായി!

പരമുമ്മാന്റെ അച്ഛൻ പൊക്കൻ എൺപതാം വയസിലാണ് മരിച്ചത്. പാടത്ത് വരമ്പ് കുത്തി നിൽക്കവെ ഹൃദയമിടിപ്പ് നിലച്ചു. പണിനില ത്തിൽത്തന്നെ ആ പോരാളി അടിയറവ് പറഞ്ഞു.

പൊക്കന്റെ അച്ഛൻ ഒരു ഉഴിച്ചിലുകാരനായിരുന്നു.

ഉഴിച്ചിലുകാരനെത്തേടി ദൂരേന്നു പോലും ആളുകൾ വരും. സന്ധി നോവുകളും ഉളുക്കുകളും കാച്ചിയ എണ്ണയിട്ട് തടവി വൈദ്യൻ ആവാ ഹിച്ചെടുക്കും. മഴക്കാലത്ത് കുന്നു കയറുമ്പോൾ കാൽ വഴുതി അദ്ദേഹം നിലത്തു വീണു. നട്ടെല്ല് പൊട്ടി. മരണവും കാത്ത് ഒരുപാട് നാൾ കിടന്നു.

അപ്പൂപ്പന്റെ അച്ഛന്റെ പേരെന്തായിരുന്നു? ചിരുകണ്ടനെന്നോ? സ്മര ണകളിൽ ആ മുതുമുത്തച്ഛന്റെ രൂപം തെളിഞ്ഞു വരുന്നില്ല. മൂപ്പരൊരു മന്ത്രവാദിയായിരുന്നു എന്നാണ് കേൾവി. ചുട്ട കോഴിയെ പറപ്പിച്ചിരുന്ന വിരുതൻ.

മാന്ത്രികന്റെ പിതാവാരായിരുന്നു? അദ്ദേഹത്തിന്റെ കാരണവരോ? അവരാരുടെയും ഊരും പേരുമറിയില്ല. *ബൈബിളിൽ* ക്രമപ്രകാരം പറ

യുന്നതുപോലെ ആർക്കും തലമുറകളുടെ പേരുകൾ തരാനാവില്ല. മണ്ണിൽ ജനിച്ചു ജീവിച്ച് മണ്ണടിഞ്ഞ അവർക്കാർക്കും ചരിത്രത്തിൽ സ്ഥാനമില്ല.

കിടപ്പറയിൽ വികാരങ്ങൾക്ക് തീ പിടിപ്പിച്ചതുകൊണ്ടാവുമോ ശകുന്തളയെ താനിന്നും ഓർക്കുന്നത്? ഇരുവരും മനസുകൊണ്ട് ഉരസിയതൊന്നും ലോകമറിഞ്ഞില്ല. പൊറുത്തും സഹിച്ചും ജീവിതം പങ്കിട്ടതും!

ചിതാനാളങ്ങളിൽ ശകുന്തള ഉരുകുന്നതു കണ്ടപ്പോഴാണ് ജീവിതം ഒരു പാഴ്‌വേലയാണെന്ന ബോധം ഉറച്ചത്. ഒരിക്കൽ തനിക്കും ചാണക വർളികളുടെയും മടൽച്ചീളുകളുടെയും മണമേറ്റ് കിടക്കേണ്ടി വരും! ചുറ്റും വിലാപങ്ങളും ശാന്തിക്കാരന്റെ മന്ത്രോച്ചാരണങ്ങളും ഉയരും!

പരമുമ്മാൻ സാവധാനം എഴുന്നേറ്റു. ഇരുട്ടിലൂടെ തപ്പിത്തടഞ്ഞ് കിടപ്പുമുറിയിലെത്തി. വിളക്കിന്റെ സ്വിച്ചിട്ടു. കനം കുറഞ്ഞ മഞ്ഞപ്രഭ മുറിയിലാകെ നിറഞ്ഞു. ഇരുട്ടിനെക്കാളും വെളിച്ചം എത്ര നല്ലത് എന്ന് തോന്നി.

കുറച്ചുമുമ്പ് അന്ധകാരത്തിന്റെ കയത്തിലായിരുന്നു. ഇപ്പോഴിതാ പ്രകാശത്തിന്റെ ലോകത്ത്! ഏതാണ് സത്യം? ഏതാണ് മിഥ്യ?

മുറ്റത്ത് കാറിന്റെ ടയർ മണ്ണിലുരസുന്ന ശീൽക്കാരം. അശ്വതി മക്കളോടൊപ്പം അച്ഛനെ കാണാൻ വന്നതായിരുന്നു.

പേരക്കുട്ടികൾ അപ്പൂപ്പനെ കണ്ടപ്പോൾ അടുത്തേക്ക് ഓടിവന്നു. വളർന്ന താടിരോമങ്ങളിൽ തലോടിക്കൊണ്ട് ദേഹത്ത് പറ്റിനിന്നു.

“എന്തിനാ മുത്തേ ഈ രാത്രീല് കൊച്ചുങ്ങളോ കൊണ്ടുവന്നത്?” പരമുമ്മാൻ മകളോട് ചോദിച്ചു.

“പകല് മുഴ്വോനും കാറ് ഓട്ടത്തിലായിരുന്നച്ഛാ. കോഴിക്കോട് വിമാനത്താവളത്തില് ഏതോ ഗൾഫ്കാരനെ കൊണ്ടരാൻ പോയ ഡ്രൈവറ് വന്നപ്പോ നേരം മോന്തിയായി” അശ്വതി വൈകിവന്നതിന്റെ കാരണം പറഞ്ഞു.

“സ്വന്തം കാറിലേ എവിടേം പോകൂന്നാണല്ലോ മോള് പറയണത്.”

“അതല്ലച്ഛാ, സന്ധ്യ നേരത്താ എന്നും ദുബായീന്ന് ചേട്ടൻ വിളിക്കാറ്. പോരാത്തേന് പിള്ളാരെ കണക്കും ഇംഗ്ലീഷും പഠിപ്പിക്കാൻ വരണ ട്യൂഷൻ ടീച്ചറ് ആറിന് വന്നാ എട്ടിനേ പോകൂ.”

“നാട് ഭരിക്കുന്ന മന്ത്രിയേക്കാളും തെരക്കായല്ലോടി മോളെ നെനക്ക്!” പരമുമ്മാൻ മകളെ ചിരിപ്പിക്കാൻ വേണ്ടി പറഞ്ഞു.

കഴിഞ്ഞ ചൊവ്വാഴ്ച ഇതുപോലൊരു നേരത്ത് വന്നു കയറിയ ഇവൾ, കായൽവക്കത്തെ തെങ്ങിൻ തോപ്പില് വളമിടീക്കാൻ പോയെന്നും ജോലിക്കാരെ പിരിച്ചയച്ച് കുട്ടികൾടെ ട്യൂഷനും കഴിഞ്ഞപ്പൊ നേരം ഒരുപാടായീന്നും പറഞ്ഞു കേട്ടു.

ഇന്ന് ദുബായിയിലുള്ള ഭർത്താവിന്റെ ഫോൺ കാര്യമാണ് താമസിച്ചുവരാനുണ്ടായ കാരണമായി പറയുന്നത്!

“അപ്പൂപ്പ അപ്പൂപ്പ കുഞ്ഞാടിന്റേം കുറുക്കന്റേം കഥ പറഞ്ഞു തരോ?” ഇളയവൾ കൊഞ്ചി.

“അപ്പൂപ്പ എനിക്ക് വഞ്ചീക്കേറി പൊഴേല് കറങ്ങ്യാ മതി. വെള്ളത്തീക്കൂടെ സഞ്ചരിക്കാൻ എന്തു രാസാന്നര്യോ?” മൂത്തവളും അപ്പൂപ്പന്റെ മുന്നിൽ തന്റെ ഇഷ്ടം അവതരിപ്പിച്ചു.

“ഞായറാഴ്ച കാലത്ത് വാ മക്കളെ. അപ്പൂപ്പൻ കഥ പറഞ്ഞു തരാം. കടലാസ്സ് വഞ്ചീണ്ടാക്കിത്തരാം. ഓലപ്പീപ്പിണ്ടാക്കാം. ഇളനീരും കുടിച്ച് ഒരുപാട് നേരം പൊഴവക്കത്തിരിക്കാം” സ്വർണപ്പൂക്കൾ മിന്നുന്ന ഫ്രോക്കിട്ട പേരമക്കളെ കൈക്കൂട്ടിലൊതുക്കിക്കൊണ്ട് പരമുമ്മാൻ പറഞ്ഞു.

അച്ഛനോട് കൊഞ്ചുന്ന മക്കളോട് മുത്ത് പറഞ്ഞു:

“ഞായറാഴ്ച എവിടന്നാടി വഞ്ചികളിക്കാനും ഓലപ്പീപ്പീണ്ടാക്കാനും നേരം. അന്നല്ലേ നിങ്ങക്ക് ഇംഗ്ലീഷിനും കണക്കിനും സയൻസിനും സ്പെഷൽ ട്യൂഷൻ? ടീവീലാ ഇവ്ര്ടെ കണ്ണെപ്പഴും. അച്ഛനര്യോ പഠിപ്പില് രണ്ടും പിന്നാക്കാ. ഇപ്പോഴേ നോക്കീലെങ്കി പത്തിലെത്തുമ്പോ നെട്ടോട്ടോടീട്ട് എന്താ കാര്യം?”

“കുട്ട്യേളെ കളിക്കാനും കൂട്ടുകൂടാനും വിടാതെ അവരെ പുസ്തകപ്പുഴുക്കളാക്കി ശിക്ഷിക്കരുത് മോളെ.”

“അവ്ര്ടെ കൂടെ പഠിക്കണ കുട്ട്യേള് ഓരോ വിഷയത്തിലും തൊണ്ണൂറ്റിയഞ്ച് ശതമാനം മാർക്ക് വാങ്ങുമ്പോ ഇവർക്ക് എൺപതും എൺപത്തഞ്ചും കിട്ട്യാ അത് കുറച്ചിലല്ലേ അച്ഛാ? ഇവര് ക്ലാസില് താഴ്ന്ന് നിന്നാല് വല്ല വെലേം നെലേംണ്ടോ നമക്ക് സൊസൈറ്റീല്? അതോണ്ടാ ഞായറാഴ്ച സ്പെഷൽ ട്യൂഷൻ ഏർപ്പാടാക്കീരിക്കണത്!” പുതു പണക്കാരന്റെ ഭാര്യ നേരിടുന്ന പ്രശ്നങ്ങളും സങ്കടങ്ങളും മുത്ത് അച്ഛന്റെ മുന്നിൽ അവതരിപ്പിച്ചു.

“മക്കള് എല്ലാത്തിലും ഫസ്റ്റും ബെസ്റ്റും ആവണോന്ന മോഹം എല്ലാ അച്ഛനമ്മമാർക്കുണ്ടാവും. എന്നുവച്ച് കളീം ചിരീം കൂട്ടുകാരും സർക്കീട്ടും ഇല്ലാതെ കുട്ട്യേളെ കൊളത്തിലെ തവളേളെപ്പോലെ വളർത്താന്നാണോ നിന്റെ വിചാരം?”

“അച്ഛൻ അത്താഴം കഴിച്ചില്ലേ? ഇന്നെന്താ ചക്കര കൊണ്ടത്തന്നത്?” പഴയമട്ടുകാരനായ അച്ഛനോട് പുത്തൻ ലോകത്തിലെ അവസ്ഥകളെപ്പറ്റി പറഞ്ഞിട്ടെന്തു കാര്യം എന്നു തോന്നിയ മുത്ത് വിഷയം മാറ്റാനായി ചോദിച്ചു.

അപ്പോഴാണ് അത്താഴം കഴിച്ചില്ലല്ലോ എന്ന കാര്യം പരമുമ്മാൻ ഓർത്തത്. ഈയിടെയായി ഭക്ഷണത്തോട് വലിയ രുചിയോ കൊതിയോ തോന്നുന്നില്ല. എന്തെങ്കിലും കഴിച്ചാൽത്തന്നെ ദഹനക്കേടു കാരണമായിരിക്കണം കക്കൂസിലേക്ക് ഓടേണ്ടി വരുമോ എന്ന ശങ്ക.

കാലത്ത് പരിശോധിച്ച ഡോക്ടറോട് അക്കാര്യമാണ് പരമുമ്മാൻ പ്രത്യേകം പറഞ്ഞത്.

വയറിന്റെ വലതുഭാഗത്താണ് അസ്വാസ്ഥത. ഒരു കനപ്പ്. കൈകൊണ്ടമർത്തിയാൽ നേരിയ നോവ്. ഇടയ്ക്ക് ശ്വാസംമുട്ടും. ഇത്തിരി നടന്നാൽ കിതയ്ക്കും.

“അപ്പൂപ്പാ ഇന്നാ അച്ഛന്റെ പിറന്നാള്. അടുത്ത ഓണത്തിന് അച്ഛൻ വരുമ്പോ ഗുരുവായൂരപ്പന് പട്ടും വളേം ചാർത്താന്നാ അമ്മ നേർന്നിരിക്കണത്. ഉണ്ണിയപ്പം അച്ഛന് വല്ല്യ ഇഷ്ടാ. ഇന്നതാ അമ്മണ്ടാക്കീത്.” മൂത്ത പേരക്കിടാവ് ഇന്നത്തെ പ്രത്യേകത അപ്പൂപ്പനോട് സൂചിപ്പിച്ചു.

അപ്പോഴേക്കും ഒരിലപ്പൊതി മുത്ത് അച്ഛന്റെ മുന്നിൽ തുറന്നു വച്ചു. വെളിച്ചെണ്ണയുടെയും വെന്ത കൊപ്രക്കൊത്തുകളുടെയും സുഗന്ധം ചുറ്റും പരന്നു.

പരമുമ്മാൻ അപ്പം ആദ്യം ഓരോന്നെടുത്ത് പേരക്കുട്ടികൾക്ക് കൊടുത്തു. ചക്കര കൊണ്ടുവച്ചിട്ടുപോയ കഞ്ഞിയും പുഴുക്കും ഫ്രിഡ്ജിൽ സൂക്ഷിക്കാം, അത്താഴം മുത്തിന്റെ അപ്പത്തിലൊതുക്കാം. എന്നോർത്ത് പരമുമ്മാൻ ഒരെണ്ണമെടുത്ത് കഴിച്ചു.

ഒരെണ്ണം കൂടി കഴിക്കാൻ മുത്ത് അച്ഛനെ നിർബന്ധിച്ചു. എണ്ണപ്പലഹാരം വയറ് അലമ്പാക്കുമോ എന്ന ശങ്ക. പരമുമ്മാൻ മതിയാക്കി. വയറ് നിറഞ്ഞു എന്നു തോന്നി.

ഹ്രസ്വമായ ജീവിതം ആവുംപോലെ ആസ്വദിക്കണമെന്നാണ് *ബൈബിളിൽ* എഴുതിയിരിക്കണത്. അലസനാവാതെ, കഴിയുന്നേടത്തോളം ആകാശത്തിലെ കിളികളെപ്പോലെ പറന്ന് നടക്കുക. പല്ലുള്ളപ്പോൾ തിന്നും, കണ്ണുള്ളപ്പോൾ കണ്ടും കഴിയുന്നവനാണ് ഭാഗ്യവാൻ!

‘‘ഒറ്റയ്ക്ക് താമസിക്കാതെ അച്ഛനോട് നമ്മടെ വീട്ടില് വന്ന് പാർക്കാൻ പറയ്ന്ന് ദുബായീന്ന് ഫോൺ വിളിക്കുമ്പ വിളിക്കുമ്പ ചേട്ടനെന്നെ ഓർമിപ്പിക്കും” മുത്ത് അച്ഛനോട് പഴയ പല്ലവി ആവർത്തിച്ചു.

“ഞാനീ വീട്ടില് പൂർണ സ്വതന്ത്രനാ മോളെ. തോന്നുമ്പൊ ഒറങ്ങാം. രാത്രി മുഴുവനും വായിച്ചു കെടക്കാം. രാത്രീലായിരുന്നാലും പുഴക്കാറ്റേറ്റ് ഇറയത്ത് കെടക്കാം. പിന്നെ നിങ്ങടെ അമ്മ ഇപ്പഴും ഈ വീടിന്റെ അടുക്കളേലും അകമുറീലും പറമ്പിലും തന്റെ അധികാര ഗർവോടെ നടക്ക്ണ്ണ്ട്ന്നാ എന്റെ മനസ്സ് പറയണത്!”

“അച്ഛനിവിടെ ഒറ്റയ്ക്ക് കഴ്യണത് എന്തൊക്കെ പറഞ്ഞാലും മക്കൾടെ മനസ്സമാധാനം കളയുന്ന കാര്യാ!”

“മാളൂം തത്തേം ചക്കരേം നിന്നെപ്പോലെ തന്നേണോ ചിന്തിക്ക്ണത്?”

“എല്ലാവർക്കും അച്ഛനെപ്പറ്റിത്തന്നെയാ വിചാരം. ചക്കരയ്ക്ക് പിന്നെ അട്ത്ത് പാർക്ക്ണതോണ്ടല്ലേ എന്നും ഇവിടെ വരാൻ പറ്റ്ണത്.”

“എന്നും കാലത്തും വൈകുന്നേരോം എത്തേണ്ടങ്കിലും ചേച്ചിമാരെപ്പോലെ തന്നെ അച്ഛൻ തനിച്ചാണെന്ന വിചാരം ചക്കരയ്ക്കും ഇല്ല്യാണ്ടിരിക്ക്യോ? കുട്ട്യോൾടെ ഭാരം ഇല്ലാത്തതോണ്ടാ ചക്കരയ്ക്ക് തോന്നുമ്പോ തോന്നുമ്പോ ഓടിവരാൻ പറ്റ്ണ്ത്.”

‘‘എനിക്കും നിനക്കും മറ്റാർക്കും സങ്കടങ്ങളീന്ന് മോചനമില്ല മോളെ!’’

“എന്തു പറഞ്ഞാലും അച്ഛൻ വേദാന്തമെ പറയൂ! വന്ന് വന്ന് സന്യാസിയെപ്പോലെയായി അച്ഛൻ!”

"ഇപ്രായത്തില് ശാഠ്യങ്ങളും പരിഭവങ്ങളുമില്ലാതെ ദെവസങ്ങള് തള്ളി നീക്ക്ണതാ മോളെ നല്ലത്."

"അപ്പൂപ്പ അപ്പൂപ്പ നമ്മക്ക് വഞ്ചി കളിക്കാൻ പുവ്വാം" മുത്തിന്റെ ആറു വയസുകാരി മകൾ പരമുമ്മാനോട് വീണ്ടും പറഞ്ഞു.

"രാത്രിയായാ ആരും വഞ്ചി കളിക്കൂല്ല മോളെ. പൊഴേല് ഇരുട്ടാ! നിങ്ങള് പകല് വാ. അപ്പൂപ്പൻ വഞ്ചീം വഞ്ചിക്കാരനുമായി കാത്തിരിക്കാം" പരമുമ്മാൻ പറഞ്ഞു.

തുമ്പയോടും തുമ്പിയോടും കിന്നാരം പറഞ്ഞും, തൊട്ടാവാടിയെ തൊട്ടു ലാളിച്ചും, മുക്കൂറ്റിപ്പൂ നുള്ളിയെടുത്തും നാട്ടിടവഴികളിലൂടെ സ്കൂളിലേക്കു പോയിരുന്ന കുട്ടിക്കാലം പരമുമ്മാന്റെ സ്മരണകളിൽ തെളിഞ്ഞു വന്നു. വെള്ളക്കൊറ്റികളുടെ ചിറകടിയും കുയിലുകളുടെ കൂവലും ഇല്ലിക്കാടിന്റെ ഞരക്കവും തൊങ്ങോലകളുടെ കലമ്പലും കേട്ട് നഗ്നപാദരായി ഇടവഴികൾ താണ്ടിയിരുന്ന മുഷിഞ്ഞ കുപ്പായക്കുട്ടികൾ.

"വിദ്യകൊണ്ട് ശക്തരാവാനാ ഗുരുദേവന്റെ ഉപദേശം. അതനുസരിക്കുമ്പോത്തന്നെ കണക്കും ഇംഗ്ലീഷും എത്ര പഠിച്ചാലും ആശാൻ പാടിയ പോലെ സ്നേഹമാണഖിലസാരമൂഴിയിൽ എന്നറിഞ്ഞില്ലെങ്കിൽ എല്ലാം പാഴാണ് മോളെ!" പരമുമ്മാൻ മകളെ ഉപദേശിച്ചു.

"കവികളും വേദാന്തികളും എഴുതിവച്ച പോലല്ലച്ഛാ ഇക്കാലത്തെ കാര്യങ്ങൾടെ പോക്ക്. സ്കൂളിലും കോളേജിലും റാങ്ക് കിട്ട്യാലെ ഭാവീള്ളു. എന്തിനും മത്സരാ. ഹാർഡ് വർക്ക് സക്സീഡ്സ് എന്നു കേട്ടിട്ടില്ലേ, അതാ സത്യം."

"പഠനത്തോടൊപ്പം കളിച്ചും ചിരിച്ചും ചെലവാക്കാനാ ദൈവം കുട്ടിക്കാലം തന്നിരിക്ക്ണതെന്നേ ഞാൻ പറഞ്ഞുള്ളൂ" പരമുമ്മാൻ പറഞ്ഞു.

അതിവേഗം മാറിക്കൊണ്ടിരിക്കുന്ന ലോകം അച്ഛന്റെ പരിധിയിൽപ്പെട്ടതല്ല എന്നോർത്ത മുത്ത് അധികമൊന്നും അക്കാര്യത്തെപ്പറ്റി പറഞ്ഞില്ല. മരിച്ചു പോയ അമ്മയുടെ ആത്മാവ് രാത്രിനേരങ്ങളിൽ തന്നെത്തേടി വരാറുണ്ടെന്ന് വിശ്വസിക്കുന്ന അച്ഛനോട് സയൻസിനെക്കുറിച്ചും ഇംഗ്ലീഷിനെക്കുറിച്ചും പറഞ്ഞിട്ടെന്തു കാര്യം?

വീടടച്ചിട്ട് കൂടെ ചെന്ന് താമസിക്കാത്തതിന് സ്നേഹത്തോടെ പരിഭവപ്പെട്ട മകളും പേരക്കുട്ടികളും പോയപ്പോൾ പരമുമ്മാൻ തനിച്ചായി.

ദൈവത്തിലേക്കിനി തനക്കെത്ര ദൂരം എന്ന് കനത്തു കിടക്കുന്ന രാത്രിയിലേക്ക് നോക്കി പരമുമ്മാൻ ഓർത്തു. ദൈവസൃഷ്ടികളിൽ ഏറ്റവും ഉദാത്തമായത് മനുഷ്യനാണത്രേ! അവന്റെ ഹൃദയത്തിൽ പുതിയ പുതിയ ആശയങ്ങളുണ്ട്. അധരങ്ങളിൽ സംഗീതമുണ്ട്. ഹൃദയത്തിൽ സ്വപ്നങ്ങളുണ്ട്. എല്ലാം എത്ര കാലത്തേക്ക്?

പരമുമ്മാൻ *ബൈബിളെ*ടുത്ത് ഇന്നലെ വായിച്ചു വച്ച പേജ് തുറന്നു:

"......അവർ മിഥ്യാ സങ്കൽപ്പങ്ങളിൽ മുഴുകി. ജീവിതം ഹ്രസ്വവും ദുഃഖകരവുമാണ്. മരണത്തിന് പ്രതിവിധിയില്ല. ഹൃദയസ്പന്ദനം നിലച്ചു കഴിഞ്ഞാൽ ആത്മാവ് ശൂന്യമായ വായുവിൽ അലിഞ്ഞുചേരും. ക്രമേണ

നമ്മുടെ നാമം വിസ്മൃതമാകും. നമ്മുടെ പ്രവൃത്തികൾ ആരും ഓർക്കുകയില്ല. നമുക്ക് നിശ്ചയിച്ചിരിക്കുന്ന കാലം നിഴൽപോലെ കടന്നു പോകുന്നു. മരണത്തിൽ നിന്ന് തിരിച്ചു വരവില്ല. അത് മുദ്രയിട്ട് ഉറപ്പിച്ചതാണ്!"

വായനയ്ക്ക് വിരാമമിട്ട് പാപത്തിന്റെയും പുണ്യത്തിന്റെയും കണക്കെടുക്കുന്ന ദൈവത്തിന്റെ മുഖം പരമുമ്മാൻ സങ്കൽപ്പിച്ചു നോക്കി. അന്ത്യവിധി പറയുന്ന മുഹൂർത്തത്തിൽ തനിക്കു വേണ്ടി സാക്ഷി പറയാൻ ആരുണ്ടാവും? ഗുരുദേവന്റെ ആശീർവാദവും സ്നേഹനിധിയായ ശ്വശുരന്റെ അനുഗ്രഹവും എന്തായാലും കൂടെയുണ്ടാവും! അവരുടെ രൂപങ്ങളാണ് ഹൃദയത്തിൽ കൊത്തി വെച്ചിരിക്കുന്നത്. നീതിയുടെ മാർഗവും ന്യായത്തിന്റെ പാതകളും തെളിയിച്ച്, ജീവന്റെ അടിത്തറ സ്നേഹമാണെന്നും അറിവാണ് തൂണുകളെന്നും പഠിപ്പിച്ചവർ.

പൊൻനിറമുള്ള നെറ്റിയിൽ കുങ്കുമപ്പൊട്ട് തൊട്ട്, തങ്കവളകൾ കിലുക്കി സ്വർഗത്തിൽ ശോഭിക്കുന്ന പ്രിയതമ ശകുന്തള ദൈവത്തിന്റെ മുന്നിൽ ഭർത്താവിനു വേണ്ടി സാക്ഷി പറയുമോ?

എത്രനേരം വായിച്ചും ചിന്തിച്ചും കിടക്കും? പരമുമ്മാൻ എണീറ്റു. മുറ്റത്തിറങ്ങി കുളിർമയുള്ള വായുവിലൂടെ പുഴക്കരയിലേക്ക് നടന്നു.

കുഞ്ഞോളങ്ങളുടെ പതിഞ്ഞ തേങ്ങൽ. ജലരാശിയിലേക്ക് ചാഞ്ഞു നിൽക്കുന്ന തെങ്ങിൻ പീലികളിൽ പരതുന്ന കാറ്റ്. വക്ക് തേഞ്ഞതെങ്കിലും തിളങ്ങുന്ന ചന്ദ്രൻ.

തണുത്ത പുൽപ്പരപ്പിലിരിക്കവേ അനന്തമായ കാലം തനിക്ക് ചുറ്റും തിരയടിക്കുന്നതുപോലെ പരമുമ്മാന് തോന്നി. കുളിർ മൗനങ്ങളിൽ നിന്ന് പരമുമ്മാൻ വീടിന്റെ അകമുറിയിലേക്കും പുസ്തകങ്ങളിലേക്കും തിരിച്ചു നടന്നു.

വീടിന്റെ വടക്കുകിഴക്കേ മൂലയിൽ നിൽക്കുന്ന ഒറ്റക്കൊമ്പൻ മാവിന്റെ ഇരുണ്ട വിരാട് രൂപം കണ്ണിൽപ്പെട്ടു. ആ വൃദ്ധന് കവണ പോലെ രണ്ട് ശിഖരങ്ങളായിരുന്നു. മുപ്പതാണ്ടുകൾക്ക് മുമ്പ് അതിലൊന്ന് മുറിഞ്ഞു വീണു. ശകുന്തളയ്ക്ക് മെത്തയൊരുക്കാൻ.

പ്രായമേറെയായതുകൊണ്ട് കാതലുണ്ടാവുമെന്ന് പറഞ്ഞ് വൃദ്ധനെ കടയോടെ മുറിച്ചിടാൻ ഒരിക്കൽ മാളുവിന്റെ ഭർത്താവ് പണിക്കാരുമായി വന്നിരുന്നു. സമ്മതം മൂളിയില്ല.

പൊറ്റകൾ ദ്രവിച്ചു വീഴുന്ന ആ ദേഹത്ത് മാത്രം കോടാലി വയ്ക്കേണ്ട!

വളർച്ച മുറ്റിയ ആ കൊമ്പന്റെ ചീളുകളിൽ അന്ത്യവിശ്രമം കൊള്ളാൻ ഒരാളിനിയും ബാക്കിയുള്ള കാര്യം ലാഭക്കണ്ണുള്ള മരുമകൻ മറന്നു പോകരുത്!

വാതിൽ അടയ്ക്കാതെ ലൈറ്റ് കെടുത്താതെ കിതപ്പോടെ പരമുമ്മാൻ കിടക്കയിലേക്ക് ചാഞ്ഞു.

തുറന്നിട്ട ജനൽപ്പൊഴിയിലൂടെ കടന്നു വന്ന കാറ്റ് കാതിൽ മെല്ലെയെന്തോ മന്ത്രിക്കുന്നതു പോലെ തോന്നി:

തീർത്തും തനിച്ചായ മനുഷ്യാ, എന്താണ് താങ്കളീ മണ്ണിൽ തേടുന്നത്? മോക്ഷം തേടി ധ്യാനത്തിലാണോ ഹൃദയം?

നാല്

വെയില് പഴുക്കുന്നതിനു മുൻപേ ആസ്പത്രിയിലേക്കു പുറപ്പെടാൻ ഒരുങ്ങിയിരിക്കണമെന്ന് ചക്കര പറഞ്ഞിരുന്നു. അതോർമയുണ്ടായിട്ടും, എണീക്കാതെ പ്രഭാതകുളിരും നുണഞ്ഞ് കിടയ്ക്കയിൽ ചുരുണ്ടു കിടന്നു. പുത്തൻ മരുന്നുകൾ എത്ര കുത്തിവച്ചാലും, ഉറ്റവർ എത്ര ബദ്ധപ്പെട്ടാലും അടർന്നു വീഴാറായ മഞ്ഞയിലകൾ പച്ച പിടിക്കില്ല. ജീർണ ശരീരത്തിൽ കുടിയേറിയ ദെണ്ണവും നോവും വിടപറഞ്ഞു പോവില്ല എന്ന തോന്നൽ!

രാത്രി തണുത്ത കാറ്റു വീശിയിരുന്നു.

വെളുപ്പിനെപ്പോഴോ മേഘങ്ങളിൽ നിന്ന് മഴ പൊഴിയാൻ തുടങ്ങി. ഉമ്മറമാകെ കാറ്റടിച്ചിട്ട മൃതിശകലങ്ങൾ. പുൽനാമ്പുകളിൽ മഞ്ഞിൻ കുണുക്ക്. പുൽച്ചാടികളെ തേടുന്ന മാടത്തകളുടെ കലപില.

ശകുന്തളയുടെ കാലൊച്ച കേൾക്കാൻ കാതോർത്തു കിടന്ന മഞ്ഞിൻ കുളിരുള്ള കറുത്ത രാവുകളെത്ര കൊഴിഞ്ഞു വീണു! ഇത്തിരി ചൂടും മധുരവചനങ്ങളും കൊതിക്കുന്ന എത്രയെത്ര പുലർവേളകൾ അലിഞ്ഞു തീർന്നു!

വിഷാദ മൗനം മനസിൽ കനക്കുമ്പോൾ കുമാരനാശാന്റെ കാവ്യ ശകലങ്ങൾ സ്മരണകളിലുണരും:

ഒരുവേള പഴക്കമേറിയാ-
ലിരുളും മെല്ലെ വെളിച്ചമായ് വരാം
ശരിയായ് മധുരിച്ചിടാം സ്വയം
പരിശീലിപ്പൊരു കയ്പ്പു താനുമേ......

നാളെ അച്ഛന്റെ എഴുപതാം പിറന്നാളാണ് എന്നോർമിപ്പിച്ച ചക്കരയോട് പരമുമ്മാൻ പറഞ്ഞു:

“എന്നും സൂര്യനുദിക്ക്യേം അസ്തമിക്ക്യേം ചെയ്യുന്നില്ലേ മോളെ? ഒരു മാറ്റോമില്ല.”

അറുപത്തൊാൻപതാം പിറന്നാൾപോലെ തന്നെ എഴുപതും. ഒരു പ്രത്യേകതയുമില്ല. ആഘോഷത്തിനു വകയൊന്നും കാണുന്നില്ല. കാലവൃക്ഷത്തിൽ നിന്നും ഒരില കൂടി കൊഴിയുന്നു. അത്രമാത്രം!

ഉമ്മറവാതിൽ തുറന്നു കിടക്കുന്നതു കണ്ടപ്പോൾ ദിനകൃത്യങ്ങളെല്ലാം നേരത്തെ കഴിച്ച് അച്ഛൻ വായനയിലായിരിക്കും എന്നു ചക്കര കരുതി.

“അല്ല, ഇതെന്താ പതിവില്ലാതെ അച്ഛൻ കെടക്ക്ണത്? ദിനചര്യകള് തെറ്റിച്ചാ എല്ലാം തെറ്റീന്നല്ലേ അച്ഛൻ പറയാറ്?” ചക്കര ചോദിച്ചു.

“എനിക്ക് ഒരസുഖോല്ലാന്ന് മനസ്സ് പറയുണു! ഒരു പതിനേഴുകാരന്റെ പ്രസരിപ്പ്. ഇളം കാലത്തെ നേർത്ത കുളിരില് ചുരുണ്ട് കെടക്കാൻ

എന്തൊരു സുഖാ!" കൊച്ചുകുട്ടിയുടെ നിഷ്കളങ്കതയോടെ പരമുമ്മാൻ പറഞ്ഞു.

"എടവമഴ തിമിർത്ത് പൊയ്യിമ്പപ്പോലും വെളുപ്പിനെഴുന്നേറ്റിരുന്ന അച്ഛന് എവിടന്ന് കിട്ടി ഈ പുതിയ ശീലം?"

"ജീവിതം അസ്തമിക്കാറായ നേരത്ത് എന്തിനാപ്പൊത്ര ശാഠ്യം? എന്തായാലും ആയുസ്സിന്റെ പുസ്തകം വായിച്ച് തീരാറായി. അപ്പൊപ്പിന്നെ ചിട്ടകളൊക്കെത്തിരി തെറ്റിച്ച് ജീവിക്കല്ലേ വേണ്ടത്?"

ചക്കരയ്ക്ക് ചിരി വന്നു. ഒറ്റരാത്രികൊണ്ട് അച്ഛനെങ്ങനെയീ മാറ്റം വന്നു?

പരമുമ്മാൻ പറഞ്ഞു:

"അറുപത്തൊമ്പതാണ്ട് കടുകിട തെറ്റാത്ത ശീലങ്ങളോടെ മര്യാദാരാമനായി ജീവിച്ചിട്ടും ശരീരം പുഴുക്കുത്തിനിരയായി! ഡോക്ടറുടെ കൈയിലാണ് ഇനിയത്തെ ജീവിതം. ആ നെലയ്ക്ക് ദിനചര്യകളില്ത്തിരി മാറ്റം വർത്ത്യന്താ മോളെ?"

"അച്ഛന് ജീവിതം ഒരു തമാശകളിയായിട്ടാപ്പൊ തോന്ന്ണ്. ഇനി ഡോക്ടറും ചെക്കപ്പും ഒന്നും വേണ്ടാന്ന് തോന്ന്ണ്ണ്ടേയിരിക്കും."

"അസുഖോല്ലാത്തോരാരൂല്ല മോളെ ഈ ദുനിയാവില്! ജീവിതത്തില് ഒരിക്കല്ലെങ്കിലും വൈദ്യനെ കാണാത്ത ആരെങ്കിലുണ്ടാവൊ ഈ ചുറ്റുവട്ടത്ത്?"

"വേദാന്തം പറയാണ്ട് അച്ഛൻ വേഗം കുളിച്ച് വാ. മുത്തുച്ചേച്ചി കാറും കൊണ്ട് വരാറായി." ചക്കര ഓർമിപ്പിച്ചു.

കുളി കഴിഞ്ഞ് പരമുമ്മാൻ സൂര്യദേവനെ വണങ്ങി വന്നു. അപ്പോഴേക്കും ചക്കര താൻ കൊണ്ടുവന്ന പ്രാതൽ മേശപ്പുറത്ത് നിരത്തി.

മകളുടെ നിർബന്ധത്തിനു വഴങ്ങി പരമുമ്മാൻ ഒന്നര ഇഡ്ഡലി കഴിച്ചു. വയർനിറഞ്ഞു. തൃപ്തിയായി!

അച്ഛന്റെ മുഖം വിളറിയിരിക്കുന്നു എന്നു കണ്ട ചക്കര സങ്കടം ഉള്ളിലൊതുക്കി.

സ്കാനിംഗിലൂടെ മാത്രമെ വയറ്റിൽ വളരുന്ന അന്യപദാർഥത്തിന്റെ അവസ്ഥയും ഭാവിചിത്രവും തെളിയൂ എന്നാണ് ഡോക്ടർ പറഞ്ഞത്. ജലാംശം ഉള്ളതുകൊണ്ടാണത്രെ മുഴ പാരന്റ് ബോഡിയെ അലോരസപ്പെടുത്താത്തത്. നാളുകൾ കഴിയുന്തോറും ആ വസ്തു വരണ്ടു തുടങ്ങും. വേദന തോന്നും. ഞരമ്പുകൾ വലിഞ്ഞു മുറുകും.

പ്രാതൽ കഴിഞ്ഞ് കൈ കഴുകുന്നതിനിടയിൽ ചക്കരയുടെ മ്ലാന മുഖം വായിച്ചറിഞ്ഞ പരമുമ്മാൻ പറഞ്ഞു:

"ജരേം മരണോം മനുഷ്യന് ജന്മസിദ്ധാ മോളെ. ആർക്കും ഇതീന്നൊന്നും മോചനംല്ലാന്ന് കണ്ടും കേട്ടും ദിനസരി അറിയുന്നോരല്ലേ നമ്മളൊക്കെ."

"മരണത്തിന് തടയിടാനാവില്ലെങ്കിലും ഏത് രോഗത്തേം മെരുക്കാനൊള്ള മരുന്ന്ണ്ട്ന്ന് വച്ചാ അത് വല്ല്യ കാര്യല്ലേ അച്ഛാ?"

“വൈദ്യശാസ്ത്രം ഒരുപാട് വളർന്നു എന്നു വച്ച് രോഗങ്ങൾക്ക് എന്തു കൊറവാണ്ടായേ? എത്രയെത്ര രോഗങ്ങളാ മരുന്നിന് വഴങ്ങാത്തതായിട്ടൊള്ളത്?”

“രോഗങ്ങൾടെ മുന്നില് രോഗി നിസ്സഹായതയോടെ നിൽക്കേണ്ട അവസ്ഥയല്ല ഇന്ന്. അതെന്താ അച്ഛൻ മനസിലാക്കാത്തത്.”

“കാലം നമ്മടെ ശരീരത്തില് പലമാറ്റങ്ങളും വരുത്തും എന്ന്വച്ച് പേടിച്ച് ജീവിക്കാനൊക്കൊ മോളെ. മനുഷ്യനായാ ആത്മബലാ വേണ്ടത്. അതുള്ളോന് ഏതു കൊടുങ്കാറ്റിനേം തടുത്ത് നിർത്താനൊക്കും.”

അന്നേരത്ത് ഉമ്മറത്ത് കാർ വന്നു നിൽക്കുന്ന ശബ്ദം കേട്ടു. ചക്കരയുടെ മൂന്നു ചേച്ചിമാരും കാറിൽ നിന്നിറങ്ങി.

കല്യാണത്തിന് പോകുന്നതുപോലെ വില കൂടിയ സാരികളിൽ ചമഞ്ഞാണല്ലോ മൂന്നു പേരുടെയും വരവെന്ന് ചക്കരയ്ക്കു തോന്നി!

“അച്ഛന്റെ ഇരിപ്പ് കണ്ടിട്ട് ആസ്പത്രീപ്പോകാനുള്ള മൂഡില്ലെന്ന് തോന്നുന്നു. ഇന്നലെ രാത്രി വന്നപ്പൊ ഞാൻ പറഞ്ഞതല്ലേ എട്ടുമണിയോടെ നമ്മക്ക് പൊറപ്പെടണോന്ന്?” ഞാനെങ്ങോട്ടും വരുന്നില്ല എന്ന മട്ടിലിരിക്കുന്ന പരമുമ്മാനോട് മുത്തു ചേദിച്ചു.

അമ്മയുടെ അധികാരഭാവം തന്നെ മുത്തിന്! അതേ വേഷഭൂഷകൾ. അതേ ചടുലത!

“ഷർട്ടെടുത്തിടച്ഛാ ഇനി വൈകിക്കണ്ട” മാളു മുത്തിനെ പിന്താങ്ങി.

“മലേല് തടിയെടുക്കാൻ പോയ നിന്റെ കെട്ട്യോൻ വന്നോ മോളെ?” പരമുമ്മാൻ ചോദിച്ചു.

“ഇല്ലച്ഛാ ഇന്നലെ രാത്രി വരൂന്ന് കരുതി പന്ത്രണ്ട് വരെ ഞാൻ ഒറക്കൊഴിച്ച് കാത്തിരുന്നു. അപ്പഴാ ഫോൺ വന്നത്. രണ്ട് ദെവസം കൂടി കഴിഞ്ഞേ പുറപ്പെടൂന്ന്.”

“ നിന്നെ കണ്ടിട്ട് കൊറെ നാളായല്ലോ തത്തേ! കാവിലെ തോറ്റോം വഴിപാടും നന്നായി കഴിഞ്ഞായിരിക്കും.”

“ദാസേട്ടനും ഞങ്ങടെ കൂടെ വരാനിരുന്നതാ അച്ഛാ. ഇന്ന് പഴയ ആഭരണങ്ങൾ വിൽക്കാൻ ഒരാള് വരാന്ന് പറഞ്ഞിട്ടുണ്ട്. അതോണ്ടാ പോരാഞ്ഞത്” തത്ത പറഞ്ഞു.

“അത് ശരിയാ കച്ചോടക്കാരന് അതിലാ ശ്രദ്ധ വേണ്ടത്. കാവൽനായയെപോലെ അയാൾ എപ്പോഴും ജാഗരൂകനായിരിക്കണം.”

മൂത്ത മൂന്നു മക്കൾക്കും അല്ലലും അലട്ടുമില്ല. പ്രകാശിക്കുന്ന മുഖവും വേഷഭൂഷകളും കണ്ടാലതറിയാം. ചക്കരയ്ക്കാണ് ദുഃഖം.

ചെറിയൊരു വീടും പത്തിരുപത് സെന്റ് മണ്ണും മാത്രം ഓഹരിയായുള്ള ഒരു സൈനികനെ ഇഷ്ടപ്പെട്ട് അച്ഛന്റെ അനുഗ്രഹത്തോടെ വരിച്ചവൾ. അനപത്യതാ ദുഃഖം സഹിക്കുന്ന പെൺകുട്ടി.

ആയുസ്സിന്റെ ഓരോ തുള്ളിയും ആസ്വദിക്കണമെന്നു മോഹിച്ച, വിലാപങ്ങളേക്കാളും പൊട്ടിച്ചിരികളെ പ്രണയിച്ച, ഹൃദയവ്യഥകൾക്ക് നീണ്ട അവധി കെടുത്ത തന്റേടിയായ അമ്മയുടെ നാലുമക്കളിൽ ഇളയവൾ!

യാത്രയ്ക്കിടയിൽ കുടിക്കാൻ ചക്കര ജീരകവെള്ളം കുപ്പിയിൽ നിറച്ചു. ബാക്കി വന്ന ഇഡ്ഡലി പാത്രത്തിലാക്കുന്നതു കണ്ടപ്പോൾ ചേച്ചി മാർക്ക് പിടിച്ചില്ല. മുത്തു പറഞ്ഞു:

"എന്തിനാ ചക്കരെ നിയ്യീ തണുത്ത ഇഡ്ഡലി പൊതിഞ്ഞെടുക്കണത്. നമ്മള് പോണ തൃശൂര് നല്ല ഹോട്ടലൊന്നും ഇല്ലാത്ത പട്ടണാന്നാണോ നിന്റെ വിചാരം? നടുക്കടലീച്ചെന്നാ നായ നക്കിയേ കുടിക്കൂന്ന് പറഞ്ഞ പോലെയാ നിന്റെ രീതി!"

"എന്തിനാ ഹോട്ടലീകേറി കാശ് പാഴാക്ക്ണതന്ന്ച്ചിട്ടാ."

"അച്ഛന്റെ പിശുക്ക് നെനക്കാ കിട്ടീരിക്ക്ണത്. ഈ ചേച്ചിമാര് കൂടെ യുള്ളപ്പോ നെനക്ക് കാശ് ചെലവ് ചെയ്യേണ്ടി വരൂലെടി മണ്ടൂസെ!" കടമ നിറവേറ്റാൻ ഞാനില്ലേ എന്ന ഭാവത്തോടെ മാളു പറഞ്ഞു.

മക്കൾക്ക് താനൊരു ഭാരമാവരുതേ എന്ന മൗനപ്രാർഥനയോടെ പരമുമ്മാൻ കാറിലേക്ക് കയറി.

കോൾപാടങ്ങളെയും കനാലുകളെയും വകഞ്ഞു പോകുന്ന കാറിൽ നെല്ലിൻ മണമുള്ള കാറ്റേറ്റ് ചാരിക്കിടക്കവെ, വയൽ നിരകളുടെ അറ്റം വരെയല്ല, ഭൂമിയുടെ അറ്റത്തോളമല്ല ദൈവത്തിന്റെ ഗൃഹകവാടങ്ങൾ വരെ താൻ പോകുന്ന കാലം വരവായി എന്ന് പരമുമ്മാൻ ഓർത്തു.

അക്വേറിയത്തിലിടാൻ വിശേഷപ്പെട്ട അലങ്കാര മത്സ്യങ്ങളും, ഉഷാ ഉതുപ്പിന്റെ പോപ്പ് ഗാന കാസറ്റുകളും വാങ്ങണം, മിനിയാന്ന് ഉത്ഘാ ടനം കഴിഞ്ഞ ഗോൾഡ് പാലസ് സന്ദർശിക്കണം എന്നൊക്കെ മാളുവും തത്തയും മുത്തും പറയുന്നത് പരമുമ്മാൻ കേട്ടു.

ഭോഗങ്ങൾ നമ്മെ ഭുജിക്കയല്ലാതെ ഒരിക്കലും അനുഭവിച്ച് തൃപ്തി വരില്ല എന്നു വായിച്ചിട്ടുണ്ട്. കാലത്തിന് മാത്രമാണ് മാറ്റമില്ലാത്തത്. മനുഷ്യൻ പക്ഷേ, നശിക്കാത്ത തൃഷ്ണകളുമായി ജീർണിച്ചില്ലാതാ വുന്നു!

വയറ് മടങ്ങി ഇരുന്നതുകൊണ്ടാവണം യാത്രയ്ക്കിടയിൽ പരമു മ്മാന് വയറ്റിലൊരു ഏനക്കേട്, ഒരു വീർപ്പുമുട്ടലും വിയർപ്പും.

"ഒന്ന് വെളിക്കിര്ന്നാ നന്നായിര്ന്ന്" വയറ്റിലെ അസ്കൃത അസ ഹ്യമായപ്പോൾ പരമുമ്മാൻ പറഞ്ഞു.

"തൃശൂര് ഹോസ്പിറ്റലിലെത്തീട്ടു പോരെ അച്ഛാ?" മാളു ചോദിച്ചു

പരമുമ്മാൻ അസ്വസ്ഥനായി.

"ഈ കനാലിന്റെ കരേല് എവിടെങ്കിലും കാറൊന്ന് നിർത്ത്" ചക്കര ഡ്രൈവറോട് പറഞ്ഞു.

പരമുമ്മാൻ ചക്കരയുടെ ചെവിയിലെന്തോ മന്ത്രിച്ചു. മലം പുരണ്ട് ഉടുമുണ്ട് ചീത്തയാവാൻ തുടങ്ങുന്നു എന്നോ മറ്റോ!

ഭാഗ്യത്തിന്, ഒരു മുണ്ടും തോർത്തും പുതപ്പും ആവശ്യമെങ്കിൽ ഉപയോഗിക്കാനായി എടുത്ത് ചക്കര ബാഗിൽ വച്ചിരുന്നു.

"ദെ, ആ വഴിയിലൂടെ പതുക്കെയിറങ്ങിച്ചെന്ന് വെളിക്കിറങ്ങാം. ഉരു ളൻ കല്ലുണ്ട്, സൂക്ഷിക്കണം" ഡ്രൈവർ നിർദേശിച്ചു.

ചക്കരയും മാളുവും അച്ഛനോടൊപ്പം കനാലിന്റെ കരയിലെ മരച്ചാർത്തിലേക്ക് നടന്നു.

"ഇനി നിങ്ങള് പൊയിക്കോ, ഞാനങ്ങ് വന്നേക്കാം" പരമുമ്മാൻ പറഞ്ഞു.

ചക്കരയും മാളുവും അകന്നു മാറി.

"ഇപ്പൊന്താണാവോ അച്ഛന് ഈ ഏനക്കേട്ണ്ടാവാൻ കാരണം?" മാളു ഉൽക്കണ്ഠാകുലയായി.

"അച്ഛന്റെ വയറ്റില് ആമാശയ ഭിത്തിയെ ഞെരുക്കിക്കൊണ്ടാ ഒരു മാംസപിണ്ഡം വളരണത്. അപ്പൊ വെശപ്പ് കൊറയും ദാഹവും കൊറയും. കൂടെകൂടെ കക്കൂസേപ്പോണോന്നും തോന്നും. ഇതൊക്കെയാ ഡോക്ടറ് പറഞ്ഞത്."

"ഇതറിഞ്ഞോണ്ട് നിയ്യെന്തിനാ അച്ഛനോട് അത് തിന്ന് ഇത് തിന്ന് എന്നൊക്കെ പറയണത്."

"ഒന്നരയിഡ്ഡലിയാ അച്ഛൻ കഴിച്ചത്. അത് കൂടുതലൊന്നുമല്ല ചേച്ചി."

നീർച്ചാലിൽ ശൗചം കഴിച്ച് കൈയും കാലും കഴുകി വന്ന അച്ഛന് ചക്കര മാറ്റിയുടുക്കാൻ മുണ്ട് കൊടുത്തു. അഴുക്കായ മുണ്ട് ഒഴുക്കു വെള്ളത്തിൽ കഴുകി പിഴിഞ്ഞു.

യാത്ര തുടരാൻ നേരത്ത് ചക്കര പറഞ്ഞു:

"അച്ഛന് വെശക്ക്ന്നെങ്കി എന്തെങ്കിലും കഴിക്ക്യായിര്ന്ന്."

"വെശപ്പില്ല മോളെ. അച്ഛനൊന്ന് കെടന്നാ മതിയായിര്ന്ന്."

പത്തുനിലകളിൽ പരന്നു കിടക്കുന്ന ആസ്പത്രിയുടെ ഊക്കൻ പടി വാതിൽ കടന്ന് കാർ മുറ്റത്തെത്തി. കാക്കിവേഷക്കാരൻ വന്ന് കാർ പാർക്ക് ചെയ്യേണ്ട ഇടം കാണിച്ചു തന്നു.

സ്വദേശിയും വിദേശിയുമായ കാറുകളുടെ നിരകൾ. ഇടയ്ക്ക് ചുവന്ന വാടാമല്ലിയുടെ ചെറിയ ചെറിയ വൃത്തങ്ങൾ. മഞ്ഞക്കോളാമ്പിയുടെ കൊച്ചു കൊച്ചു തുരുത്തുകൾ.

സ്കാനിംഗിനു വേണ്ടിയും, സ്കാൻ കഴിഞ്ഞ് റിപ്പോർട്ടിനുവേണ്ടിയും കാത്തിരിക്കുന്നവരുടെ ഉൽക്കണ്ഠയാർന്ന മുഖങ്ങൾ ശ്രദ്ധിച്ചപ്പോൾ മരണത്തിന് കടന്നു വരാൻ കിളിവാതിലുകൾ തുറന്നിടുന്ന പ്രിയസഖികളാണ് രോഗങ്ങൾ എന്നാരോ പറഞ്ഞത് പരമുമ്മാനോർമ വന്നു.

മാളു റജിസ്ട്രേഷൻ കൗണ്ടറിലിരിക്കുന്ന പെൺകുട്ടിയെ ഡോക്ടറുടെ കുറിപ്പ് കാണിച്ചു.

പരമുമ്മാന്റെ പേരും മറ്റു വിവരങ്ങളും ബുക്കിൽ കുറിച്ച് മറ്റൊരു ചീട്ടെഴുതി മാളുവിനു കൊടുത്തിട്ടു പെൺകുട്ടി പറഞ്ഞു:

"മുവ്വായിരം രൂപ ക്യാഷ് കൗണ്ടറിലടച്ച് രസീറ്റ് കൊണ്ടുവരണം. ഊഴമനുസരിച്ചേ പേഷ്യന്റിനെ വിളിക്കൂ. ഇരുപതാ നിങ്ങടെ നമ്പർ. ഇപ്പൊ അകത്തൊള്ളത് മൂന്നാം നമ്പറ്കാരാ"

"ഏകദേശം എത്രമണിക്ക് നമ്പർ വിളിക്കും എന്നൊന്നു പറയാമോ?"

“ഇന്ന് തിങ്കളാഴ്ചയായതോണ്ട് വെല്ല്യെ തെരക്കാ. ഇപ്പൊ ഒമ്പതരയായി. മണി മൂന്നെങ്കിലുമാവും നിങ്ങടെ നമ്പറ് വരാൻ.”

നീണ്ട അഞ്ചാറ് മണിക്കൂർ നേരം തിരക്കേറിയ ആസ്പത്രി വരാന്തയിൽ അച്ഛൻ കാത്തിരിക്കണമല്ലോ എന്നോർത്തപ്പോൾ മാളു അനിയത്തിമാരോട് ചോദിച്ചു:

“നമുക്ക് ഏതെങ്കിലും ഹോട്ടലില് മുറിയെടുത്താലോ?”

“ആസ്പത്രില് മുറിയെടുക്കുന്നതിനേക്കാളും നല്ലത് ഹോട്ടലാ. അച്ഛന് നന്നായി വിശ്രമിക്കാം. ഇത്തിരി നല്ല ഭക്ഷണം കഴിക്ക്യേം ചെയ്യാം” പണം ചെലവാക്കാൻ മനസുള്ള മാളുച്ചേച്ചിയോടൊപ്പം തത്തയും മുത്തും കൂടി.

ചക്കരയോർത്തു:

പൂരം എക്സിബിഷൻ സ്റ്റാളുകളിലും കുളിർകാറ്റ് വീശുന്ന സ്വർണ പാലസിലും കയറിയിറങ്ങാൻ കൂപ്പുലേലത്തിലും ജ്വല്ലറിയിലും അറബിനാട്ടിലും പണം വാരുന്ന ഭർത്താക്കന്മാരെ കിട്ടിയ ചേച്ചിമാർക്ക് ഇതൊരവസരം തന്നെ!

റോഡരികിൽ വയസൻ ഞാവൽമരങ്ങളുടെ തണലിൽ നിൽക്കുന്ന ഓടുമേഞ്ഞ കപ്പേളയുടെ ചാരത്തു കൂടെ കാർ നീങ്ങി. റെയിൽവെ ബ്രിഡ്ജും പാളത്തിനോട് തൊട്ടുള്ള ഓലമാടങ്ങളും കടന്ന് റെയിൽവേ സ്റ്റേഷന്റെ മുറ്റത്തു കൂടെ ഹോട്ടലിലേക്ക്.

പഞ്ചാബി മധുര പലഹാരങ്ങൾ കണ്ണാടിക്കൂട്ടിൽ നിരത്തി വച്ച ഊക്കൻ ബേക്കറിയുടെ ചാരെ മിനുക്കിയ കരിങ്കല്ലുകൾ ചിട്ടയോടെ പാകിയ ഹോട്ടൽ മുറ്റത്ത് കാർ നിന്നു.

ചുവന്ന അരപ്പട്ടയും കോഴിവാലൻ തൊപ്പിയും ധരിച്ച ഒരു തടിയൻ വന്ന് കാർ ഒതുക്കിയിടാൻ നിർദേശിച്ചു.

റിസപ്ഷൻ ക്യാബിനിലിരിക്കുന്ന മൂന്നു ചുറ്റുള്ള പേൾമാലയണിഞ്ഞ സുന്ദരി പറഞ്ഞു:

“നാലഞ്ച് മണിക്കൂറിനായാലും ഫുൾ വാടക തരണം.”

അഡ്വാൻസായി ആയിരം രൂപ കൊടുത്ത് സുന്ദരി നീട്ടിത്തന്ന നീളൻ ബുക്കിൽ വിലാസം കുറിച്ച് ഒപ്പിടുമ്പോൾ തടിക്കച്ചവടക്കാരന്റെ പ്രിയതമ ചില്ലറക്കാരിയല്ലെന്ന് തത്തയും മുത്തും ചക്കരയും ഒന്നറിയട്ടെ എന്ന ഭാവമായിരുന്നു മാളുവിന്.

റൂം ബോയ്, നഗരത്തിന്റെ നടുവിൽ അരയാലുകൾ ചൂഴ്ന്ന കുന്നിൻ നെറുകയിൽ നിൽക്കുന്ന ക്ഷേത്രത്തിന്റെ ഗോപുരത്തിലേക്ക് ജനൽപ്പാളികൾ തുറന്നിട്ടു. തിരക്കോടെ മൂളിവന്ന കാറ്റിൽ നഗരത്തിന്റെ ഉഷ്ണഗന്ധം.

സ്കാനിംഗ് കഴിയുന്നതു വരെ ഭക്ഷണം പാടില്ലെന്നാണ് പരമുമ്മാനുള്ള നിർദേശം.

ജനലരികത്ത് വെളുത്ത വിരിയിട്ട കട്ടിൽ. ഉരുളൻ തലയിണയിൽ തലചായ്ച്ച് ക്ഷേത്ര കവാടത്തെ തലോടുന്ന ആൽച്ചില്ലകളിൽ കണ്ണുകളൂന്നി പരമുമ്മാൻ കിടന്നു.

കിടന്ന പാടെ ഉറങ്ങിപ്പോയി!

അച്ഛൻ ഉറങ്ങുകയാണെന്നറിഞ്ഞ മുത്ത് സ്വരം താഴ്ത്തി ചക്കരയോട് പറഞ്ഞു:

“നമ്മളെല്ലാരും കൂടിങ്ങനെ വർത്താനം പറഞ്ഞിരുന്നിട്ടെന്താ കാര്യം? ഏതായാലും തൃശൂര് പട്ടണത്തില് വന്നു, അറ്റ്ലീസ്റ്റ് ഗോൾഡ് പാലസിലെങ്കിലും പോയി വരാം. കാറിലാവുമ്പോൾ കൂടി വന്ന അരമണിക്കൂറ്. അച്ഛൻ ഞങ്ങളെ തെരക്ക്യാല് കുട്ട്യോൾക്ക് ചെരിപ്പോ മറ്റോ വാങ്ങാൻ പോയീന്ന് പറഞ്ഞാ മതി.” ചക്കര മൂളി.

തോൾ ബാഗുകളുമായി പൂച്ചകളെപ്പോലെ ശബ്ദമുണ്ടാക്കാതെ മൂന്നു പേരും ഇറങ്ങിപ്പോയി.

കട്ടിലിൽ ചരിഞ്ഞുകിടക്കുന്ന അച്ഛന്റെ മുഖം ചക്കര ശ്രദ്ധിച്ചു. ശ്വേതാണുക്കളുടെ കുറവുകൊണ്ടായിരിക്കും വിളർച്ച. ശോഷിച്ച കൈകൾ. പരുക്കൻ നെറ്റിയിൽനിന്ന് പൊട്ടു പൊട്ടായി അടർന്നു വീഴാറായ ചന്ദനക്കുറിയിലെ തരികൾ.

ഡോക്ടറുടെ വാക്കുകൾ ഓർമ വന്നു:-

ഓപ്പറേഷൻ റിസ്കാണെന്നും അല്ലെന്നും പറയാം. മരുന്നുകൊണ്ട് ശരീരത്തിനകത്ത് വളരുന്ന അന്യബോഡിയെ തേച്ചും മായ്ച്ചും കളയാനൊക്കില്ല. സ്കാൻ റിപ്പോർട്ട് കിട്ടട്ടെ എന്നിട്ടാവാം ഓപ്പറേഷൻ വേണോ വേണ്ടയോ എന്നു തീരുമാനിക്കാൻ....

മയങ്ങുന്ന അച്ഛനെ അലോസരപ്പെടുത്താതെ ചക്കര വാതിൽ കൊളുത്തിട്ട് സോഫയിൽ ചാരിക്കിടന്നു. മനസിൽ *ദൈവദശകം* ഉരുവിട്ടു. കാക്കണേ! കൈവിടാതെ അച്ഛനെ കാക്കണേ ദൈവമേ........

കണ്ണുകൾ തുറന്ന് ചുറ്റും നോക്കിയ പരമുമ്മാൻ മയങ്ങുന്ന ചക്കരയെ മാത്രമേ കണ്ടുള്ളു.

ഈ യാത്ര ഒഴിവാക്കാമായിരുന്നു എന്ന് ഒരുനിമിഷം ഓർത്തു. മക്കളെ ബുദ്ധിമുട്ടിക്കരുതായിരുന്നു. ഡോക്ടറുടെ സാന്ത്വനവാക്കുകളും ഓപ്പറേഷൻ മുറിയുടെ മണവും എല്ലാം പാഴാണ് എന്ന തോന്നൽ!

ബൈബിളിൽ വായിച്ചതുപോലെ തനിക്ക് ഇനിയെത്ര നാഴിക കൂടി ദൈവസന്നിദ്ധിയിലെത്താൻ നടക്കേണ്ടി വരും? ഭൂമിയിൽ ജീവിച്ചിരുന്നു എന്നതിനു തെളിവായി കാലത്തിന് താൻ എന്തു നൽകും. തന്റെ ചിറകടിയിൽ മുറിഞ്ഞ വായു കൂടിച്ചേരാതെ എത്ര കാലം നിലനിൽക്കും?

വടക്കുംന്നാഥന്റെ ഗോപുരനടയിൽ വലിയ തിരക്കു കണ്ടു. വെയിൽ പെയ്യുന്ന നഗരത്തിന് സാന്ത്വനമായി ആലിലകളിൽ തഴുകി വരുന്ന കാറ്റും, ചന്ദനത്തിന്റേയും വാടിയ പൂക്കളുടേയും ഗന്ധവും.

ധ്യാനത്തിലാണ് ക്ഷേത്രമുറ്റത്തുള്ള എല്ലാവരും. മനസ്സ് എന്തൊക്കെയോ യാചിക്കുന്നുണ്ടാവണം. ഈശ്വരനോട് അപേക്ഷിക്കുകയാവണം. ധനം, സമാധാനം, സന്താന സൗഭാഗ്യം, ഉദ്യോഗലബ്ധി, രോഗങ്ങളിൽ നിന്നുള്ള മുക്തി, ദീർഘായുസ്സ്. പിന്നേയും കാണും മോഹങ്ങൾ. അർഥനകൾ, എണ്ണിയാലൊടുങ്ങാത്ത ജീവിത വ്യഥകൾ.

ദുഃഖമാണ് നരജന്മത്തിൽ ശേഷിക്കുന്നത് എന്നോർത്ത പരമുമ്മാൻ ശിവ ശിവ എന്നു പ്രാർഥിച്ചു.

എത്ര വേഗത്തിലാണ് ആയുസ്സ് എണ്ണിയെണ്ണിക്കുറഞ്ഞത്? എത്ര ധൃതിയോടെയാണ് ജ്വലിച്ചു നിന്ന യൗവനത്തിൽ മഞ്ഞ പടർന്നത്?

ഇന്നാളല്ലേ വള്ളിട്രൗസറിട്ട് കൂട്ടുകാരോടൊപ്പം പുല്ലിലും മണ്ണിലും കളിച്ചു നടന്നതും ഓലപ്പീപ്പീയുണ്ടാക്കിയതും പൊട്ടൻ തൊട്ടുകളിച്ചതും ഉണ്ണിമാങ്ങ പെറുക്കിയതും കുയിലിനെ കളിയാക്കി മറുത്തു കൂവിയ തും ചേമ്പിലക്കുടക്കീഴിൽ ഇടവഴികളിലൂടെ നടന്നതും..... ഒന്നും മറ ന്നിട്ടില്ല. ജീവിതം ചോർന്ന് പോയല്ലോ എന്നോർത്ത് ദുഃഖിച്ചിട്ടൊരു കാര്യ വുമില്ല!

*ബൈബിളി*ലെ ഒരു ഖണ്ഡിക മുഴുവൻ ഓർമയിലുണ്ട്:

"......എല്ലാവരേയും പോലെ ഞാനും ഒരു മർത്യനാണ്. മണ്ണിലെ ആദ്യസൃഷ്ടിയുടെ പിൻഗാമി. എല്ലാവരേയും പോലെ പത്തു മാസം കൊണ്ട് അമ്മയുടെ രക്തത്തിൽ പുഷ്ടി പ്രാപിച്ചു. എല്ലാവരേയും പോലെ ഞാനും ഭൂമിയിൽ പിറന്നു വീണു. എന്റെ ആദ്യ ശബ്ദവും കര ച്ചിലായിരുന്നു. എല്ലാ മനുഷ്യർക്കും ഗർഭപാത്രത്തിൽ തുല്യ നീതിയാണ്. ഒന്നുപോലെയാണ് ജീവിതത്തിലേക്ക് വരുന്നത്. വിട പറഞ്ഞു പോകു ന്നതും അങ്ങനെ തന്നെ!"

4

നിശാഗന്ധികൾ പൂക്കുന്നനേരം

ഒന്ന്

ഹിമമഴ പെയ്തുറഞ്ഞ കാശ്മീരിന്റെ വടക്കൻ അതിർത്തിതീരങ്ങളിൽനിന്നും ഹവിൽദാർ രാഘവൻ യാത്രയാരംഭിച്ചു. കഠിനാനുഭവങ്ങളുടെ നിധിഭാരവും പേറി ആര്യാവർത്തത്തിന്റെ പരുക്കൻ മേടുകളത്രയും പാന്ഥൻ താണ്ടി. അരുവികളുടെ മധുരഗീതങ്ങളും ഗോതമ്പുപാടങ്ങളുടെ സ്വർണമിനുപ്പും കടുകുപൂക്കളുടെ പീതഭംഗികളും വഴിയാത്രകളെ ഉന്മിഷത്താക്കി. വിന്ധ്യാചലങ്ങളും കടന്ന് ദ്രാവിഡത്തിലെത്തിയപ്പോൾ മഞ്ഞും മരണക്കൊല്ലികളും ബുള്ളറ്റുകളുടെ ചീറലുകളുമില്ലാത്ത സമതലങ്ങളിലേക്ക് വിട നൽകിയ യുദ്ധദേവനോട് മനസിൽ നന്ദിപറഞ്ഞു!

ട്രെയിനിൽ നിന്നിറങ്ങി ജംഗമങ്ങളുമായി പുറത്തേക്ക് വന്ന രാഘവൻ പുതിയ ചുറ്റുപാടിലേക്ക് കണ്ണോടിച്ചു. കൽക്കരിപ്പൊടി തറഞ്ഞുകിടക്കുന്ന ചെറിയ മൈതാനത്തിന്റെ ഒത്ത നടുവിൽ, ഇണചേർന്ന് നിൽക്കുന്ന അരയാലും ആര്യവേപ്പും. കാൽക്കൽ ഏതൊക്കെയോ കൊച്ചുകൊച്ചു ദൈവബിംബങ്ങൾ. നിറം മങ്ങിയ കാവിക്കൊടികൾ. ചുറ്റും മുൾവേലിയുടെ അരപ്പട്ട.

മൈതാനത്തിന്റെ ഒരുവശത്ത് കച്ചവടം പൊടിപൊടിക്കുന്ന മാടക്കടകളുടെ നീണ്ട നിര. മറുവശത്ത് കുതിരവണ്ടികളുടെയും സൈക്കിൾറിക്ഷകളുടെയും ആലകൾ.

കുതിരച്ചാണകത്തിന്റെയും പുളിച്ച കരിമ്പ് ചണ്ടികളുടെയും മണം പുരണ്ട ഇളംകാറ്റ് ശ്വസിച്ച് നിന്നപ്പോൾ വസന്തങ്ങളും വർണക്കാഴ്ചകളും കടന്നുവരാത്ത വിദൂരാതിർത്തിയിലെ കവാത്ത് യാമങ്ങൾ മനസിൽ നിറഞ്ഞു.

പുതിയ കാഴ്ചകളുടെ സന്തോഷത്തിൽ രാഘവൻ ഓർത്തു: ഇത് ഗിരികൂടങ്ങൾ ചൂടിയ ഒഡ്യാണം എന്നു കവികൾ പുകഴ്ത്തുന്ന ശാന്ത സ്വരൂപിയായ അരുണാചലല്ല, മഴനാരുകൾ നിരന്തരം പെയ്തു വീഴുന്ന ആസാം വനസ്ഥലിയല്ല, മഞ്ഞുകാറ്റു മുരളുന്ന കാർഗിലല്ല, നാസിക് ആണ്, രാമരാവണ യുദ്ധത്തിന് വഴിമരുന്നിട്ട മണ്ണ്! രണ്ടോമൂന്നോ വർഷ ങ്ങൾ ഇവിടത്തെ പട്ടാളക്യാമ്പിലാണ് താനിനി ജീവിക്കേണ്ടത്. ഇതി ഹാസങ്ങളിലെ ദൈവാവതാരങ്ങളും മഹർഷിമാരും ആയുസ്സിന്റെ ഉൺമ കളും പൊരുളുകളും തേടി നടന്ന ഈ, പുണ്യഭൂമിയിൽ.

ക്ഷീണിതനായ രാഘവൻ സ്റ്റേഷന്റെ നീണ്ട വരാന്തയിൽ ബെഡ് ഹോൾഡർ നിക്ഷേപിച്ച് അതിൽ അമർന്നിരുന്നു. ഭാരമുള്ള ബൂട്ട്സും സോക്സും അഴിച്ചു മാറ്റി. വിയർപ്പ് വാടയുള്ള പാദങ്ങളിൽ കാറ്റ് തട്ടി യപ്പോൾ തണുപ്പനുഭവപ്പെട്ടു.

ഷില്ലോംഗിലും അരുണാചലിലും കാർഗിലിലുമായിരുന്നു ഏഴെട്ടു വർഷങ്ങൾ. ഇവിടേക്ക് ആദ്യവരവാണ്. അയോധ്യയിലെ ഇളയ രാജകു മാരൻ ലങ്കൻ രാജകുമാരി ശൂർപ്പണഖയുടെ മൂക്കും മുലകളും അരിഞ്ഞ് ചുടുരക്തം വീഴ്ത്തിയ നാസിക്കിലേക്ക്!

ശ്രീരാമനും സീതയും മാനുകളെ തഴുകിത്താലോലിച്ചും, മുയലു കളെയും പക്ഷികളെയും വേട്ടയാടിയും, കായ്കനികൾ പറിച്ചു തിന്നും ജീവിച്ച പഞ്ചവടി ഇവിടെയാണ്. ഗോദാവരിയുടെ ഉറവസ്ഥാനം. വിര ഹാർത്തനായ ലക്ഷ്മണൻ, ദൂരെ,കൊട്ടാരത്തിൽ ഏകാന്ത ദുഃഖിതയായ പ്രിയതമ ഊർമ്മിളയെ സ്വപ്നം കണ്ടുറങ്ങിയ ഹരിതഭൂമി.

ട്രെയിനിംഗ് സെന്ററിൽനിന്നും ഡ്യൂട്ടിട്രക്ക് വരാനിനിയും ഏറെനേരം വൈകുമെന്ന് ആരോ പറയുന്നതു കേട്ടു. മടുപ്പൊഴിവാക്കാൻ രാഘവൻ ഒരു കുതിരവണ്ടിക്കാരനെ വിളിച്ചു. പോർട്ടർ ബെഡ്ഹോൾഡറും ക്യാൻവാസ്ബാഗും ട്രങ്കും എല്ലിച്ച വയസൻകുതിരയെ പൂട്ടിയ വണ്ടി യിൽ എടുത്തുവച്ചു.

സ്റ്റേഷൻ പരിസരവും മാർക്കറ്റും പിന്നിട്ട് കാലികൾ മേയുന്ന പച്ച പ്പുകളിലേക്ക് കടന്നപ്പോൾ മറാഠിച്ചുവയുള്ള ഹിന്ദിയിൽ വണ്ടിക്കാരൻ പറഞ്ഞു:

"റെയിൽവെസ്റ്റേഷനടുത്തുള്ള ഏതെങ്കിലും ഹോട്ടലിൽ മുറിയെ ടുത്ത് കുളിച്ച് ക്ഷീണം മാറ്റിയിട്ട് പോയാൽപ്പോരെ ഭായിസാഹിബ്? പുതിയ സ്ഥലത്തു വന്നതല്ലേ? വേണോങ്കി ഹോട്ടലിൽ ഞാൻ കൊണ്ടാ ക്കിത്തരാം. കൊറഞ്ഞ ചാർജേയുള്ളു ഹോട്ടൽ മുറിക്ക്."

രാഘവൻ വണ്ടിക്കാരനെ കേട്ടിരുന്നു. വണ്ടിക്കാരൻ വീണ്ടും പറ ഞ്ഞു:

"സുഖിക്കാൻ വേണ്ടതൊക്കെ കിട്ടുന്ന ഹോട്ടലുണ്ട് ഈ ടൗണില് ഭായിസാഹിബ്."

"ഞാനൊരു ടൂറിസ്റ്റല്ല. ഇവിടത്തെ പുണ്യസ്ഥലങ്ങൾ കാണാനും ക്യാമറയിൽ പകർത്താനുമല്ല എന്റെ വരവ്." അപരിചിതനായ യാത്ര

ക്കാരൻ സുഖം വിലയ്ക്ക് കിട്ടുന്ന ഹോട്ടൽമുറി എന്നുകേൾക്കുമ്പോൾ വേഗം ചൂണ്ടയിൽ കുരുങ്ങുമെന്ന് കരുതിയ വണ്ടിക്കാരനെ രാഘവൻ നിശ്ശബ്ദനാക്കി.

പട്ടാളബാരക്കിലെ കൂട്ടുകാർ ചുവന്ന തെരുവുകളിലേക്ക് വാക്കുകൾ തിരിച്ചുവിടുമ്പോൾ ചെടിപ്പാണ് തോന്നാറ്. ചെമ്മരിയാടിന്റെ മാംസവും ചപ്പാത്തിയും തിന്നുകൊഴുത്ത തരുണന്മാർ കറുത്ത റമ്മിന്റെ ലഹരിയിൽ ഇണകളെപ്പറ്റിയല്ലാതെ മറ്റൊന്നും പറയാറില്ലന്നാണനുഭവം.

ഇതിനുമുമ്പ് താമസിച്ച പട്ടാളക്യാമ്പിലെന്നതുപോലെ നാസിക്കിലും ചുവന്ന ഗുഹകളുണ്ടാവുമെന്ന് രാഘവനറിയാം. മദം കൊണ്ട ഒറ്റയാന്മാർക്കുവേണ്ടി അത്തരം പുണ്യക്ഷേത്രങ്ങൾ പണിയാത്ത സൈന്യകേന്ദ്രങ്ങളുണ്ടാവില്ല!

മൗലിയിൽ മൺസിംഹങ്ങൾ ഗർജിച്ച് നിൽക്കുന്ന ഊക്കൻതൂണുകളുള്ള ട്രെയിനിംഗ് സെന്ററിന്റെ പടിവാതിൽ കടന്ന് കുതിരവണ്ടി താളാത്മകമായി നീങ്ങിക്കൊണ്ടിരുന്നു. കരിങ്കല്ലിന്റെ തൂണുകളുടെ താഴെ മിനുക്കിയ ഉരുളൻചക്രങ്ങളിൽ പ്രദർശിപ്പിച്ചിരിക്കുന്ന ഏതോ നാട്ടുരാജാവിന്റെ കോട്ടയിൽനിന്നും കിട്ടിയ പീരങ്കികളെ രാഘവൻ ശ്രദ്ധിച്ചു. ഞാവലുകളും മഞ്ഞവാകകളും തണൽവിരിച്ച കറുത്ത നിരത്തിലൂടെ കുതിരവണ്ടി പിന്നെയും സഞ്ചരിച്ചുകൊണ്ടിരുന്നു.

ഓടുമേഞ്ഞ ഒരു നീളൻ ബാരക്കിന്റെ മുന്നിൽ വണ്ടി നിന്നു. അരവരെ വെള്ളവലിച്ച മരച്ചാർത്തുകളിൽ കലാപം കൂട്ടുന്ന കാറ്റ്. പരേഡ് ഗ്രൗണ്ടിൽ കവാത്ത് പരിശീലിക്കുന്ന റിക്രൂട്ടുകളുടെ ബൂട്ട്സിന്റെ ഒച്ചകൾ. റൈഫിളുകളിൽ തല്ലുന്ന സ്ലിങ്ങിന്റെ താളവും ഫയറിംഗ് പ്രാക്ടീസിലേർപ്പെട്ട പട്ടാളക്കാർ ത്രീ നോട്ട് ത്രീ റൈഫിളുകളിൽനിന്ന് ടാർജറ്റിലേക്ക് തൊടുക്കുന്ന വെടിയുണ്ടകളുടെ മുരളലും.

രാഘവൻ ബാരക്ക് ഭരിക്കുന്ന ഉസ്താദുമാരെ തന്റെ സാക്ഷ്യപത്രം കാണിച്ചു. ചണക്കയർ വരിഞ്ഞ മൂട്ടമണമുള്ള ചാർപ്പായിൽ ബെഡ് ഹോൾഡർ അഴിച്ച് ജമുക്കാളവും കമ്പിളിയും വിരിച്ചു. ബാത്ത്റൂമിന്റെ മുന്നിലെ തിരക്കിൽ ഒരുപാട് നേരം കാത്തുനിന്ന് തണുത്ത ജലത്തിൽ കുളിച്ചപ്പോൾ മൗഢ്യം കുറെയൊക്കെ ഒലിച്ചിറങ്ങി. ട്രങ്ക് തുറന്ന് ഹനുമാൻ ദൈവത്തിന്റെ പടമെടുത്ത് മുന്നിൽ വച്ചു. അന്ധകാരയാമങ്ങൾ നീന്തിക്കടക്കാൻ ശക്തിതരണേയെന്ന് പ്രാർഥിച്ചു.

തവിട്ടുനിറമുള്ള കുപ്പിയിൽ നിന്നും ഒരു പെഗ്ഗ് പകർന്നു. അൽപ്പം ജലംചേർത്ത് നേർപ്പിച്ച് നുണഞ്ഞപ്പോൾ സിരകൾ മൂരിനിവർന്നു.

രാഘവൻ വരാന്തയിൽ വന്ന് വിദൂരങ്ങളിലേക്ക്, ഭൂമിയുടെ അതിരുകളിലേക്ക് മിഴികളെറിഞ്ഞു. കാറ്റിന് നേരിയ തണുപ്പുണ്ട്. ശരത്കാലം തുടങ്ങുന്നതേയുള്ളൂ.

ബാരക്കിൽ കവാത്ത് ശീലിച്ച് തളർന്നുവന്ന റിക്രൂട്ടുകളുടെ ബഹളം. ട്രങ്കുകൾ വലിച്ചു തുറക്കുന്ന കരകര ശബ്ദം. ഉസ്താദുമാരുടെ പതിവ് ആക്രോശങ്ങൾ.

നാളെമുതൽ ഹവിൽദാർ രാഘവനും ഉസ്താദിന്റെ പരുക്കൻ കുപ്പായം അണിയണം. ഇളമുളകളെ തെറിവാക്കുകൾകൊണ്ട് അഭിഷേകം ചെയ്യണം. വെയിൽച്ചൂടിൽ രാവിമിനുക്കി യുദ്ധസജ്ജരാക്കി വീരചക്രവും പരമവീരചക്രവും നേടാനുള്ള കരുത്ത് കുത്തിവയ്ക്കണം. യുദ്ധമുറകൾ അഭ്യസിപ്പിച്ച് അതിർത്തിമണ്ണിന്റെ സന്തതികളാക്കണം.

ബാരക്കിൽ വിയർപ്പ് ഗന്ധത്തിന്റെ വിങ്ങൽ. ബൂട്ട്സുകൾക്കുള്ളിൽ തിരുകിവച്ച മുഷിഞ്ഞ ഷോക്സുകളാണ് വില്ലന്മാർ. നിരത്തിയിട്ട കട്ടിലുകൾക്കിടയിൽ ഒരടിപോലും അകലമില്ലെന്നതാണ് സങ്കടം. എൺപത് റിക്രൂട്ടുകൾ അന്തിമുളയുന്ന നീളൻ മുറിയിൽ അരണ്ടവെളിച്ചം തരുന്ന നാല് ബൾബുകൾമാത്രം.

കാർഗിലിൽ ബംഗറിലായിരുന്നു അന്തിമുളഞ്ഞിരുന്നത്. ചകിരിപ്പായകളിൽ വിരിച്ച ഗ്രൗണ്ട് ഷീറ്റിൽ നീർത്തുന്ന സ്ലീപ്പിംഗ് ബാഗുകൾ. മഞ്ഞിൻകുളിരകറ്റാൻ മണ്ണെണ്ണയിൽ കത്തി ചുട്ടുപഴുത്ത ബുഹാരിയെന്ന നെരിപ്പോട്. ഇഷ്ടംപോലെ ടിൻഫുഡും റമ്മും. വായിക്കാനും കണ്ടുരസിക്കാനും നിയമം അനുവദിച്ചുതന്നിട്ടുള്ള മിനുത്ത താളുകളിൽ കാമകല ഒപ്പിയെടുത്ത ഇംഗ്ലീഷ് മാസികകൾ.

മഞ്ഞുപെയ്യുന്ന വനസീമകളിൽ ജീവിതം ദുസ്സഹവും വിരസവുമായിരുന്നു. കൊടുംതണുപ്പിൽ സിരകളിലെ രക്തപ്രവാഹം ഉറഞ്ഞുപോകുമോ എന്ന ഭയം. കാൽവെള്ള വിളറി ആസ്പത്രിയിൽ കിടത്തരുതേ എന്നു പ്രാർഥിച്ച നാളുകൾ. പഴുപ്പ് മുകളിലേക്ക് കയറാതിരിക്കാൻ ഡോക്ടർ "ചത്ത" കാൽപ്പാദം മുറിച്ചുമാറ്റും. മാരകമായ സ്നോബൈറ്റിന് അതേയുള്ളൂ ചികിത്സ!

കാർഗിലിലെ കൂട്ടുകാരുടെ യാത്രയയപ്പുസൽക്കാരം റമ്മും വേവിച്ച ടിൻഫുഡും വിളമ്പി പൊട്ടിച്ചിരികളോടെയായിരുന്നു. സൽക്കാരവേളയിൽ ട്രൂപ്പ്ലീഡർ സുബേദാർ ഷേർസിങ്ങ് റമ്മിന്റെ ലഹരിയിൽ ഝാൻസിയിലും ദില്ലിയിലുമുള്ള ചുവന്ന തെരുവുകളിൽ പണം തട്ടിയെടുക്കാൻ അടുത്തുകൂടുന്ന പിമ്പുകളെപ്പറ്റി ഒരുപാട് പറഞ്ഞു.

ബംഗാളിയായ ഹവിൽദാർ അമൻചാറ്റർജി അരമഗ്ഗ് റം അകത്താക്കിയപ്പോഴേക്കും കുഴഞ്ഞു. ചാറ്റർജി രാഘവനോട് കൽക്കത്ത കണ്ടിട്ടുണ്ടോ എന്ന് ചോദിച്ചു. നിനക്ക് ബ്രിട്ടീഷ് വൈസ്രോയിമാർ പണിത ആ മഹാനഗരത്തിലേക്ക് സ്ഥലംമാറ്റം വാങ്ങി പോകാമായിരുന്നില്ലേ? അഴകികളായ ഡാർജിലിംഗ് യുവതികൾ ഒരുപാടുള്ള നഗരമാണ് കൽക്കത്ത. അവരുടെ പൊൻനിറമുള്ളള്ള ദേഹവടിവുകൾക്ക് വില വളരെ കുറവേ കൊടുക്കേണ്ടു. വെറ്റിലനൂറിന്റെ ചുവപ്പും സുഗന്ധവുമാണവരുടെ ചുംബനങ്ങൾക്ക്!

രാഘവൻ എല്ലാം കേട്ടിരുന്നു.

നാട്ടുവിശേഷങ്ങളും ടാഗൂറിന്റെ കവിതകളുമല്ല മന്ദനായ ചാറ്റർജി വിളമ്പുന്നത്. ഗണികകളുടെ പുരാണങ്ങളാണ്. അവരുടെ അംഗവർണനകളാണ്. ഉരുണ്ട അധരങ്ങളിൽനിന്ന് മുത്തിയെടുക്കാവുന്ന വെറ്റിലക്കൂട്ടിന്റെ സുഗന്ധത്തെക്കുറിച്ചാണയാൾ പറയുന്നത്.

കൂട്ടത്തിൽ മറ്റാരേക്കാളും കൂടുതൽ റം മോന്തിയത് ശിപായി വൈദ്യ ലിംഗമായിരുന്നു. ആ ചങ്ങാതി ഹതാശനായിരുന്നു. കാർഗിലിലെ മഞ്ഞു വീഴ്ച അവനിലെ പുരുഷത്വത്തെയാണ് ആക്രമിച്ചത്. ലിംഗം ഉണരാത്ത അവസ്ഥ. മരവിപ്പ്.

മലമുകളിൽ ഹിമക്കാറ്റ് അസഹ്യമാവുമ്പോൾ കാമസിരകൾ ഉറക്കം പൂണ്ട് കിടക്കാറാണ് പതിവ്. അതിനുള്ള മരുന്നാണ് സർക്കാർ വിളമ്പുന്ന മദ്യവും നീലപുസ്തകങ്ങളും.

പടനിലം വാഴുന്ന ദേവനെയും മഞ്ഞുകാറ്റിനെയും ശപിക്കുന്ന വൈദ്യലിംഗത്തിനെ ഹെലികോപ്റ്ററിലാണ് താഴ്‌വാരത്തുള്ള ആസ്പത്രിയിലേക്ക് കൊണ്ടുപോയത്. അവനോടൊപ്പമായിരുന്നു ബേസ്ക്യാമ്പിലേക്ക് രാഘവന്റേയും യാത്ര. നാസിക്കിലേക്ക് പോകാനുള്ള തയാറെടുപ്പിനുവേണ്ടി.

വെള്ളരിപ്രാവുകളെന്ന് പട്ടാളക്കാർ പറയുന്ന മിലിട്ടറി ആസ്പത്രിയിലെ നഴ്സുമാരുടെ സാന്നിധ്യത്തിലും പരിചരണത്തിലും വൈദ്യലിംഗത്തിന്റെ പുരുഷത്വം ഉണർന്നിരിക്കുമോ? ഹിമവനത്തിലെ മരണത്തണുപ്പിനോട് അടിയറവ് പറഞ്ഞ ആ ചങ്ങാതിയുടെ ബീജപിണ്ഡത്തിൽ ആയിരം കുതിരശക്തിയുള്ള സൂര്യന്മാർ ഉദിച്ചു കാണുമോ?

സ്നോബൈറ്റിന് ഇരയാവാതെ രക്ഷപ്പെട്ട രാഘവൻ ഭാഗ്യവാനാണെന്ന് പറഞ്ഞ് കൂട്ടുകാർ അഭിനന്ദിച്ചു. യുദ്ധങ്ങളുടെ തമ്പുരാനെ രാഘവൻ നന്ദിയോടെ സ്മരിച്ചു.

രണ്ട്

പ്രീ ഡിഗ്രിയും ഐ ടി സി യും പാസായി ജോലി തേടുന്നതോടൊപ്പം ബൊളീവിയൻ ഒളിപ്പോരിന്റെ ചരിത്രവായനയുമായി പാർട്ടിയോഫീസിലെ പത്രമേശയ്ക്കുചുറ്റുമിരുന്ന് കാര്യവിചാരത്തിലേർപ്പെട്ട ചെറുപ്പക്കാരിലൊരാളായിരുന്നു രാഘവൻ. വിവിധ തലക്കെട്ടുകളുള്ള പത്രവാർത്തകൾ ഒരുപാട് വായിച്ചുകൂട്ടി. കനൽച്ചൂടുള്ള കവിതകൾ ചൊല്ലി നടന്നു. ഇതിനിടയിൽ കൂട്ടുകാരോരോരുത്തരായി ലാവണം നേടി കാണാമറയത്തേക്ക് പറന്നുപോയി. തങ്കപ്പൻ ദുബായിക്ക്. അഫ്സൽ മാലിയിലേക്ക്. രവീന്ദ്രനും മുകുന്ദനും മുംബൈ മഹാനഗരത്തിലേക്ക്.

തൊട്ടയൽക്കാരനാണ് കോഴിക്കോട് മിലിട്ടറി റിക്രൂട്ടിംഗ് ഓഫീസിലെ വാച്ച്മാൻ അച്ചുതൻ. അയാളൊരിക്കൽ അച്ഛനോട് പതിനായിരം മുടക്കാനുണ്ടെങ്കിൽ രാഘവനെ പട്ടാളത്തിൽ ചേർത്തുതരാമെന്ന് രഹസ്യം പറഞ്ഞു: “ഇപ്പഴത്തെ റിക്രൂട്ടിംഗ് ഓഫീസറ് ആളൊരു ആർത്തിക്കാരനാ. പണം എണ്ണിക്കൊടുത്താ കാര്യം സാധിക്കാം. പിള്ളേരെ പട്ടാളത്തീച്ചേർക്കാൻ കാരണവന്മാര് കാശുമായിട്ട് വരണോന്നാ അങ്ങേര്ടെ മനസിരിപ്പ്. ഞാനവിടെ നടക്ക്ണ കാര്യം പറഞ്ഞൂന്നേള്ളു. ബാക്കിയെല്ലാം നിങ്ങടെ ഇഷ്ടംപോലെ.” നിലവിലുള്ള വ്യവസ്ഥിതിയെയും റിക്രൂട്ടിംഗ് ഓഫീസറെയും കുറ്റപ്പെടുത്തുന്നു എന്നഭിനയിച്ചുകൊണ്ട് അച്ചുതൻ ഉപദേശിച്ചു.

“ഞാൻ കണക്കാക്കീത് പട്ടാളത്തിലെങ്കിലും ഇത്തിരി സത്യോം നീതീംണ്ട്ന്നാ. ഞാൻ തന്റെ ഓഫീസറെ വന്നുകണ്ട് കാര്യമായി ചോദിച്ചോളാം. ശരീരഅളവുകൾ ഒത്തുവന്നെങ്കിപ്പിന്നെ രാഘവനെ പട്ടാളത്തിലെടുക്കാത്തതെന്താണെന്ന് ഒരു പൗരനെന്ന നിലയിൽ എനിക്കും അറിയണോല്ലോ?” പാർട്ടി പ്രവർത്തകനായ ഗോപാലൻ പരുക്കൻ സ്വരത്തിൽ അയൽക്കാരനോട് ചോദിച്ചു.

ഗോപാലന്റെ ഭീഷണികേട്ട് അച്ചുതൻ വിരണ്ടു. പ്രശ്നം രാഷ്ട്രീയവൽക്കരിച്ച് റിക്രൂട്ടിംഗ് ഓഫീസിന് ദുഷ്പ്പേരുണ്ടാകുമോ എന്നു ഭയന്നു. നാളെ പത്രത്തിൽ വെണ്ടയ്ക്ക വലുപ്പത്തിൽ വാർത്തകൾ വരാൻ ഗോപാലൻ വിചാരിച്ചാൽ മതി. വാർത്ത കത്തിക്കയറിയാൽ പട്ടാളത്തമ്പുരാക്കന്മാർ ഉണരും. പിന്നെ തെളിവെടുപ്പിന് വേണ്ടി മിലിട്ടറി കോടതിയുടെ വരവായി. ചോദ്യങ്ങളും മറുപടികളും. തെറ്റു കണ്ടെത്തിയാൽ മൊത്തം ഓഫീസ് സ്റ്റാഫിനെ ദൂരേക്ക് പിഴുതെറിയും. അതാണ് ശിക്ഷ!

ഒരു വ്യാഴവട്ടത്തിനു മുൻപത്തെ കഥയാണത്. നേതാജിയെപ്പോലെ മിനുത്ത കഷണ്ടിയും വൃത്തമുഖവുമുള്ള റിക്രൂട്ടിംഗ് ഓഫീസർ ഹരിഷ്ചന്ദ്രഘോഷ് ഗോപാലന്റെ വായയടയ്ക്കാനായി മകൻ രാഘവനെ കോഴവാങ്ങാതെ പട്ടാളത്തിലേക്ക് സ്വീകരിച്ചു!

നാടിന്റെ നാനാഭാഗത്തുനിന്നും സൈനികപരിശീലനത്തിനെത്തുന്ന യുവനിരയെ രാവിമിനുക്കാൻ ഉസ്താദിന്റെ വേഷമിട്ടുവന്ന രാഘവൻ പഞ്ചവടിക്കുന്നുകളുടെ താഴ്വാരങ്ങളിൽനിന്ന് എത്ര കാതം അകലെയാണ് സ്വർണപ്പാളികൾ വിരിച്ച നടക്കാവുകളുള്ള രാവണചക്രവർത്തിയുടെ കൊട്ടാരക്കെട്ടുകൾ എന്നോർത്തു. എവിടെയാണ് ശൂർപ്പണഖ രാജകുമാരി കളിച്ചുനടന്ന കാനനഛായകളും ഉദ്യാനങ്ങളും?

ഹിമമലകളിറങ്ങിവന്ന ഡ്രൈവർ രാഘവനെ ഒന്നാം ബറ്റാലിയനിലേക്കാണ് കമാന്റർ മാർക്ക് ചെയ്തത്. കമാന്റിംഗ് ഓഫീസറുടെ ജീപ്പ് ഡ്രൈവറായിട്ട്. ബോസിന്റെ ബംഗ്ലാവിനടുത്തുള്ള സർവന്റ് കോർട്ടേഴ്സിൽ രാപാർപ്പ്.

ജീപ്പ് ഡ്രൈവറെ കൂടാതെ മൂന്ന് ഓർഡർലികൾ കൂടി കേണലിന്റെ ബംഗ്ലാവിലുണ്ടായിരുന്നു. ഒന്നാം ഓർഡർലി ശിപായി സൂസപാക്യം തോളെല്ലുപൊട്ടി അരങ്ങൊഴിഞ്ഞ പഴയൊരു ബോക്സറും കൂടിയായിരുന്നു. മസിലുകൾ എഴുന്നുനിൽക്കുന്ന കരിവീട്ടി ശരീരം. വെളുത്ത ചിരി. രണ്ടാമൻ കൊടിമരംപോലെ നീണ്ട ഉടലും ഗോതമ്പുനിറവുമുള്ള കുടകുകാരൻ കരിയപ്പ. മൂന്നാമൻ രംഗബഹദൂർ താപ്പ. മഞ്ഞനിറമുള്ള തടിയൻ കുറ്റിയാൻ. കരിയപ്പയോടായിരുന്നു മേംസാബിന് പെരുത്തിഷ്ടം.

രാഘവന്റെ നിയന്ത്രണത്തിലായിരുന്നു മൂന്ന് ഓർഡർലികളും. ഇഷ്ടമില്ലാത്ത ജോലി. ഓർഡർലിയാവാൻ താൽപ്പര്യമില്ലെന്നു പറഞ്ഞാൽ കേണൽ അച്ചടക്കലംഘനത്തിന് ചാർജ് ഷീറ്റുണ്ടാക്കും. അതോടെ ജയിലിലാവും അന്നപാനങ്ങൾ. ലാവണം നഷ്ടപ്പെടും. വെറും കയ്യോടെ പടിയിറങ്ങേണ്ടി വരും.

എന്നും ഇളംകാലത്ത് സ്റ്റേഷൻമെസ്സിലെ നീന്തൽക്കുളത്തിൽ മേംസാബിനെ നീന്താൻ കൊണ്ടുപോകുന്നതോടെ രാഘവന്റെ ഡ്യൂട്ടി ആരംഭിക്കും. വൈകുന്നേരങ്ങളിലാണ് ഡ്രൈവിംഗ് പരിശീലനം. കാറ്റു കൊള്ളാൻ പഞ്ചവടിയിലേക്ക് യാത്ര.

കേണലിന്റെ ബുദ്ധിയിൽ ഓരോരോ ഇൻസ്പെക്ഷന്റെ ബീജം കുത്തിവെച്ചിരുന്നത് മേംസാബായിരുന്നു. സിവിൽകാന്റീൻ കോൺട്രാക്ടർ കരംചന്ദ് ലാൽചന്ദും മേംസാബുമായി അക്കാര്യത്തിൽ ഒരു രഹസ്യധാരണയുണ്ടായിരുന്നു. കേണലും ലാലയും തടിച്ചു കൊഴുത്തുവന്നു. ബറ്റാലിയനിൽ നിരന്തരം ഇൻസ്പെക്ഷനുകൾ സംഭവിച്ചുകൊണ്ടിരുന്നു.

പൊരിവെയിലിൽ പരേഡിനിറങ്ങുന്ന റിക്രൂട്ടുകളുടെ പോക്കറ്റിൽ ലാലയുടെ ഉൽപ്പന്നമായ ഉറുമാലുണ്ടായിരിക്കണം. സർക്കാരിന്റെ കാക്കി സോക്സിനുപകരം കറുത്ത കരവച്ച ലാലയുടെ കാന്റീൻസോക്സ് ധരിക്കണം. തിന്നാനും കുടിക്കാനും ലാലയുടെ ബർഫിയും ലസ്സിയും. ജംഗമങ്ങൾ സൂക്ഷിക്കാൻ തകരത്തിന്റെ ട്രങ്കുകൾ.

വേതനം കിട്ടിയാലുടനെ ലാലയുടെ കടം വീട്ടണമെന്നാണ് കേണലിന്റെ കൽപ്പന. ചൈനയിലെ കൽക്കരി തൊഴിലാളികളോട് സംസാരിക്കുന്ന ചെയർമാൻ മൗ സെ ദോങ്ങിന്റെ ചിത്രം വീടിന്റെ ചുമരിൽ മാന്യസ്ഥാനത്ത് പ്രതിഷ്ഠിച്ച അച്ഛനെ ഓർക്കുന്ന രാഘവൻ ചൂഷകനായ കാന്റീൻ കോൺട്രാക്ടറും കേണലും ഒത്തുകളിക്കുന്ന ബറ്റാലിയന്റെ ഭരണവ്യവസ്ഥയിൽ നിസ്സഹായനായിരുന്നു.

യൗവനം പരുക്കൻ സൈന്യമുറകൾക്കും ഉറക്കച്ചടവിന്റെ രാവുകൾക്കും സമർപ്പിക്കുമ്പോഴും പണ്ടുപാടിയ ബൊളീവിയൻഗാനങ്ങളും കാനോലിക്കനാലിൽ വഞ്ചിതുഴഞ്ഞതും ചൂണ്ടയിട്ടതും കയർറാട്ടുകളുടെ സംഗീതവും ഒന്നും രാഘവന്റെ മനസ്സ് മറന്നിരുന്നില്ല.

ഓർഡർലി കരിയപ്പയെപ്പോലെ മേംസാബിന്റെ പ്രത്യേക പരിഗണന ലഭിക്കാനോ പെൺമനസ്സ് പിടിച്ചടക്കാനോ രാഘവൻ ഇഷ്ടപ്പെട്ടില്ല. ബറ്റാലിയനിലെ മഹാറാണി അരക്കെട്ടിലണിയുന്ന ഒഡ്യാണത്തിന്റെ കിലുക്കം അവന് കേൾക്കേണ്ട. അധരങ്ങളിലെ കൃത്രിമച്ചുമപ്പും കരിമഷിയെഴുതിയ മിഴികളിലെ തിരയിളക്കവും കാണേണ്ട.

വിശ്രമമില്ലാത്ത തിരക്കിലായിരുന്നു ബറ്റാലിയനിലെ ശിപായികൾ. അടുത്ത ആഴ്ചയാണ് ആന്വൽ ഇൻസ്പെക്ഷൻ. മണ്ണുരുകുന്ന പകൽച്ചൂടിൽ റൈഫിളുമേന്തി സെറിമോണിയൽ മാർച്ചിന്റെ പരിശീലനം. സൂര്യന്റെ സൂചിക്കുത്തിൽ പൊടിയുന്ന വിയർപ്പ്. കിറ്റ് ഇൻസ്പെക്ഷൻ റൂട്ട്മാർച്ച്. ക്ഷീണം.

സബ്ബ്ഏരിയ കമാന്റർ അമരീഷ്പുരിയാണ് ഇൻസ്പെക്ടിംഗ് ഓഫീസർ. കൊടിവെച്ച കാറിൽ പറന്നുവരുന്ന ഫയർ ഈറ്റർ! സെറിമോണിയൽ മാർച്ച് ഒരടി പിശകിയാൽ, സല്യൂട്ട് ഞൊടിയിട വൈകിയാൽ. പീരങ്കിപ്പടയാളികൾക്ക് ഊക്കും ആക്കവും പോരെന്നു കണ്ടാൽ, ബറ്റാലിയന്റെ നടവഴികളിൽ കാവൽ നിൽക്കുന്ന മരങ്ങൾക്ക് കുമ്മായത്തിന്റെ

അരപ്പട്ട കെട്ടിയിട്ടില്ലെങ്കിൽ അതുമതി ബ്രിഗേഡിയർ പുരിക്ക് ബറ്റാലിയനെ തീ തീറ്റാൻ. റീ ഇൻസ്പെക്ഷൻ, നോട്ട് അപ്ടു ദി മാർക്ക് എന്നൊക്കെ ബാഡ് റിമാർക്ക്സ് കുറിക്കാൻ!

ഇൻസ്പെക്ഷന്റെ കടമ്പകളെ കുറിച്ചോർത്ത് കേണൽ ശേഖരറെഡ്ഡി ബേജാറായി. പെഗ്ഗുകൾ ഒരുപാട് വിഴുങ്ങിയിട്ടും അയാളെ ഉറക്കം അനുഗ്രഹിച്ചില്ല. ബ്രിഗേഡിയർ ചീറ്റയാണ്. ആ ഹിംസ്രമൃഗത്തെ എങ്ങനെ മെരുക്കിയെടുക്കും?

പീറ്റർസ്കോട്ടും നറുനെയ്യിൽ മൊരിയിച്ച അണ്ടിപ്പരിപ്പും വിളമ്പിയാൽ അയാളുടെ മനം തെളിയുമോ?

ഐസ് കഷ്ണങ്ങളിലലിയുന്ന ത്രീ എക്സ് റമ്മും നുണഞ്ഞ് ആലോചനാമഗ്നനായിരിക്കുന്ന ഭർത്താവിന്റെ തലമണ്ടയിൽ ഭാര്യ മേനക മെല്ലെയൊന്നു കിഴുക്കി. എന്നിട്ടു ചോദിച്ചു: “അമരീഷ്പുരി പുല്ലും പിണ്ണാക്കുംകൊണ്ട് തൃപ്തനാവില്ലെന്ന് പറഞ്ഞുകേട്ടിട്ടുണ്ട്. അയാൾടെ കരളിലെ മോഹം എന്താണെന്നറിഞ്ഞ് കാര്യങ്ങൾ നീക്ക്യാപ്പോരെ നമുക്ക്?”

“സ്വർണമിനുപ്പുള്ള ഉടവുതട്ടാത്ത പെൺശരീരങ്ങളാ അയാൾടെ ഏക ദൗർബല്യം എന്നറിയാം ഡാർലിംഗ്! എങ്ങനെയാ ആ കാര്യം നടപ്പാക്കേണ്ടതെന്നാ ഞാൻ ചിന്തിക്കിണത്.”

“സർക്കാരിന്റെ പെട്രോള് കുടിച്ച് ചീറിപ്പായുന്ന ജീപ്പുകള് ഡസൻകണക്കിനാ നമ്മടെ ബറ്റാലിയനിലൊള്ളത്. വിളിച്ചാ വിളിപ്പൊറത്തെത്തുന്ന ഡ്രൈവർമാര്. സി എസ് ഡി കാന്റീൻ കണക്കിലും ജവാന്മാരുടെ റിജിമെന്റൽ ഫണ്ടിലും പണമല്ലേ കുമിഞ്ഞുകെടക്ക്ണത്? ബോസിനെ തളയ്ക്കാൻ ഇതൊക്കെ നമുക്ക് ആയുധമാക്കണം.”

കേണൽ റെഡ്ഡിക്ക് കാര്യം ശരിയാണെന്ന് തോന്നി. മെരുങ്ങാത്ത മുതുക്കനെ തളയ്ക്കാൻ ഒറ്റമാർഗമേയുള്ളു. ഇൻസ്പെക്ഷനുശേഷം ഒരുക്കുന്ന ഡിന്നർ നൈറ്റിൽ അയാൾക്ക് ഇഷ്ടവിഭവങ്ങളോടൊപ്പം മെയ്യോടുമെയ്യുരുമ്മി നിൽക്കാൻ ഒരു അഴകിപ്പെണ്ണിനെ കാഴ്ചവയ്ക്കണം. അവളുടെ ചിരിയിലും സുഗന്ധത്തിലും ബ്രിഗേഡിയറുടെ പത്തി താഴണം. കിഴവൻ കേണലിന് കീഴടങ്ങണം!

മുംബൈ മഹാനഗരത്തിലെ കൊളാബയിൽ വിന്യസിച്ച ഇരുപതാം എയർ ഡിഫൻസ് ബറ്റാലിയൻ കമാന്റർ അമൃതലിംഗത്തിന് കേണൽ റെഡ്ഡി ഫോൺചെയ്തു. മദ്രാസിലെ ഓഫിസേഴ്സ് ട്രെയിനിംഗ് സെന്ററിൽ ഒന്നിച്ച് ജീവിച്ചവരാണവർ. ബ്രിഗേഡിയറുടെ ‘ടെയ്സ്റ്റ്’ ചിലപ്പോൾ അമൃതയ്ക്ക് അറിയാമായിരിക്കും.

ഫോണിൽ റെഡ്ഡിയും അമൃതയും ഒരുപാടുനേരം സംസാരിച്ചു. റെഡ്ഡിയുടെ മകൻ അമേരിക്കയിൽ എം ബി എ വിദ്യാർഥി. അമൃതയുടെ മകൻ നാഷണൽ ഡിഫൻസ് അക്കാദമിയിൽ കേഡറ്റ്. ഉന്നതങ്ങളിൽ വിരാജിക്കേണ്ടവർ. മിലിട്ടറിയിലും സിവിലിലും തിളങ്ങേണ്ട നക്ഷത്രങ്ങൾ.

നൂറ്റിയിരുപതോളം മൈലുകൾ ദൂരങ്ങളിലിരുന്ന് രണ്ട് കമാന്റർമാരും ഒരുപാട് വിഷയങ്ങളിലൂടെ കടന്നുപോയി. മദ്രാസിലും പൂനയിലും ഡറാഡൂണിലും ഒന്നിച്ചനുഭവിച്ച വിവിധ പരിശീലനങ്ങൾ. പാരിതോഷികങ്ങൾക്കു പകരം മിലിട്ടറി ആസ്പത്രിയിലെ മലയാളി നഴ്സുമാർ പകർന്നു തന്നിട്ടുള്ള രതിസുഖങ്ങൾ...

ഒടുവിലവരുടെ വർത്തമാനം സ്വന്തം അധികാരപരിധിയിലുള്ള ബറ്റാലിയനുകളെ ഇൻസ്പെക്ഷന്റെ ഞെരിപ്പിലിട്ട് നീറ്റുന്ന ബ്രിഗേഡിയർ പുരിയിലെത്തിനിന്നു.

"അമൃതയുടെ ബറ്റാലിയനിലെ ഇൻസ്പെക്ഷൻ കഴിഞ്ഞോ?"

"കഴിഞ്ഞാഴ്ച ഞാനാ ഭാരം ഇറക്കിവച്ചു."

"ഘോഷായിരുന്നോ പരിപാടികൾ?"

"സെറിമോണിയൽ സെല്യൂട്ട് പൊടിപൊടിച്ചു. വെപ്പൺ ഇൻസ്പെക്ഷനിലേക്ക് കടന്നപ്പോൾ ബോസ്സ് ഇടഞ്ഞു. ഒരു കാര്യവുമില്ലാതെ ചീറാൻ തുടങ്ങി. അൺഫിറ്റ് എന്നെഴുതി അയാളെന്നെ തുലയ്ക്കുമോ എന്നു ഭയന്നു. രാത്രിവിരുന്നിൽ പുലി നോർമലായി. സാക്ഷാൽ ജോണി വാക്കർ വിളമ്പി മെരുക്കിയെടുത്തു."

"സ്വർണത്താലത്തിൽ മറ്റെന്തെങ്കിലും കാഴ്ചവച്ചോ?"

"അതുപിന്നെ പറഞ്ഞിട്ടു വേണോ? ഈ മഹാനഗരത്തില് അതിനൊക്കെ വല്ല പഞ്ഞവുമുണ്ടോ?"

ഇരുവരും പൊട്ടിച്ചിരിച്ചു.

അന്നുരാത്രി കേണൽ റെഡ്ഡി ഡ്രൈവർ രാഘവനെ വിളിച്ചു. രഹസ്യസംഭാഷണങ്ങൾ. മൂളലുകൾ. വരവും പോക്കും കാറ്റുപോലും അറിയരുതെന്ന താക്കീത്!

ജൂൺ 20 നും 21 നുമാണ് ബിഗ്ഗ് ബോസിന്റെ ഇൻസ്പെക്ഷൻ. ഇരുപത്തൊന്നിന് കാലത്ത് റെഡ്ഡിയുടെ കാറിൽ രാഘവന്റെ യാത്ര. മുംബൈ മഹാനഗരത്തിലേക്ക്. പുണ്യദൗത്യം! രാഘവൻ ഓർത്തു ചിരിച്ചു.

മൂന്ന്

ബംഗ്ലാവിനോടുചേർന്ന ഷെഡ്ഡിൽനിന്ന് രാഘവൻ കാർ പുറത്തേക്കെടുത്തു. ഓർഡർലി സൂസപാക്യം ബറ്റാലിയനിലെ ഗുദാമിൽനിന്ന് രഹസ്യമായി ജനിക്കനിൽ നിറച്ചുകൊണ്ടുവന്ന പെട്രോൾ കാറിന്റെ പള്ളയിൽ ഒഴിച്ചു. മതി, മുന്നൂറ് കിലോമീറ്റർ ഓടാൻ ഇത്രയും ഇന്ധനം ധാരാളം മതി.

സർക്കാർ ബഡ്ജറ്റിൽ ഡിഫൻസിനുവേണ്ടി ഇക്കൊല്ലം വകയിരുത്തിയത് എഴുപതിനായിരം കോടി രൂപയാണെന്നാണ് പത്രവാർത്ത. കമാന്റർമാരുടെ പ്രൈവറ്റ് കാറുകൾക്ക് കുതിച്ചുപായാനുള്ള ഇന്ധനത്തിന്റെ അളവ് ഇത്രയായിരിക്കണമെന്ന് ബഡ്ജറ്റിൽ പറഞ്ഞിട്ടുണ്ടോ ആവോ!

കൊതുകുവലകളും റം കുപ്പികളും നെയ് ടിന്നുകളുമാണ് ബറ്റാലിയനിലെത്തുന്ന കേന്ദ്രമന്ത്രാലയത്തിന്റെ പ്രതിനിധികളായ സിവിലി

യൻ ഓഡിറ്റർമാർ ആവശ്യപ്പെടാറുള്ളത്. നുണയാൻ തനിപ്പാലിൽ വെന്ത ചായ. കാന്റീനിൽനിന്ന് ലാലയുടെ ബർഫി: കള്ളക്കണക്കുകൾ കണ്ടില്ലെന്ന് നടിക്കാനുള്ള ഉപഹാരങ്ങൾ.

മാർക്കറ്റിൽ എല്ലാത്തിനും തീ വിലയാണെന്ന് വിലപിച്ചുകൊണ്ടാണ് ഓഡിറ്റർമാർ ഭാരവുമായി ഇറങ്ങിപ്പോകാറ്. ശമ്പളക്കമ്മീഷന്റെ നിയമനം താമസിപ്പിക്കുന്ന സർക്കാരിനെ കുറ്റപ്പെടുത്തുന്ന വെള്ളക്കോളറുകാർ.

രാഘവൻ സമയംനോക്കി. മണി ആറു കഴിഞ്ഞിരിക്കുന്നു. ആറേഴ് മണിക്കൂർ മതിയാകും മുംബൈയിലേക്ക് പോകാനും വരാനും. കേണൽ നിർദേശിച്ചതുപോലെ ഏതെങ്കിലും ചുവന്ന തെരുവിൽനിന്ന് ഒരു മോഹിനിയെ വാടകയ്ക്കെടുത്ത് ഉടമ്പടി ഉറപ്പിക്കാൻ ചിലപ്പോൾ കൂടുതൽ സമയം വേണ്ടിവരും.

ഓപ്പറേഷൻ റെഡ് സ്ട്രീറ്റ് എന്നാണോ തന്റെ ഈ ദൗത്യത്തെ വിളിക്കേണ്ടത്? അതോ ഓപ്പറേഷൻ അമരീഷ് പുരിയെന്നോ?

വേണ്ട, എതിർപ്പ് വേണ്ട! മറുത്തൊന്നും ചിന്തിക്കേണ്ട! അച്ചടക്കമുള്ള സോൾജറായി കേണലിന്റെ കൽപ്പന നിറവേറ്റുന്നതാണ് ബുദ്ധി!

ശത്രുസൈനികന്റെ നെഞ്ചിൽത്തന്നെ കൃത്യമായി ബുള്ളറ്റ് തൊടുക്കണമെന്ന് റൈഫിളിന്റെ സ്ലിംഗ് ചന്തിയിൽ വീശിയടിച്ച് റിക്രൂട്ടുകളെ പഠിപ്പിക്കുന്ന മുരടരായ ഉസ്താദുമാരുടെ കീഴിൽ നീറിപ്പിടഞ്ഞ ഉറക്കച്ചടവിന്റെ രാപ്പകലുകൾ ഒരുപാട് സഹിച്ചവനാണ് രാഘവനും.

കവാത്തുമുറകൾ പയറ്റിത്തെളിഞ്ഞപ്പോൾ ഫീൽഡ് പീരങ്കികളുടെ നീളൻ ബാരലിൽ കൈവച്ച് സത്യപ്രതിജ്ഞ നിറവേറ്റി. പടനിലം വാഴുന്ന തമ്പുരാനോട് പ്രാർഥിച്ചു: മണ്ണിലും മഞ്ഞിലും ജലത്തിലും ആകാശത്തിലും മരണഭയമില്ലാതെ ശത്രുവിനോട് പൊരുതി മാതൃഭൂമിയുടെ സ്വാതന്ത്ര്യവും അഖണ്ഡതയും കാത്തു രക്ഷിക്കാൻ ശക്തിയും ശ്രദ്ധയും തരണേ!

സത്യപ്രതിജ്ഞയുടെ കരുത്തിൽ യുദ്ധകവചങ്ങൾ നേടിയ സൈനികർ ബാച്ച് ബാച്ചായി അജ്ഞാത താവളങ്ങളിലേക്ക് പുറപ്പെട്ടു. രാത്രിയിരുട്ടിൽ അരിച്ചരിച്ച് രക്തം കുടിക്കാനെത്തുന്ന ഞാരൻ അട്ടകളെ കൊല്ലാൻ ഉപ്പും സൂചിക്കത്തിയും കാത്തുവയ്ക്കേണ്ട ആസാം വനതീരങ്ങളിലേക്കായിരുന്നു രാഘവന്റെ ആദ്യനിയമനം. അവിടെനിന്നും അരുണാചലിന്റെ വിദൂരാതിർത്തികൾ ആക്രമിക്കാൻ കാത്തിരിക്കുന്ന ശത്രുസൈന്യത്തെ ചെറുക്കാനുള്ള നീക്കം.

ജീവപര്യന്തം തടവിൽ യൗവനം ആഘോഷിക്കുന്നവരാണ് സൈനികരെന്ന് സീനിയർ സിപായികൾ പറയാറുണ്ട്. ചോർന്നുപോകുന്ന പൊട്ടിച്ചിരിയും സ്വാതന്ത്ര്യവും തിരിച്ചുകിട്ടില്ല എന്ന അറിവോടെ ബുള്ളറ്റുകൾ നിറച്ച റൈഫിളുകളുമായി ട്രഞ്ചുകളിലും സെൻട്രി പോസ്റ്റുകളിലും കാവലിരിക്കുന്നവർ.

മലവാരങ്ങളിലൂടെ കോൺവായ് മാർച്ച് ചെയ്യുമ്പോൾ കണ്ടിട്ടുണ്ട്: ഉണക്കിയ മാംസച്ചീളുകളും കമ്പിളിയുടുപ്പുകളും ഇരുമ്പുകൊണ്ടുള്ള

പണിയായുധങ്ങളും തോലിന്റെ കാലുറകളും ഓവർകോട്ടും വിൽക്കുന്ന മാടക്കടകളുള്ള കൊച്ചുകൊച്ചു ജനപഥങ്ങൾ. സ്ത്രീകളെ കാണാനാണ് പട്ടാളക്കാരുടെ കണ്ണുകൾ പിടക്കാറ്. ഇണയെ അറിയാനും അവളുടെ ഗന്ധം ആസ്വദിക്കാനുമുള്ള ദാഹം.

തൊണ്ടപൊള്ളുന്ന കറുത്ത റമ്മിന്റെ ലഹരിയിൽ ടിൻമീറ്റും ചപ്പാത്തിയും ചവച്ചിറക്കി പള്ള നിറഞ്ഞാൽ ബങ്കറിൽ പൊട്ടിച്ചിരിയും പ്രണയഗാനങ്ങളും കേൾക്കാൻ തുടങ്ങും. പഞ്ചാബി പട്ടാളക്കാരുടെ പാട്ടുകളിൽ ശഹ്ണായ് സംഗീതവും മണവാട്ടി വരുന്ന മഞ്ചലും അവളുടെ ദുപ്പട്ടയിൽ കാറ്റ് തഴുകുന്നതും കൊയ്ത്തുകാരികളുടെ നാണവും സാധാരണയാണ്. വയലും വയൽക്കാറ്റും പ്രണയവുമാണവരുടെ ഈണങ്ങളെ നിറം പിടിപ്പിക്കുന്നത്.

"മദ്രാസി" പട്ടാളക്കാരധികവും സിനിമാഗാനങ്ങളാണ് മൂളാറ്. കാലങ്കളിൽ അവൾ വസന്തം, കലൈകളിൽ അവൾ ഓവിയം...., മാമലകൾക്കപ്പുറത്ത് മരതകപ്പട്ടുടുത്ത് മലയാളമെന്നൊരു നാടുണ്ട്.... എന്നൊക്കെ. ഇടയ്ക്ക് ചിലർ ഭരണിപ്പാട്ട് പാടി രാത്രിയെ കൊഴുപ്പിക്കും. ചിലപ്പോൾ ഏതെങ്കിലും ഒരുത്തൻ എങ്ങനെ നീ മറക്കും കുയിലേ.... എന്ന വിരഹാർദ്രഗാനം ആലപിക്കാൻ തുടങ്ങും. അപ്പോൾ ചിലർ കൂവും. നിർത്തെടാ നിന്റെ ചാവുപാട്ട് എന്ന് ഉറക്കെ ഒച്ചവെക്കും!

ബംഗാളികൾക്കും മദ്രാസികൾക്കും കുറേശ്ശെ ഭാഷാഭ്രാന്തുണ്ട്. ഇന്ത്യയുടെ ബുദ്ധികേന്ദ്രമാണ്, തലച്ചോറാണ്, മഹാരഥന്മാരെ സൃഷ്ടിച്ച നാടാണ് ബംഗാൾ എന്നൊക്കെ കേട്ടാൽ തമിഴ്പട്ടാളക്കാർക്ക് ദഹിക്കില്ല. അവർ ചെറുക്കും. തിരുവള്ളുവർ, കട്ടബൊമ്മൻ, ഗംഗൈ കൊണ്ടചോളൻ എന്നിവരെപ്പറ്റിയും, ഭരതനാട്യം, ആകാശം പിളർന്നു കയറുന്ന ഉത്തുംഗമായ ക്ഷേത്രഗോപുരങ്ങളെപ്പറ്റിയും അവർ അഭിമാനത്തോടെ പറയാൻ തുടങ്ങും. ഇതിന്റെയൊക്കെ ഇടയിൽപ്പെട്ട രാഘവൻ എത്രയടി അകലങ്ങളിലാണ് ദുഷ്മൻ നിറതോക്കുമായി നിലയുറപ്പിച്ചിരിക്കുന്നത് എന്നോർത്തു കിടക്കാറാണ് പതിവ്.

ലങ്കാധിപന്റെ സഹോദരി ശൂർപ്പണഖയുടെ രക്തവും കണ്ണീരും വീണ് കല്ലിച്ച നാസിക്കിലെ കറുത്ത പാറമേടുകളും പാണ്ഡുക്കുന്നുകളും കടന്ന്, നീലിച്ച ആകാശത്തിന്റെ ചോട്ടിലൂടെ, പൂത്ത മഞ്ഞവാകകളുടെ സുഗന്ധം നുണഞ്ഞുകൊണ്ട് രാഘവൻ, അഴകികളായ ഗണികകൾ രാപാർക്കുന്ന മഹാനഗരത്തെ ലക്ഷ്യമാക്കി ഡ്രൈവ്ചെയ്തു.

വഴിയിൽ, അൽപ്പം ദൂരെ, കരിമ്പുപാടങ്ങളെ വകഞ്ഞ് ഒലിച്ചുപോകുന്ന വലിയൊരു നീർച്ചോലയിൽ ഗ്രാമീണർ എരുമകളെ കുളിപ്പിക്കുന്നതു കണ്ടു. ഓട്ടുകുടങ്ങളിൽ ജലം നിറച്ച് ശിരസ്സിലേറ്റി നടക്കുന്ന സ്ത്രീകളുടെ നീണ്ടനിര. രാഘവനപ്പോൾ അമ്മയുടെ വീട്ടുപറമ്പിലെ കുളത്തിൽനിന്നും നിറകുടങ്ങളുമായി പോകുന്ന ലക്ഷംവീട് കോളനിയിലെ പെണ്ണാളുകളെക്കുറിച്ചും, കാനോലിക്കനാലിൽ കൂട്ടുകാരോടൊപ്പം മദിച്ചുകുളിച്ചതും, കയറിൽ ചെറിയകല്ല് കെട്ടിയിടുമ്പോൾ ഇരയാണെന്നു കരുതി ഓടിവരുന്ന ഞണ്ടുകളെ വലയിൽ കോരിയെടുത്തതും ഓർത്തു.

വക്കുപൊട്ടിയ ചെറിയ ശംഖുകളും ചെവിയോളം വലുപ്പമുള്ള ഇത്തളുകളും പെറുക്കാൻ കടപ്പുറത്ത് കല്യാണിയമ്മായിയുടെ മക്കൾ സരസ്വതിയും കാർത്തുവിനോടും ഒപ്പം അലഞ്ഞിട്ടുള്ള സ്കൂൾ കാലം. അച്ഛൻ പെങ്ങളാണ് കല്യാണിയമ്മായി. അമ്മാവൻ കുഞ്ഞിവേലുവിന് കടലിലാണ് ജോലി. മീൻപിടുത്തം.

അലറിവരുന്ന തിരകളെ മുറിച്ച് പായുന്ന, എഞ്ചിൻ പിടിപ്പിച്ച നീളൻ വഞ്ചിയിൽ കൂട്ടുകാരുമായി വേലുമ്മാൻ വലവീശാൻ പോയിരുന്നത് ഭയത്തോടും അത്ഭുതത്തോടും കൂടിയാണ് കണ്ടുനിന്നിട്ടുള്ളത്. വേലുമ്മാന് സ്വന്തമായി വള്ളവും വലയും ഉണ്ടായിരുന്നു. മുംബൈ മഹാനഗരത്തിലെ ഒരു പുത്തൻ പണക്കാരന് പുരനിറഞ്ഞ് നിൽക്കുന്ന മൂത്ത മകൾ സരസുവിനെ കെട്ടിച്ചുകൊടുക്കാൻ പണം സ്വരൂപിക്കാനാവണം, അമ്മാവൻ വഞ്ചിയും വലയും വിറ്റു.

വേലുമ്മാൻ മദ്യം കഴിക്കില്ല. കഞ്ചാവും ചരസും വേണ്ട. ദൈവങ്ങളെ വേണം. വിശ്വാസമാണ് ശരണം. ഭക്തിയാണ് മുക്തി.

വിദൂരമലമുകളുകളിൽ താമസമുറപ്പിച്ച പഴനിദേവനും ശബരി ഗിരീശനുമാണ് വേലുമ്മാന്റെ ആരാധനാമൂർത്തികൾ. എല്ലാമാസവും പൂയം നാളിൽ ആണ്ടിയെ തൊഴാൻപോകും. പട്ടും വിളക്കുമായി പള്ളിക്കെട്ടു മേന്തി ശബരിമലയിലെത്തി മകരജ്യോതി തൊഴുതു മടങ്ങും. മാലയൂരിക്കഴിഞ്ഞാൽ ഗുരുവായൂർ ദർശനം. കൊടുങ്ങല്ലൂർക്കാവിലും തിരുവഞ്ചിക്കുളത്തപ്പന്റെ നടയിലും വഴിപാട് സമർപ്പണം.

വഴിയാത്രകൾക്കും വഴിപാടിനും പണംവേണം. കടപ്പുറത്ത് പലിശക്കാരുണ്ട്. അരയസമാജവും ഈഴവ സമാജവുമാണ് കുറിയിടപാടുകാർ. കടം പെരുകിയപ്പോൾ അവർ വീട് ജപ്തിചെയ്തു. കൈവായ്പ്പക്കാർ ആടുകളെയും കോഴികളെയും കൊണ്ടുപോയി.

ഒരുനാൾ പണിയെടുത്താൽ രണ്ടുനാൾ കാവിലേക്ക് നടക്കുന്ന വേലുമ്മാനെ കൂട്ടുകാർക്കിഷ്ടമല്ലാതായി. പൂശാരിയാവണതാ നല്ലതെന്ന് അവരയാളെ കളിയാക്കി.

"ദൈവം സങ്കടങ്ങളൊക്കെ തീർക്കുമെന്നാ വേലൂന്റെ വിശ്വാസം" കൂട്ടുപണിക്കാരനൊരാൾ പറഞ്ഞു.

"പണീം വേലേംട്ത്ത് തളരുമ്പോ ഇത്തിരി വാറ്റ് മോന്തി കൂട്ടുകാരുമായി സൊള്ളിയിരിക്കാൻ ഇഷ്ടപ്പെടാത്ത വേലു ഒരു വട്ടനാ!" വേറൊരുത്തൻ അഭിപ്രായപ്പെട്ടു.

"മോളെ ബിസിനസുകാരൻ പത്രാസുകാരനെക്കൊണ്ട് കെട്ടിക്കാൻ കടംകേറി നടുകൂനിയ പ്പഴാ വേലു ഭക്തനായത്."

"നമ്മളെന്തിനാ വെറ്തെ ഒരാളെ കുറ്റം പറയണത്?"

"കണ്ടത് മുണ്ടാണ്ടും പറയാണ്ടും നമ്മ ചുണ്ടും കൂട്ടിയിരുന്നാ പറ്റ്വോ?"

"ഭക്തി മൂത്താച്ചെലർക്ക് ഭ്രാന്താവൂന്ന് പറയണത് നേരാ."

"എന്തൂട്ടാ ഈ ഭക്തീന്ന് പറഞ്ഞാല്?"

“കിട്ടാവുന്നിടത്ത്ന്നൊക്കെ കടം വാങ്ങി കാവ്കള് കണ്ട് നടക്കണെതാണോ ഭക്തി?”

സരസുവിന്റെ അനിയത്തി കാർത്തുവിനെ രാഘവന് ഒരുപാടിഷ്ടായിരുന്നു. അവൻ അമ്മായിയുടെ വീട്ടിൽ പോയിരുന്നത് കാർത്തുവിനെ കാണാനും മിണ്ടാനുമായിരുന്നു. രാഘവന്റെ അമ്മ മീനാക്ഷിക്ക് പക്ഷെ, കാർത്തുവിനെയും, ഭക്തിയിലും കടത്തിലും നീന്തുന്ന അവളുടെ കുടുംബത്തെയും ഇഷ്ടമായിരുന്നില്ല. ഒരു ഇല്ലായ്മക്കാരന്റെ മകളെ സംബന്ധം ചെയ്ത് ഭാവി തുലയ്ക്കേണ്ടവനല്ല, സർക്കാരിന്റെ വേതനം പറ്റുന്ന രാഘവൻ!

കിളിക്കൂട് പോലൊരു ഓലക്കുടിലിന്റെ അവകാശിയായ കാർത്തുവിന്റെ സ്നേഹം മനസിൽ നിധിപോലെ സൂക്ഷിക്കുന്ന മകനെയോർത്ത് മീനാക്ഷി പൊട്ടിത്തെറിച്ചു. ബാലിശമായ അസംതൃപ്തിയിൽ വേവുന്ന അമ്മയെ തിരുത്താൻ കഴിയാതെ രാഘവൻ ഒരുപാട് സങ്കടപ്പെട്ടു.

അമ്മയുടെ എതിർപ്പിനെ മറന്ന് രാഘവൻ അവന്റെ പ്രണയത്തെ ആസാമിലെ താവളങ്ങളിലേക്ക് കൊണ്ടുപോയി. വെയിൽ പെയ്യുന്ന പകൽ യാമങ്ങളിൽ ഒലീവ്ഗ്രീൻ ചായംപൂശി മിനുക്കിയ ഇരുമ്പ് ട്രങ്കിൽ ഒളിപ്പിച്ചു വച്ചു. നിദ്രാവേളകളിൽ സ്വപ്നങ്ങളിൽ താലോലിച്ചു. വിരസമായ നൈറ്റ് പരേഡുകളിൽ പോക്കറ്റിൽ ഹൃദയത്തോട് ചേർത്തുവച്ചു. കോർട്ടർഗാഡിലും ആ മുനീഷ്യൻ ഗുദാമിലും കവാത്ത് ചെയ്യുമ്പോൾ ഭാവനാസിംഹാസനത്തിൽ കാമുകിയെ പ്രതിഷ്ഠിച്ച് പ്രണയഭാഷണങ്ങളിൽ മുഴുകി!

നാഷണൽ പെർമിറ്റ് ലോറികൾ ഇരമ്പുന്ന ഹൈവേയിലൂടെ ഇളം നീലനിറമുള്ള മാരുതിയിൽ പാഞ്ഞുപോകവെ, അരവ്യാഴവട്ടക്കാലത്തെ അനുരാഗം ഗാന്ധർവവിവാഹത്തിൽ കലാശിച്ച രാഘവന് അവധിക്കാലത്ത് കാർത്തുവിനോട് പറഞ്ഞു ചിരിക്കാൻ പുതിയൊരു വിഷയംകൂടി കിട്ടിയതോർത്ത് ചിരിവന്നു.

മഴക്കാലത്ത് നീരുറവകൾ ഒലിച്ചിറങ്ങി ചാരനിറത്തിലുള്ള ചാലുകൾ വീണ വലിയൊരു കരിങ്കൽ മലയുടെ താഴ്വാരത്ത് രാഘവൻ കാർ നിർത്തി. അവിടെയപ്പോൾ ഗ്രാമച്ചന്തയുടെ തിക്കും തിരക്കുമായിരുന്നു. കാറ്റിൽ ശർക്കരമില്ലുകളിൽ കരിമ്പിൻ നീര് വെന്തുപാകമാകുന്നതിന്റെ മധുരഗന്ധം ഹൃദയത്തിലേക്ക് വലിച്ചെടുത്ത് രാഘവൻ വഴിയോരത്ത് നിന്നു. മഞ്ഞളും ഉപ്പും കലർത്തി തിരുമ്മിയെടുത്ത പൊരിയും ശർക്കര ചേർത്ത കടലയും മഞ്ഞ നിറമുള്ള ഉള്ളി വടകളും നിറച്ച ഓട്ടുകിണ്ണങ്ങൾ നിരത്തിവെച്ച, കരിമ്പോലമേഞ്ഞ മാടക്കടകൾ ഒരുപാടുണ്ടായിരുന്നു. പച്ചക്കറികളും ചോളക്കുലകളും ഉണക്കമീനുകളും വിൽക്കാൻ കൂട്ടിയിട്ട തിരക്ക് കൂടിയ ആ ചന്തയിൽ.

മുഷിഞ്ഞ് നിറംകെട്ട മുണ്ട് തറ്റുടുത്ത, നീണ്ട മീശയും താടിയുമുള്ള പുരുഷപ്രജകളുടെ നാട്ടുവർത്തമാനങ്ങൾ ആസ്വദിച്ചുകൊണ്ട്, രാഘവൻ എരുമപ്പാലിന്റെ ചുവയുള്ള കൊഴുത്ത ചായ ഊതിയൂതിക്കുടിച്ചു. ഉന്മേ

ഷഭരിതനായി വിരാർ എന്ന ആ ദേശത്തെ ഏറ്റവും സമൃദ്ധമായ ചന്ത യിൽനിന്നും വിടപറഞ്ഞു.

നാല്

മഹാനഗരത്തിന്റെ ഇരമ്പങ്ങളിലേക്ക് ലേശം പരിഭ്രമത്തോടെ രാഘ വൻ പ്രവേശിച്ചു. പുതിയ കാഴ്ചകളും നിറങ്ങളും. സിരകളെ ലഹരി പിടിപ്പിച്ചു. എവിടെയൊക്കെയോ ചിതറിക്കിടക്കുന്ന ഫാക്ടറികളിൽ നിന്നുള്ള ചാരവും കറുപ്പും കലർന്ന പുക ആകാശങ്ങളിൽ വിഷണ്ണ മായ കവിതകൾ രചിക്കുന്നത് രാഘവൻ കണ്ടു.

മുംബൈയിൽ ഇതിനു മുമ്പൊരു തവണ രാഘവൻ വന്നിട്ടുണ്ട്. ആസാം വനസ്ഥലികളിൽ വിന്യസിച്ചിരുന്ന ക്യാമ്പിൽ നിന്നും പലായനം ചെയ്ത ഒരു മറാട്ടി യുവസൈനികനെ പൊലീസ് അറസ്റ്റ് ചെയ്തിരുന്നു. അവനെ സുരക്ഷിതമായി ബറ്റാലിയൻ കമാന്ററുടെ മുന്നിലെത്തിക്കാ നായിരുന്നു മറ്റു രണ്ടു ശിപായികളോടൊപ്പം രാഘവന്റെ പുറപ്പാട്.

"താന" സെൻട്രൽ ജയിലിന്റെ മുന്നിലൂടെ കടന്നുപോയപ്പോൾ രാഘവൻ അൽപ്പനേരം കാർ നിർത്തി. കാലം നിറം കെടുത്തിയ ഉയര മേറെയുള്ള കരിങ്കല്ലിന്റെ മതിൽക്കെട്ട് പുരാതനമായ ഒരു കോട്ടപോലെ തോന്നി. അതിനകത്ത് ഇരുമ്പഴികളിട്ട ഇടുങ്ങിയൊരു സെല്ലിലായിരുന്നു സ്വാതന്ത്ര്യം മോഹിച്ച സൈനികനെ തടവിലിട്ടിരുന്നത്.

ചിറകുകളരിയുന്ന പരുക്കൻ സൈന്യമുറകൾ സഹിയാതെ ബാര ക്കിൽനിന്നും പുറത്തു കടന്ന മീശ കറുത്തിട്ടില്ലാത്ത ആ ചെറുപ്പക്കാ രന് സ്വാതന്ത്ര്യം ജന്മാവകാശമാണെന്ന് തോന്നിയിരിക്കണം. ഒരു പക്ഷി യെപ്പോലെ ആകാശങ്ങളിൽ ചിറകു വിരിച്ച് പറക്കാനും, കൂട്ടുകാരുമായി ക്രിക്കറ്റ്ബാൾ എറിഞ്ഞു കളിക്കാനും കൊതിച്ച ടീൻ എയ്ജുകാരൻ.

മുംബൈ നഗരത്തിലെവിടെയോ താമസിക്കുന്ന അമ്മാവന്റെ മൂത്തമകൾ സരസുവിനെക്കുറിച്ച് രാഘവന് ഓർമവന്നു. പുത്തൻ പണ ക്കാരന്റെ നാട്യങ്ങളോടെ വന്ന ഒരുത്തൻ താലികെട്ടി മുംബൈയിലേക്ക് കൊണ്ടുവന്നതിനു ശേഷം ഒറ്റത്തവണയേ സരസു നാട്ടിലേക്ക് വന്നി ട്ടുള്ളു എന്നാണ് കേട്ടത്. പറഞ്ഞതുപോലെ ഭർത്താവ് ഹോട്ടലുടമയല്ല, കള്ളച്ചാരായവും കഞ്ചാവും വിൽപ്പനയാണ് ജോലി. ഇടയ്ക്കയാൾ ജയി ലിലാവും. ചേരിയിലാണ് വാസം, രണ്ടു കുട്ടികളുമായി സരസു ദുരിത ക്കടലിൽ നീന്തുകയാണ് എന്നൊക്കെയാണറിഞ്ഞത്. താറുമാറായ പ്രവാ സത്തിന്റെ കയ്പ് മോന്തുന്ന കുടുംബിനി.

മറ്റൊരു കാര്യംകൂടി കേട്ടിരുന്നു. സരസുവിന്റെ ഭർത്താവ് ചേരിക ളിലെ കള്ളവാറ്റുകാരായ തമിഴരുമായി തല്ലുണ്ടാക്കിയെന്നോ കത്തിക്കു ത്തായെന്നോ ഒളിവിലോ നീണ്ട ജയിൽവാസത്തിലോ ആണെന്നോ മറ്റോ. കാർത്തു ഒടുവിൽ രാഘവനെഴുതിയത് മുംബൈയിൽ സരസു ച്ചേച്ചിക്ക് അല്ലലൊന്നുമില്ല, സുഖമാണ്, ഏതോ ഓഫീസിൽ ജോലിയുണ്ട് എന്നൊക്കെയായിരുന്നു.

മുംബൈയിലെ ചുവന്ന തെരുവുകൾ ഏതൊക്കെയാണെന്ന് രാഘവൻ വായിച്ചും പട്ടാളക്കാർ പറഞ്ഞും അറിഞ്ഞിട്ടുണ്ട്. കാമാത്തിപ്പുര, ശുക്ലാജി സ്ട്രീറ്റ്, ഗ്രാന്റ് റോഡ്, ഖേത്ത്വാഡി... പിന്നെയും കാണും ഒരുപാടിടങ്ങൾ. കവിത തുളുമ്പുന്ന പേരുകൾ മുഖത്ത് കൊത്തിവച്ച ചെറുതും വലുതുമായ കെട്ടിടങ്ങൾ തിങ്ങിനിൽക്കുന്ന വീഥികൾ.

മഹാനഗരത്തിന്റെ ഭ്രാന്തമായ ശബ്ദവേഗങ്ങളിലേക്കും തെരുവുവാണിഭക്കാരുടെ വായ്ത്താരികളിലേക്കും എത്തിച്ചേരുന്നതിനു മുമ്പ് രാഘവൻ കളിച്ചങ്ങാതിയും സഹപാഠിയുമായ, മൃഗശാലയിലെ ഗുമസ്തൻ രവീന്ദ്രന് ഫോൺചെയ്തു:

"നീ മൃഗശാലയിലുണ്ടായിരിക്കണം. ഞാനങ്ങോട്ട് വരുന്നുണ്ട്. കാറിലാണ് യാത്ര." രാഘവൻ പറഞ്ഞു.

"കാറിലോ! നീ എന്നാണ് ബൂർഷ്വ ആയത്?"

"എടാ ഇതെന്റെ കാറല്ല, കേണലിന്റേതാ. ഒരു പ്രത്യേക കാര്യത്തിനാ എന്റെ വരവ്. കാണുമ്പോഴെല്ലാം പറയാം."

"നീ തനിച്ചാണോ വരുന്നത്?"

"ഇപ്പൊ തനിച്ചേയുള്ളൂ. ഇതൊരു സീക്രട്ട് ഡ്യൂട്ടിയാ."

"പട്ടാളക്കാരൻ കാറിലാണോടാ സീക്രട്ട് ഡ്യൂട്ടിക്കിറങ്ങുന്നത്?"

"അതൊന്നും പറയാനിപ്പൊപ്പറ്റില്ല. വേണോങ്കി ഒരു ക്ലൂ തരാം. ഓപ്പറേഷൻ റെഡ് സ്ട്രീറ്റ്!"

"അപ്പൊ തക്കം കിട്ടിയപ്പോൾ കേണലിന്റെ കാറുംകൊണ്ട് മറ്റേപ്പണിക്ക് പോന്നതാണല്ലേടാ?"

പറഞ്ഞതുപോലെ രവീന്ദ്രൻ ദാദറിൽ കൂട്ടുകാരനെ കാത്തുനിന്നിരുന്നു. ഇരുവരും മൃഗശാലയിലെ കാന്റീനിലിരുന്ന് കുശലം പറഞ്ഞു. ചായയും സമൂസയും കഴിച്ചു.

"ഉച്ചതിരിഞ്ഞ് രണ്ടുമണിക്കെങ്കിലും തിരിച്ചുപോയാലെ ആറുമണിക്ക് എനിക്ക് ക്യാമ്പിലെത്താനൊക്കു." പുറപ്പെട്ടു വന്നതിന്റെ ഉദ്ദേശ്യം രാഘവൻ കൂട്ടുകാരനെ വിശദമായി ധരിപ്പിച്ചു.

രവീന്ദ്രന് ചിരിയടക്കാൻ കഴിഞ്ഞില്ല.

"നമുക്കിപ്പത്തന്നെ സുന്ദരികൾ രാപാർക്കുന്ന തെരുവിലേക്ക് പോകാം. ബറ്റാലിയനിലെ ഓഫീസേഴ്സ് മെസ്സിൽ രാത്രി ഏഴുമണിയോടെ ഡിന്നർ വിരുന്നിന്റെ ബാന്റ് സംഗീതം മുഴങ്ങാൻ തുടങ്ങും. അതിനുമുമ്പേ ഉപഹാരവുമായി എനിക്കവിടെയെത്തണം."

"ശത്രുസൈന്യത്തിനോട് പൊരുതേണ്ട നിങ്ങൾക്ക് ഇങ്ങനേം ചെല രഹസ്യദൗത്യങ്ങളുണ്ടെന്ന് ഇപ്പഴാ എനിക്ക് മനസിലായത്."

"അച്ചടക്കത്തിന്റേം അധികാരഗർവിന്റേം ലേബലില് പട്ടാളത്തില് നടക്കുന്ന ഈവക ബെടക്ക് കാര്യങ്ങൾ ലോകരറിയുന്നില്ല ചങ്ങാതീ."

"നമുക്കാദ്യം ശുക്ലാജി സ്ട്രീറ്റിലേക്ക് പോകാം. അവിടെയാണ് ചുണ്ടുകളും ചുവപ്പിച്ച് കസ്റ്റമേഴ്സിനെ കാത്തിരിക്കുന്ന, അൽപ്പം മെനയുള്ള സുന്ദരികളുള്ളത്," രവീന്ദ്രൻ പറഞ്ഞു.

“ഒരു പഞ്ചാബി സുന്ദരിയെ കിട്ടിയാലതാ നല്ലത്. ബിഗ്ബോസ്സ് ഒരു ഗ്രൻ പഞ്ചാബി വിത്താ.”

“ഏതു നാട്ടിലും സുന്ദരികളുണ്ടെന്നറിഞ്ഞൂടെ നിനക്ക്? പൊന്നിന്റെ നിറമാണോ ഒരു പെണ്ണിന്റെ വശ്യതയുടെ മാറ്റ് നിശ്ചയിക്കുന്നത്? ദേവശിലപോലെ വടിവൊത്ത നെല്ലൂർക്കാരികളും കർണ്ണൂർക്കാരികളും അണിഞ്ഞൊരുങ്ങിയിരിക്കുന്ന കോഠികൾ ഒരുപാടുണ്ടിവിടെ. ഇന്ദ്രദേവനേയും മയക്കുന്ന അംഗനമാർ പാർക്കുന്ന ഇടങ്ങൾ!”

“ഞാൻ അഹങ്കാരംകൊണ്ട് പറയുകയല്ല, എനിക്കെന്റെ ജീവിതസഖി കാർത്തുവിനോടാണ് ഏറ്റവും പ്രിയം. അവളാണെന്റെ മേനകയും ഉർവശിയും തിലോത്തമയും. കടപ്പുറത്തിന്റെ മുത്തേ എന്നാണ് ഞാനവളെ രഹസ്യമായി വിളിക്കാറ്!”

“മൃഗശാലേല് ഒരു തൂപ്പുകാരിയുണ്ട് ശകുന്തള. ഇളംകറുപ്പാണവൾ. മയിൽനൃത്തമാണവളുടെ കണ്ണുകളിൽ,” രവീന്ദ്രൻ പറഞ്ഞു.

“അവളോട് നിനക്ക് പ്രണയമായിരിക്കും.”

“നീ പോടാ! അവള് മറ്റൊരു സ്റ്റൈലൻ തൂപ്പുകാരന്റെ കാമുകിയാ. അവന്റെ സ്വപ്നങ്ങളിലെ രാജകുമാരി.”

“എനിക്കിവിടത്തെ ചുവന്ന തെരുവുകളെപ്പറ്റി ഒന്നുമറിയില്ല.” കാറിൽ കയറിയ രവീന്ദ്രനോട് രാഘവൻ പറഞ്ഞു.

“ശരീരം വിറ്റ് ജീവിതം ആഘോഷിക്കുന്നവരെപ്പറ്റി കൂടുതൽ എന്തു പറയാനാണ്?”

“ആഘോഷമാണ് അവർക്ക് ജീവിതം എന്നാണോ നീ വിചാരിക്കുന്നത്? സാഹചര്യങ്ങളല്ലേ ജീവിതങ്ങളെ വഴിതിരിച്ചു വിടുന്നത്? ചുവന്ന തെരുവുകളില് എത്തിപ്പെടുന്ന പെൺകുട്ടികള് പലതരക്കാരാ. അതില് ദരിദ്രരും അനാഥരുമുണ്ടാവും. പാരമ്പര്യത്തിന്റെയും ആസക്തിയുടെയും ധനമോഹത്തിന്റെയും അടിമകളുണ്ടാവും. അങ്ങനെയങ്ങനെ ഒരുപാട് അറകളിൽനിന്നും തുറകളിൽനിന്നും വരുന്നവരാണവർ.”

“ചിലർക്കിത് ലാഭം കൊയ്യാനുള്ള ഒരു ബിസിനസാണ്. അവരാണ് ദീദികൾ, കോഠികളിലെ പെൺകുട്ടികളെ നയിക്കുന്നവരും നിയന്ത്രിക്കുന്നവരും.”

“സുഖം വിൽക്കുന്ന ഇത്തരം നഗരക്ഷേത്രങ്ങൾ സന്ദർശിച്ച് നിനക്ക് നല്ല പരിചയമുണ്ടെന്ന് തോന്നുന്നു.” രാഘവൻ കൂട്ടുകാരനെ ശുണ്ഠി പിടിപ്പിച്ചു.

“ലോകത്തിലെ ഏതൊരു മഹാനഗരത്തിലും ചുവന്ന തീർഥാടന കേന്ദ്രങ്ങളുണ്ടെന്നാണ് കേൾവി.”

“ഇക്കൂട്ടത്തിലെങ്ങാനും നീ മലയാളികളെ കണ്ടിട്ടുണ്ടോ?” രാഘവൻ വെറുതെ ചോദിച്ചു.

“മലയാളികളും അവരുടെ കൂട്ടത്തിലുണ്ടെന്നാണ് കേട്ടിട്ടുള്ളത്. അവർക്കും ചുവന്ന തെരുവിന്റെ പങ്കുകാരാവാൻ അവകാശമില്ലേ? പൗഡറിട്ട് മുഖം മിനുക്കി, മുക്കിന്റെ ലോലാക്കും കൈവളകളുമണിഞ്ഞ് ഒരു

ങ്ങിയിരിക്കുന്ന മലയാളി സുന്ദരികൾ ഹിന്ദിയിലേ സംസാരിക്കൂ. അല്ലെങ്കിൽ തമിഴിൽ. അതൊരു തൊഴിൽ സീക്രട്ടാണ്."

വയർ പിളർന്നു കിടക്കുന്ന കാനയിൽനിന്ന് മുട്ടത്തോടുകളും പഴത്തൊലികളും ബിസ്കറ്റു പാക്കറ്റിന്റെ ചീളുകളും ഐസ്ക്രീം കപ്പുകളും ചളിയും ചപ്പും റബർ ഉറകളും കോരിയെടുത്ത് ചെറുകൂനകളായി ഓരങ്ങളിൽ കൂട്ടിയിട്ട ഗ്രാന്റ്റോഡിലവർ എത്തി. പാവപ്പെട്ടവരുടെ വേശ്യകൾ പാർക്കുന്ന ഗലിയിൽ.

കരിയും കറയും പിടിച്ച ഉയരം കുറഞ്ഞ നിരവ് മുറികളാണ് വീതി കുറഞ്ഞ ഗ്രാന്റ് റോഡിന്റെ ഇരുവശങ്ങളിലും. അയകളിൽ ആറാനിട്ട ഈറൻവസ്ത്രങ്ങളുടെ വർണക്കാഴ്ചകൾ. വഴിയാത്രക്കാരെ കൈവീശി വിളിക്കുന്ന സുന്ദരികളുടെ നിഴലാട്ടങ്ങൾ.

കടുപ്പിച്ച് മഷിയെഴുതിയ ആയിരമായിരം മിഴിയിണകൾ ജ്വലിച്ചു നിൽക്കുന്ന ഗ്രാന്റ് റോഡിന്റെ തിരക്കിലൂടെ രാഘവൻ കാറ് സാവധാനം ചലിപ്പിച്ചു. മുട്ടുമറയാത്ത വർണപ്പാവാടകൾ ചുറ്റിയ നഗരമണവാട്ടികളുടെ കൈവളക്കിലുക്കം കേട്ടപ്പോൾ കടപ്പുറത്ത് കാർത്തുവിനോടൊപ്പം ശംഖും ഇത്തളും പെറുക്കി നടന്ന സായാഹ്നത്തിന്റെ സ്മരണകൾ രാഘവനിൽ ഉണർന്നു.

"ഈ തെരുവിനേക്കാളും തറവാടിയാണ് ശുക്ലാജി സ്ട്രീറ്റ്" രാഘവന് വഴികാട്ടുന്ന രവീന്ദ്രൻ പറഞ്ഞു.

മഞ്ഞ പുതച്ച ടാക്സികൾക്കിടയിലൂടെ, വഴിവാണിഭക്കാരുടെ ആർത്തി നിറഞ്ഞ വായ്ത്താരികളിലൂടെ കാറ് ഒരുപാട് വളവുകളും തിരിവുകളും താണ്ടി. ഈറ്റയിഴകൾകൊണ്ട് നെയ്ത പർദകൾ തൂങ്ങുന്ന ഏതൊക്കെയോ കോഠികളുടെ മുകളിലെ മുറികളിൽനിന്ന് തബലമേളത്തോടൊപ്പം ചിലങ്കകളുടെ കൊഞ്ചലും ഹാർമോണിയത്തിന്റെ ഇഴഞ്ഞ മൂളലും കേൾക്കുന്നുണ്ടായിരുന്നു. വാഹനങ്ങളുടെ നിലയ്ക്കാത്ത ഇരമ്പത്തിനിടയിലും ഹൃദ്യമായ ആ സംഗീതധാര രാഘവന്റെ മനസിൽ പ്രണയത്തിന്റെ മൃദുതരംഗങ്ങളുണർത്തി.

തറവാടികളെന്നഭിമാനിക്കുന്ന പ്രവാസികൊമ്പന്മാർ മുത്തിച്ചുവപ്പിച്ച ശുക്ലാജി സ്ട്രീറ്റിന്റെ ഓരത്ത് രാഘവൻ കാറ് ഒതുക്കിയിട്ടു. അന്നേരം വെറ്റിലനൂറിൽ വായചുമന്ന, മുത്തുഹാരങ്ങളും വർണക്കല്ല് പാകിയ കാതിലോലകളുമിട്ട തടിച്ച രണ്ട് ഇടവയസികൾ 'ആയിയേ ജനാബ്, ആയിയേ..' എന്ന് മധുരമായി മൊഴിഞ്ഞുകൊണ്ട് അവരെ വരവേൽക്കാനെത്തി.

"സൊ നമ്പർ കോഠീം മെം ഛലോ ബാബുജി! മുംതാസ് ജയ്സ ഏക് നമ്പർ ലട്ക്കിയാം ബഹൂത്ത് ഹൈ ബാബുജീ...!"

"ആരാണീ മുംതാസ്?" സൊ നമ്പർ കോഠിയിലെ ദിവ്യാവതാരത്തെപ്പറ്റി പറയാൻവന്ന തടിച്ചികളോട് രവീന്ദ്രൻ ചോദിച്ചു.

"മുംതാസ് ലക്നൗ കി മോത്തിഹൈ ബാബുജി!"

ബക്ഷീഷ് തരമാക്കാനുള്ള നെയ് വചനങ്ങളാണ് അവർ വിളമ്പുന്ന

തെന്ന് രവീന്ദ്രനറിയാം. ചുവന്ന തെരുവിൽ പിമ്പുകൾ ഒരുപാടുണ്ടാവാം. ആണും പെണ്ണും. പത്തുരൂപ അവർക്ക് കൊടുത്തിട്ട് രവീന്ദ്രൻ പറഞ്ഞു.

"ഞങ്ങൾക്ക് നിങ്ങടെ സഹായയൊന്നും വേണ്ട അമ്മായികളെ!"

അന്നേരം തൊങ്ങലുകൾ പിടിപ്പിച്ച വലിയൊരു കുതിരവണ്ടി സൊ നമ്പർ കോഠിയുടെ നടവാതിൽക്കൽ വന്നു നിൽക്കുന്നതു കണ്ടു. തുർക്കി ത്തൊപ്പിയും ഷർവാണിയും ധരിച്ച, മൈലാഞ്ചിത്താടിക്കാരനായ വണ്ടി ക്കാരൻ കൊഴുത്ത വെള്ളക്കുതിരകളുടെ കടിഞ്ഞാണിൽ പിടിയുറപ്പിച്ച് നിവർന്നിരിക്കുന്നുണ്ടായിരുന്നു. വണ്ടിയിൽ നിന്നിറങ്ങുന്ന സുന്ദരികളെ കാറിലിരുന്ന് രാഘവൻ ശ്രദ്ധിച്ചു.

പെട്ടെന്നെന്തോ കണ്ട കാഴ്ചയിൽ രാഘവന്റെ ഹൃദയമൊന്നു പിട ഞ്ഞു. അവന്റെ കണ്ണുകൾ എന്താണ് താൻ കാണുന്നതെന്നോർത്ത് കൂടു തൽ വിടർന്നു. കാർത്തുവിന്റെ സഹോദരി സരസുവല്ലേ സ്വർണപ്പൊട്ടു കൾ മിന്നുന്ന നീലസാരിയുടുത്ത് കുതിരവണ്ടിയിൽനിന്ന് കൂട്ടുകാരിക ളോടൊപ്പം ഇറങ്ങിയത്? തടിച്ചികൾ പറഞ്ഞ സൊ നമ്പർ കോഠിയിലേക്ക് കയറിപ്പോയ പെൺതാരങ്ങളിൽ തന്റെ പ്രിയതമ കാർത്തുവിനേക്കാളും സുന്ദരിയായ അവളുടെ ജ്യേഷ്ഠത്തി എങ്ങനെ വന്നുപെട്ടു? ഒരാളെ പ്പോലെ ഏഴാളുകൾ ഭൂമിയിലുണ്ടാകുമെന്ന് വായിച്ചതാണോ ശരി?

രാഘവൻ അസ്വസ്ഥനായി. അവന്റെ തലച്ചോറിൽ സംശയങ്ങളു ടെയും ചോദ്യങ്ങളുടെയും ചീവീടുകൾ മൂളാൻ തുടങ്ങി. സരസുവിന് നഗരത്തിൽ സുഖമാണ്. പുതിയൊരു ഫ്ളാറ്റിലാണ് പാർപ്പ്. മക്കൾ രണ്ടും യു കെ ജി യിലും എൽ കെ ജിയിലും പോകുന്നു. അടുത്ത ഓണത്തിന് നാട്ടിലേക്ക് വരാനാണ് പ്ലാനെന്നൊക്കെ കാർത്തു എഴുതി യിരുന്നു. മുടിയനും മുരടനുമായ അവളുടെ ഭർത്താവിനെപ്പറ്റി മാത്രം കത്തിലൊന്നും കണ്ടിരുന്നില്ല.

"നമുക്ക് തടിച്ചികൾ പറഞ്ഞ സൊ നമ്പർ കോഠിയിലേക്ക് പോകാം." രാഘവൻ തിടുക്കത്തോടെ രവീന്ദ്രനോട് പറഞ്ഞു.

"അവിടെ നീ പറഞ്ഞ പഞ്ചാബിസുന്ദരികൾ കാണുമോ എന്തോ?"

"അവിടേയും നല്ല വെളുത്ത സുന്ദരികൾ കാണും. ലക്നൗകാരി കളും പഞ്ചാബികളെപ്പോലെ ഗോതമ്പു നിറക്കാരികളാ!"

കണ്ണഞ്ചിപ്പിക്കുന്ന വർണവിതാനങ്ങളുള്ള വലിയൊരു തളത്തിലേക്ക് അവർ കയറിച്ചെന്നു. അതിനു മുമ്പ് കാവൽക്കാരൻ ആയുധങ്ങൾ വല്ല തുമുണ്ടോ എന്നോ മറ്റോ ചടങ്ങിനുവേണ്ടി അവരോട് ചോദിച്ചറിഞ്ഞി രുന്നു.

തളത്തിന് ചുറ്റും സോഫകളിലിരുന്ന് ടിവിയിൽ ഹിന്ദി സിനിമ കണ്ടു രസിക്കുന്ന സുന്ദരിമാരിൽ നിന്ന് ഇഷ്ടപ്പെട്ട ഒരുത്തിയെ വിളിച്ച് ഒഴി വുള്ള അകമുറികളിലേക്ക് പോകുകയാണ് കസ്റ്റമറുടെ പതിവ്. ഒറ്റ സ്നാപ്പോ അതോ രണ്ടോ? ഇര ചോദിക്കും.

ഫുൾ പകലോ മുഴുവൻ നൈറ്റോ ചൂടേറ്റ് കിടക്കണമെങ്കിൽ ഒറ്റ സ്നാപ്പിന്റെ അഞ്ചിരട്ടിയാണ് വസൂൽ.

കസ്റ്റമറുടെ ഇഷ്ടമനുസരിച്ച് നുണയാൻ ബിയറോ ബ്രാണ്ടിയോ വരുത്താം. അതിനുവേണ്ടി സ്പെഷൽ ആയകളുണ്ട്. എല്ലാ ചടങ്ങുകൾക്കും മുമ്പ് പണം എണ്ണിക്കൊടുക്കണം എന്നു മാത്രം.

"ഇവിടെനിന്ന് ഒരുത്തിയെ സെലക്ട് ചെയ്ത് ദൂരേക്ക് കൊണ്ടുപോകണമെങ്കിൽ കോഠി ഭരിക്കുന്ന ബഡാദീദിയെ കാണണം. അവർ പറയുന്ന പണം കെട്ടിവയ്ക്കണം." രവീന്ദ്രൻ രാഘവനോട് പറഞ്ഞു.

"അതൊക്കെ നീ തന്നെ ഏർപ്പാടാക്ക്! ഏത് ദീദിയെ വേണമെങ്കിലും പ്രത്യേകം കണ്ട് കാര്യം ഒപ്പിക്ക്. രൂപ അയ്യായിരം അഡ്വാൻസായി കൊടുക്കാം." രാഘവൻ എല്ലാം ചങ്ങാതിയെ ഏൽപ്പിച്ചു.

തളത്തിൽ ഇരകളെ കാത്തിരിക്കുന്ന തരുണികളെ രാഘവൻ അവരറിയാതെ ശ്രദ്ധിച്ചു. ഒരുപാട് പേരുണ്ട്. അകമുറികളിൽ ഇണയെ പുണർന്ന് കിടക്കുന്ന വേറെയും ഒരുപാട് പേരുണ്ടാകും.

വീണ്ടും രാഘവന്റെ തലച്ചോറിൽ വണ്ടുകൾ മൂളാൻ തുടങ്ങി. തന്റെ കണ്ണുകൾ കണ്ടത് സരസുവിനെത്തന്നെയാണോ? ഏതോ സ്റ്റാർ ഹോട്ടലിൽ നിന്നാവണം കുതിരവണ്ടിയിൽ പെൺകൊടികൾ വന്നിറങ്ങിയത്. ചുവന്ന തെരുവുകളിൽനിന്ന് സുമുഖികളെ ഹോട്ടലുകളിലേക്ക് സപ്ലൈ ചെയ്യാറുണ്ടെന്ന് കേട്ടിട്ടുണ്ട്. അവിടെനിന്നാവണം വമ്പത്തികളുടെ വരവ്. തെരുവുഭാഷയിൽ പറഞ്ഞാൽ പുറത്തു പോയി 'ഖേൽ' കഴിഞ്ഞു വരുന്നവർക്ക് സ്പെഷൽഫീസ് കിട്ടുമായിരിക്കും. കസ്റ്റമർ മുന്തിയ ബക്ഷിഷും അവസാന ചുംബനവും നൽകിയാവും അവരെ യാത്രയാക്കിയിരിക്കുന്നത്.

നെറുകയിൽ കുന്നുപോലെ മുടി കെട്ടിവെച്ച്, മൂന്നിഴയുള്ള മുത്തുഹാരം കഴുത്തിലണിഞ്ഞ് കുതിരവണ്ടിയിൽ നിന്നിറങ്ങി നിന്ന പെണ്ണൊരുത്തി കാർത്തുവിന്റെ സഹോദരിയായിരിക്കരുതേ എന്ന് രാഘവൻ പ്രാർഥിച്ചു.

നീലസാരിയും ഇളം കറുപ്പാർന്ന കണ്ണടയും ധരിച്ചിരുന്ന ആ പെണ്ണിന് സരസുവിന്റെ മുഖംതന്നെയായിരുന്നോ എന്ന് രാഘവൻ വീണ്ടുമൊരിക്കൽക്കൂടി ഓർത്തു. മുംബൈ മഹാനഗരത്തിൽ ബോറിവില്ലിയിലാണ് സരസു പാർക്കുന്നതെന്ന് കേട്ടിട്ടുണ്ട്. അങ്ങോട്ടു പോയാലോ? ഇവിടെ എത്തിയ നിലയ്ക്ക് സമയം പിഴിഞ്ഞെടുത്ത് അവരുടെ വീട് സന്ദർശിക്കേണ്ടതായിരുന്നില്ലേ?

ഒരഴകിപ്പെണ്ണിനെ വിലയുറപ്പിക്കാനായി രവീന്ദ്രൻ രാഘവനെ ബഡാദീദിയുടെ മുറിയിലേക്ക് ക്ഷണിച്ചു.

പട്ടുമെത്തയിലിരുന്ന് വെള്ളത്താലത്തിലൊരുക്കിവെച്ച ബർഫികഷണങ്ങൾ നുണയുകയായിരുന്നു ബഡാദീദി. കണ്ണിൽ കടുപ്പിച്ച് സുറുമയെഴുതിയ, കാതിൽ പൊന്നിന്റെ കുടകളും വീതിയേറിയ ഹാരങ്ങളുമണിഞ്ഞ, പ്രായക്കൂടുതൽ മറയ്ക്കാൻ കവിളുകൾ ചുവപ്പിച്ച മഹാറാണി. അവരുടെ മുന്നിൽ രാഘവനും രവീന്ദ്രനും നിന്നു.

"മുജെ യേ മൻജൂർ നഹീ!" ബഡാദീദി ഒരു വളർത്തു പുത്രിയെ ദൂരേക്ക് പറഞ്ഞയക്കാൻ സമ്മതമല്ലെന്ന് തറപ്പിച്ചുപറഞ്ഞു.

“ആപ് ക ലഡ്കി കൽ സുബെ വാപ്പസ് ആയെഗാ. യെ ഹമാരാ വാദാ ഹൈ!” നാളെ കാലത്തുതന്നെ താങ്കളുടെ പുത്രിയെ എത്തിക്കാമെന്ന് രവീന്ദ്രൻ ബഡാദീദിക്ക് ഉറപ്പുകൊടുത്തു.

ബഡാദീദി അയഞ്ഞു. ചുവപ്പിച്ച അവരുടെ ചുണ്ടുകളിൽ ലാഭത്തിന്റെ പുഞ്ചിരി വിടർന്നു.

“എങ്കിൽ അയ്യായിരം സ്പെഷൽ വസൂൽ വേണ്ടി വരും. എന്റെ മകൾക്കുള്ളത് വേറെയും!”

രാഘവൻ രൂപ അയ്യായിരമെടുത്ത് രവീന്ദ്രന് നൽകി. രാഘവൻ പുറത്തുവന്നു. സങ്കടമോ ആകാംക്ഷയോ വെറുപ്പോ നിന്ദയോ ഒക്കെ നുരയുന്ന തലച്ചോറുമായി കാറിൽ വന്ന് സ്റ്റിയറിംഗിൽ തലചായ്ച്ച് കുനിഞ്ഞിരുന്നു.

അൽപ്പസമയത്തിന് ശേഷം രവീന്ദ്രൻ സുവർണമുഖിയായൊരു പെൺകൊടിയുമായി കാറിന്റെ പിൻവാതിൽ തുറന്ന് അകത്തേക്ക് കയറി.

“ഇതാ നീ പറഞ്ഞതുപോലെ ഒരു ചുവന്ന സുന്ദരിയെത്തന്നെ നിന്റെ ബിഗ്ബോസിന് ഇരയായി കൊണ്ടുവന്നിരിക്കുന്നു. അയാൾ രാത്രി ആഘോഷിക്കട്ടെ. ചിന്ന ബോസിന്റെ ജാതകത്തിൽ സ്വർണലിപികൾ വാർന്നുവീഴട്ടെ!” രവീന്ദ്രൻ പറഞ്ഞു.

രാഘവൻ കാർ സ്റ്റാർട്ട് ചെയ്തു.

അവന് സങ്കടംതോന്നി. വരണ്ടായിരുന്നു. മഹാനഗരത്തിന്റെ യഥാർഥ നിറവും മുഖവും കാണേണ്ടായിരുന്നു.........

ദാദറിലെത്തിയപ്പോൾ രവീന്ദ്രൻ ഇറങ്ങി. രാഘവൻ സുഹൃത്തിനെ ഹസ്തദാനം ചെയ്തു. നന്ദിപറഞ്ഞു.

മൂന്നു മണിക്കൂർ നീണ്ട യാത്രയ്ക്കിടയിൽ തന്റെ പിൻസീറ്റിലിരുന്ന സുന്ദരിയെ ഒരു നോക്കെങ്കിലും കാണണമെന്ന് രാഘവന് തോന്നിയില്ല!

9 789382 167082

Printed by Libri Plureos GmbH in Hamburg,
Germany